AF758754

ഷാബു കിളിത്തട്ടിൽ

തിരുവനന്തപുരം ജില്ലയിലെ ചിറയിൻകീഴ്, പുരവൂരിൽ ജനനം. സർവകലാശാല വിദ്യാഭ്യാസത്തിന് ശേഷം തിരുവനന്തപുരം പ്രസ് ക്ലബ്ബിന്റെ ഇൻസ്റ്റിറ്റ്യൂട്ട് ഓഫ് ജേണലിസത്തിൽ നിന്ന് പത്രപ്രവർത്തനത്തിൽ പോസ്റ്റ് ഗ്രാജ്വേറ്റ് ഡിപ്ലോമ.

മാതൃഭൂമി, ആകാശവാണി എന്നിവിടങ്ങളിലും, ദൂരദർശനു വേണ്ടി CDIT തയ്യാറാക്കിയ ശാസ്ത്രകൗതുകം പരിപാടിയുടെ എഡിറ്റോറിയൽ ബോർഡിലും പ്രവർത്തിച്ചു.

2004 മുതൽ ദുബൈയിൽ അറേബ്യൻ റേഡിയോ നെറ്റ്‌വർക്കിന്റെ ഹിറ്റ് 96.7 എഫ്.എമ്മിൽ ന്യൂസ് ഡയറക്ടറാണ്.

യഥാർഥ പാവകളിക്കാർ, സർഗസൃഷ്ടിയിലെ രാസവിദ്യകൾ, സ്പെഷ്യൽ ന്യൂസ്, നിലാച്ചോറ്, കാലം കാവാലം, മഴ മണ്ണ് മനുഷ്യൻ എന്നീ കൃതികൾ പ്രസിദ്ധീകരിച്ചിട്ടുണ്ട്. എയ്ഞ്ചൽസ് എന്ന സിനിമക്കു വേണ്ടി സംഭാഷണമെഴുതി. കുട്ടികളുടെ നാടകവേദിയായ രംഗപ്രഭാതിനെക്കുറിച്ച് ഡോക്യുമെന്ററി സംവിധാനം ചെയ്തു. ദേശീയ, അന്തർദേശീയ പുരസ്കാരങ്ങൾ നേടിയ ഇംഗ്ലീഷ് ഹ്രസ്വചിത്രം 'മശ്ഹദ്' എഴുതി സംവിധാനം ചെയ്തു. ചെറുകഥക്കുള്ള പാറപ്പുറത്ത് പുരസ്കാരം, നിലാച്ചോറിന് കൈരളി നോവൽ പുരസ്കാരം, സർഗസൃഷ്ടിയിലെ രാസവിദ്യകൾക്ക് പ്രവാസി ബുക്ക് ട്രസ്റ്റിന്റെ സർഗ്ഗസമീക്ഷാ പുരസ്കാരം, കാവാലം നാരായണപ്പണിക്കർ ഫൗണ്ടേഷന്റെ പ്രഥമ സാഹിത്യപുരസ്കാരം എന്നിവ നേടി. പത്രപ്രവർത്തന മികവിന് ഷാർജ ഇന്ത്യൻ അസോസിയേഷന്റെ മാധ്യമപുരസ്കാരം, ഗ്രീൻ വോയ്സ് മീഡിയ അവാർഡ്, സി പി ശ്രീധരൻ, എൻ എം വിയ്യോത്ത്, സഹൃദയ പടിയത്ത്, ചിരന്തന, ഏഷ്യാവിഷൻ തുടങ്ങി നിരവധി പുരസ്കാരങ്ങൾ ലഭിച്ചിട്ടുണ്ട്.

മാധ്യമപ്രവർത്തനത്തിനുള്ള അംഗീകാരമായി യു.എ.ഇ. സർക്കാരിന്റെ ഗോൾഡൻ വിസ ലഭിച്ചിട്ടുണ്ട്.

ഭാര്യ : അനസൂയ, മക്കൾ : ജാഹ്നവ്, ശ്രീഹരി

Email : shabuarn@gmail.com

Malayalam Language
Maariya Gulfum
Gafoorkka Dosthum
(Non-Fiction)
by
Shabu Kilithattil
♦
Published in October 2021
by Kairali Books Private Limited
Thalikkavu Road, Kannur.
Ph : 0497-2761200
E-Mail : kairalibooksknr@gmail.com
♦
Illustration
Shaf Beypore
♦
Cover Design
Nijith Chandran
♦
Cover Photo
Kabeer Emirate
♦
Creative Support
Nisar Ibrahim
♦

51/21-22/Sl.No.1242/500/NS 18.6
ISBN 978-93-49726-99-4

മാറിയ ഗൾഫും
ഗഫൂർക്ക ദോസ്തും

ഷാബു കിളിത്തട്ടിൽ

കൈരളി ബുക്സ്

ഉള്ളടക്കം

ആശംസ

കേരള ജീവിതത്തിന്റെ താക്കോൽസ്ഥാനത്തുള്ള പ്രതിഭാസമാണ് ഗൾഫ് പ്രവാസമെങ്കിലും ഗൾഫ് മലയാളികളെയും അവരുടെ പ്രശ്നങ്ങളെയും ചർച്ച ചെയ്യുന്ന പുസ്തകങ്ങൾ വിരളമാണ്. ഗൾഫ് മാധ്യമ രംഗത്തെ പ്രശസ്തവ്യക്തിത്വമായ ഷാബു കിളിത്തട്ടിലിന്റെ 'മാറിയ ഗൾഫും ഗഫൂർക്ക ദോസ്തും' മലയാളിയുടെ ഗൾഫ് പ്രവാസത്തിന്റെ യാഥാർത്ഥ്യങ്ങളെ വസ്തുതകൾ നിരത്തിവെച്ച് അടുത്തറിവിന്റെയും സൂക്ഷ്മനിരീക്ഷണത്തിന്റെയും പിൻബലത്തോടെയും പ്രതിബദ്ധതയുടെ കെട്ടുറപ്പോടെയും അഭിസംബോധന ചെയ്യുന്നു. ഷാബുവിന്റെ സരളവും അനായാസവുമായ ആഖ്യാനം സുപ്രധാനമായ ഈ പഠനത്തെ ഒന്നാന്തരമൊരു വായനാനുഭവം കൂടിയായിത്തീർക്കുന്നു.

സക്കറിയ

മുഖവുര

ഗൾഫ് ജീവിതം ഒരിക്കലും സ്വപ്നം കണ്ടിരുന്നതല്ല. നാട്ടിൽതന്നെ അധ്യാപകനായോ പത്രപ്രവർത്തകനായോ ജീവിക്കേണ്ടതായിരുന്നു. യാദൃച്ഛികമായാണ് ദുബായ് എന്ന മഹാനഗരത്തിൽ എത്തിപ്പെടുന്നത്. ദുബായ് സർക്കാരിന്റെ കീഴിലുള്ള അറേബ്യൻ റേഡിയോ നെറ്റ്‌വർക്കിൽ മലയാളം എഫ്.എം. ചാനലിലേക്ക് അവതാരകരെ തേടുന്നുവെന്ന പത്ര പരസ്യം കണ്ട് അപേക്ഷിച്ചതാണ്. അന്ന്, ദൂരദർശനുവേണ്ടി ശാസ്ത്ര കൗതുകം പരിപാടി തയ്യാറാക്കുന്ന സി.ഡിറ്റിൽ പ്രൊഡ്യൂസറായി താല്ക്കാലിക ജോലിയിലായിരുന്നു. തിരുവനന്തപുരം പ്രസ്ക്ലബിന്റെ ജേണലിസം ഇൻസ്റ്റിറ്റ്യൂട്ടിൽ നിന്ന് പത്രപ്രവർത്തനത്തിൽ ഔപചാരിക വിദ്യാഭ്യാസമൊക്കെ കഴിഞ്ഞു നിൽക്കുന്ന സമയം കൂടിയായതിനാൽ മാധ്യമമേഖലയിൽ ഉറച്ചുനിൽക്കാൻ തന്നെയായിരുന്നു താല്പര്യം. തിരുവനന്തപുരം ആകാശവാണിയിലും സിലക്ഷൻ കിട്ടിയതിന്റെ ആത്മ വിശ്വാസമൊക്കെ ഉണ്ടായിരുന്നെങ്കിലും ദുബൈയിലെ റേഡിയോയിൽ ജോലിചെയ്യാൻ വരുമെന്ന് ഒരു പ്രതീക്ഷയും ഉണ്ടായിരുന്നില്ല.

സംഭവിച്ചത് മറിച്ചാണ്. തിരുവനന്തപുരത്തും കൊച്ചിയിലുമായി നടന്ന ഓഡിഷനും മുഖാമുഖവും കഴിഞ്ഞ് തിരഞ്ഞെടുക്കപ്പെട്ടതായി ഔദ്യോഗിക അറിയിപ്പ് കിട്ടി. മലയാളം ചാനലിന്റെ പ്രോഗ്രാമിങ് ഹെഡായ അജിത്മേനോൻ, ബോംബെക്കാരനും ഹിന്ദി എഫ്.എം. ചാനലായ സിറ്റി 101.6ന്റെ ചുമതലക്കാരനുമായ ചേതൻ ഫെർണാണ്ടസ്, എമിറാത്തിയും അറേബ്യൻ റേഡിയോ നെറ്റ്‌വർക്കിന്റെ സി.ഇ.ഒ.യുമായ അബ്ദുൽ ലത്തീഫ് അൽ സായേഗുമായിരുന്നു സിലക്ഷൻ ടീം. അന്ന് ടെലിവിഷനിൽ സജീവമായിരുന്ന നൈല ഉഷ, കൃഷ്ണൻ വേണുഗോപാൽ (ക്രിസ്), മായ കർത്ത, ലക്ഷ്മി, മിഥുൻ രമേശ്, ജീൺ മാർക്കോസ് (ജോൺ), ഫസ്ലു റഹ്മാൻ, ഷാലു ഫൈസൽ, അർഫാസ് ഇഖ്ബാൽ, റിയാസ് ഷാ എന്നിവരുൾപ്പെട്ട ടീം തിരഞ്ഞെടുക്കപ്പെട്ടു. നിമ്മിയും കെകെയും സിന്ധുവും ഡോണയും സൂരജുമെല്ലാം പിന്നീടാണ് ജോയിൻ ചെയ്തത്.

2004 ഏപ്രിലിൽ ദുബായിൽ വിമാനമിറങ്ങി. പതിനേഴു സംവത്സര

ങ്ങളായി ഈ നാടിന്റെ അതിവേഗ വളർച്ചയ്ക്ക് സാക്ഷിയായി. ഇക്കാലയളവിൽ കണ്ട വിവിധയിടങ്ങളിൽനിന്നുള്ള മനുഷ്യർ, അവർ പഠിപ്പിച്ച ജീവിതാനുഭവങ്ങൾ അതിൽ നിന്നുൾക്കൊള്ളാനായ വസ്തുതകൾ നിരവധിയാണ്.

ഭൂമിയുടെ ഏതെല്ലാം കോണിൽ മനുഷ്യരുണ്ടോ, ആ മനുഷ്യരുടെയെല്ലാം പ്രതിനിധികൾ ദുബായിലുണ്ട്; പ്രവാസികളായിതന്നെ. അവരിൽനിന്ന് ഗൾഫ് മലയാളിക്ക് മാത്രമായി എന്താണ് സവിശേഷത എന്നറിയാനുള്ള ശ്രമമാണ് ഈ പുസ്തകം. ഒരിക്കലും പിടിതരാത്ത പ്രതിഭാസമായി മലയാളിയുടെ പ്രവാസം അവിരാമം തുടരുന്നു. അരനൂറ്റാണ്ടോളമായി ഗൾഫ് പ്രവാസത്തിനിടയിൽ രണ്ടോ മൂന്നോ തവണ മാത്രമാണ് മലയാളികൾ കൂട്ടത്തോടെ നാട്ടിലേക്ക് മടങ്ങിപ്പോയത്. ഗൾഫ്യുദ്ധം, സൗദിയിലെ നിതാഖാത്, കൊറോണക്കാലം.

എന്നാൽ പോയതിനേക്കാൾ വേഗത്തിലും പോയവരേക്കാൾ കൂടുതലായും തിരികെ ഗൾഫിലേക്ക് തന്നെ മലയാളികൾ കുടിയേറിക്കൊണ്ടിരിക്കുകയും ചെയ്യുന്നു. അതായത് പ്രവാസത്തിന്റെ നൈരന്തര്യം സംഭവിച്ചുകൊണ്ടേയിരിക്കുന്നു.

എന്നാൽ മാറിയ ഗൾഫിന്റെ സാധ്യകളറിയുക എന്നത് അനിവാര്യതയാണ്. പ്രത്യേകിച്ച് ഗൾഫ് സ്വപ്നവും പേറി നടക്കുന്നവർ. നാടോടിക്കാറ്റ് സിനിമയിലെ ദാസന്റെയും വിജയന്റെയും ഗഫൂർ കാ ദോസ്തുമാരുടെയും കാലം കഴിഞ്ഞു. ഇന്ന് നിങ്ങൾ തൊഴിൽ നിപുണനാണോ എന്നതാണ് പ്രശ്നം. ഈ മത്സരലോകത്തിൽ അതിജയിക്കാനുള്ള ആത്മവിശ്വാസമുണ്ടോ?

കോവിഡിന് മുമ്പും കോവിഡിന് ശേഷവുമുള്ള മലയാളി പ്രവാസത്തെ വ്യത്യസ്ത വീക്ഷണകോണുകളിലൂടെ അടയാളപ്പെടുത്താനാണ് ശ്രമിച്ചിരിക്കുന്നത്. അതിൽ സാമ്പത്തികവും സാമൂഹികവും, വൈയക്തികവുമായ തലങ്ങളുണ്ട്. കഴിഞ്ഞ 17 കൊല്ലമായി പ്രവാസലോകത്തെ മാധ്യമപ്രവർത്തകൻ എന്ന നിലയ്ക്ക് നേരിട്ടു കണ്ടതും അനുഭവിച്ചതുമായ ജീവിതങ്ങളെ സാക്ഷിനിർത്തിക്കൊണ്ടുള്ള വിലയിരുത്തലുകൾ.

വരികളിലൂടെ മാത്രമല്ല, വരകളിലൂടെയും മലയാളിയുടെ ഗൾഫ് പ്രവാസത്തിന്റെ പരിണാമചരിത്രത്തിലെ വിവിധ ഘട്ടങ്ങളെ പുസ്തകത്തിൽ അടയാളപ്പെടുത്തിയിട്ടുണ്ട്. ഈ കൃതിയെ സമ്പന്നമാക്കുന്നതിൽ ആ വരകൾ വലിയ പങ്കു വഹിച്ചിട്ടുണ്ട്. ആശയങ്ങൾക്കനുസരിച്ച് നിമിഷങ്ങൾക്കകം സ്കെച്ച് തയ്യാറാക്കിയ ഷാഫ് ബേപ്പൂരിന് പ്രത്യേകം നന്ദി.

മുഖചിത്രത്തിനും സ്കെച്ചുകൾക്കും വേണ്ട മാർഗ്ഗനിർദ്ദേശങ്ങളുമായി ഒപ്പം നിന്ന പ്രിയസുഹൃത്ത് നിസാർ ഇബ്രാഹിം, അതീവഹൃദ്യമായ കവർ പേജ് തയ്യാറാക്കിയ നിജിത്ത് ചന്ദ്രൻ, കൈരളി ബുക്സ് മാനേജിംഗ് ഡയറക്ടർ ഒ. അശോക്കുമാർ, താഹ നസീർ, അഫ്സൽ ശ്യാം, ഒപ്പം നിന്ന സുഹൃത്തുക്കൾ, എല്ലാവരോടും സ്നേഹവും കടപ്പാടും.

പുസ്തകത്തിന്റെ ഉള്ളടക്കത്തെപ്പറ്റി ചെറുതെങ്കിലും പ്രൗഢമായ കുറിപ്പ് തയ്യാറാക്കിത്തന്ന എഴുത്തുകാരൻ സക്കറിയക്ക് കൂപ്പുകൈ.

പ്രവാസാനുഭവങ്ങൾ, അതിന്റെ സമസ്ത സങ്കീർണ്ണതകളോടും വൈരുദ്ധ്യങ്ങളോടും കൂടി ആവിഷ്ക്കരിക്കേണ്ടത് ഒരു പ്രവാസി എന്ന നിലയ്ക്കും മാധ്യമപ്രവർത്തകൻ എന്ന നിലയ്ക്കും തന്റെ ധർമ്മമെന്നുള്ള ഒരഗാധ വിശ്വാസത്തിന്റെ ആവിഷ്ക്കാരമാണ് ഈ കൃതി.

അതിന്റെ പൂർത്തീകരണത്തിന് നേരിട്ടും അല്ലാതെയും സഹകരിച്ച എല്ലാവരോടും സ്നേഹവും കടപ്പാടും. എല്ലാറ്റിനും മേലെ എഴുത്തിന്റെ വഴികളിൽ കാറ്റായി വെളിച്ചമായി ചുംബിച്ചുണർത്തുന്ന പ്രാണവായുവിന് നന്ദി.

ഷാബു കിളിത്തട്ടിൽ

മലയാളിയുടെ പ്രവാസത്തെക്കുറിച്ചുള്ള അനുഭവ വിവരണം വാക്കുകളിൽ മാത്രം ഒതുക്കുന്നില്ല.

സങ്കീർണ്ണമായ ജീവിതാവസ്ഥകളെ ഷാഫ് ബേപ്പൂർ വരകളിലൂടെ ആവിഷ്ക്കരിച്ചിട്ടുണ്ട്.

അവയിൽ

നിബിഡമായ വിഷാദമുണ്ട്.

ദൈന്യതകളും തളർച്ചയുമുണ്ട്.

അനിശ്ചിതത്വാനുഭവങ്ങളുണ്ട്.

അസ്വസ്ഥജനകമാണ് ഏറെയുമെങ്കിലും പ്രസാദാത്മകത കണ്ടെത്താതിരിക്കുന്നില്ല.

ഷാഫ് ബേപ്പൂർ

1979ൽ കോഴിക്കോട് ബേപ്പൂരിൽ മൂസാ എടച്ചേരി പുനത്തിലിന്റെയും സഫിയയുടെയും മകനായി ജനിച്ചു. 1998ൽ കാലിക്കറ്റ് സ്കൂൾ ഓഫ് ഫൈൻ ആർട്സിൽനിന്ന് ചിത്രരചന പഠിച്ചിറങ്ങി.

പരസ്യകലയിൽ ക്രിയേറ്റീവ് ആർട്ടിസ്റ്റായി ഇന്ത്യയിലും യു.എ.ഇ.യിലും പ്രവർത്തിച്ചിട്ടുണ്ട്. നിരവധി എക്സിബിഷനുകളിൽ പങ്കെടുത്തിട്ടുള്ള ഷാഫ് നിലവിൽ യു.എ.ഇ. യിലാണ് താമസം

Email: shafdesign@gmail.com

പ്രവാസി നിർവചനങ്ങൾ

സ്വന്തം ദേശമോ രാജ്യമോ വിട്ട്
താൽക്കാലികമായോ സ്ഥിരമായോ
മറ്റൊരു രാജ്യത്ത് താമസിക്കുന്ന വ്യക്തി.
അല്ലെങ്കിൽ
പ്രവാസം അനുഭവിക്കുന്നവൻ
(ശബ്ദസാഗരം)

അന്യദിക്കിൽ ചെന്ന് പാർക്കുന്നവൻ
(ശബ്ദതാരാവലി)

ദേശഭ്രഷ്ടൻ
(ഇംഗ്ലീഷ് മലയാളം നിഘണ്ടു)

ഉപ്പാടെ രാജ്യം

ഒരു പുതിയ നൂറ്റാണ്ട്.

ഇരുപത്തിയൊന്നാം നൂറ്റാണ്ട്. അശോകന്റെയും വിന്ദുജയുടെയും മകൻ രാഹുലിന്റെ നൂറ്റാണ്ട് പിറന്നു.

അയാൾ പ്രവാസം എന്നെന്നേക്കുമായി അവസാനിപ്പിച്ച് വീട്ടിൽ തിരിച്ചെത്തിയിട്ട് ഒരു വർഷം തികയുന്നു.

ബർമ്മയിലേക്ക് യാത്രയായ ആദ്യകാല പ്രവാസിയായ കൊറ്റിയത്ത് കുമാരനിലൂടെ തുടങ്ങി അയാളുടെ മകൻ ഗിരിയിലൂടെയും അയാളുടെ മകൻ അശോകനിലൂടെയും നീളുന്ന പല ദേശങ്ങളിലൂടെ, പല തലമുറകളിലൂടെ വളർന്നു പന്തലിച്ച മലയാളി പ്രവാസജീവിതത്തെ പ്രമേയമാക്കി എം. മുകുന്ദൻ രചിച്ച പ്രവാസം എന്ന നോവലിന്റെ അവസാന ഭാഗത്തിലെ ആദ്യ വരികളാണ് മുകളിൽ കാണുന്നത്.

ബാക്കി ഭാഗം ഇങ്ങനെ വായിക്കാം

തലേദിവസം രാത്രി സുനന്ദാലയത്തിന്റെ മട്ടുപ്പാവിൽ നിന്ന് കൊണ്ട് ഒരു ശതാബ്ദം പതുക്കെ പതുക്കെ ഇരുട്ടിൽ ഇല്ലാതെയാകുന്നത് അയാൾ നോക്കിക്കണ്ടു. ശങ്കരൻകുട്ടിയുടെയും മിച്ചിലോട്ട് മാധവന്റെയും കുമാരന്റെയും ബീരാൻകുട്ടിയുടെയും കതീശയുടെയും ഗിരിയുടെയും സുനന്ദയുടെയും നാഥന്റെയും രാധയുടെയും സുധീരന്റെയും വർഗീസ് കുറ്റിക്കാടന്റെയും അച്ചാമ്മയുടെയും നൂറ്റാണ്ട് വിടപറഞ്ഞുപോയി.

നക്ഷത്രങ്ങൾ കണ്ണുതുറന്നു കിടക്കുന്ന നിലാവ് വിരിക്കുന്ന വെളിച്ചം നിറഞ്ഞ ആകാശത്തിലേക്ക് ഉയർന്നു പൊട്ടിച്ചിതറി വർണ്ണങ്ങൾ വാരിയെറിയുന്ന അമിട്ടുകളുടെയും പള്ളിമണി നാദങ്ങളുടെയും നിരവധി കണ്ഠങ്ങളിൽ നിന്നുയരുന്ന ഹാപ്പി ന്യൂ ഇയർ ചൊല്ലുകളുടെയും അങ്ങനെ പലതിന്റെയും ഇടയിൽ പുതിയ ശതാബ്ദം പിറക്കുന്നത് അയാൾ നോക്കിനിന്നു.

അപ്പോൾ കിടക്കമുറിയിൽ അവൾ കുഞ്ഞിന് മുലകൊടുക്കുകയും അതിന് ശേഷം മുതുകിൽ തട്ടി അവനെ ഉറക്കുകയുമായിരുന്നു.

"അശോകാ ഓടിവാ!"

താഴെനിന്ന് അവൾ വിളിച്ചു പറഞ്ഞു.

മട്ടുപ്പാവിൽ ചൂരൽ കസേരയിൽ ഇരുന്ന് പുതിയ പ്രഭാതത്തെ കണ്ട് അന്നത്തെ പേപ്പർ വായിക്കുന്ന അയാൾ പത്രം മടക്കി വച്ച് കോണിപ്പടിയിറങ്ങി താഴേക്ക് ചെന്നു.

"നോക്കൂ, മ്മളെ മോനെ നോക്കൂ"

അവളുടെ കൈകൾക്കിടയിൽ നിന്നുകൊണ്ട് കുഞ്ഞ് കാൽ മുമ്പോട്ടു വെയ്ക്കുവാൻ നോക്കുന്നു.

"മ്മളെ മോൻ നടക്ക്ന്ന്, ഈശ്വരാ"

അവൾക്ക് വീർപ്പുമുട്ടി, അശോകൻ അവളുടെ അരികിൽ മുട്ടുകുത്തിയിരുന്നു.

അവൾ കുഞ്ഞിൽ നിന്ന് തന്റെ കൈകൾ പൂർണ്ണമായി എടുത്തുമാറ്റി. അമ്മയുടെ കൈകളിൽ നിന്നു സ്വതന്ത്രനായ കുഞ്ഞ് പതുക്കെ വലതു കാൽ വെച്ചു. തുടർന്ന് ഇടതുകാലും. പുതിയ നൂറ്റാണ്ട് സാക്ഷിയായ കുഞ്ഞ് മുമ്പോട്ടേക്ക് പിച്ചവെച്ചു നടന്നു മുമ്പോട്ട്...

ഇരുപത്തിയൊന്നാം നൂറ്റാണ്ടിലെ പ്രവാസി.

തികച്ചും നാടകീയമായ ഒരവതരണമാണിതെങ്കിലും പ്രവാസമെപ്പോഴും നാടകീയതകൾ നിറഞ്ഞു നിൽക്കുന്നതാണല്ലോ. പ്രത്യേകിച്ച് ഗൾഫ് പ്രവാസം. ഒറ്റപ്പെടലിന്റെ തീവ്രവേദനകൾ അനുഭവിച്ചവർ പോലും മക്കളെ അതേ പ്രവാസത്തിലേക്ക് കൈപിടിച്ചു കയറ്റുന്ന കാഴ്ച നാടകീയതയല്ലാതെ മറ്റൊന്നുമല്ല.

പ്രവാസം ഒരു നൈരന്തര്യ പ്രക്രിയയാണെന്ന് കൃത്യമായി പറഞ്ഞു വച്ചുകൊണ്ടാണ് എം. മുകുന്ദൻ തന്റെ പ്രവാസമെന്ന നോവൽ അവസാനിപ്പിക്കുന്നത്. അതു വാസ്തവത്തിൽ ശരിയാണ്. അതല്ലെങ്കിൽ തിരിച്ചടികൾ പലതുണ്ടായിട്ടും മലയാളി വീണ്ടും വീണ്ടും പ്രവാസിയായികൊണ്ടേയിരിക്കുകയില്ല. കുവൈത്ത് യുദ്ധമുണ്ടായപ്പോൾ ലക്ഷക്കണക്കിന് പ്രവാസികൾ ജീവനും കൊണ്ട് നാട്ടിലേക്കോടി. അതോടെ ഗൾഫിലേക്കുള്ള മലയാളിയുടെ ഒഴുക്ക് കുറയുമെന്ന് പലരും കരുതി. സംഭവിച്ചത് മറിച്ചാണ്. ആഭ്യന്തരയുദ്ധം കൊടുമ്പിരിക്കൊണ്ട കാലത്തും ഇറാഖിലേക്കും, സിറിയയിലേക്കും, ലിബിയയിലേക്കും വരെ പോകാൻ മലയാളികൾ തയ്യാറായി. പ്രവാസത്തിന്റെ, കുടിയേറ്റത്തിന്റെ കാരണങ്ങൾ അന്വേഷിക്കുന്ന പഠനങ്ങളിലൊന്നും കാണാത്തതരം സവിശേഷമായതെന്തോ മലയാളിയുടെ പ്രവാസത്തിലുണ്ടാവണം. എന്തായാലും പ്രവാസം ഒരു നൈരന്തര്യമാണ്. അത് പോസിറ്റീവായാലും നെഗറ്റീവായാലും. പ്രവാ

സിയായ കവി സൈഫുദ്ദീൻ തൈക്കണ്ടി വളരെ ഭംഗിയായി ഈ നൈര ന്തര്യത്തെ 'വെച്ചു മാറ്റം' എന്ന കവിതയിൽ പറയുന്നുണ്ട്.

തലയ്ക്ക് മുകളിലൂടെ
മൂളിപ്പറക്കുന്ന വിമാനത്തിലാണ്
ഉപ്പ, എന്ന് കരുതും
കഴുത്ത് കഴയ്ക്കും വരെ നോക്കും
ഉപ്പാ...
ഉപ്പാ താഴെ വാ എന്ന് ചുണ്ട് വിറക്കും
കോലായിൽ ഉമ്മ വിതുമ്പും
അമർത്തിയൊന്ന് കെട്ടിപ്പിടിക്കും
ഒറ്റപ്പെടലിന്റെ മുറുക്കമത്രയും
ഒറ്റ ആശ്ലേഷത്തിൽ തീർക്കും

കുഞ്ഞു വിമാനമാണ്
ഉപ്പയുടെ രാജ്യം എന്നു കരുതും
ഇത്രവട്ടം വീടു താണ്ടിപോയിട്ടും
കാണാൻ വരാത്തത്
മോനോട് ഇഷ്ടമില്ലാഞ്ഞിട്ടാണെന്ന്
സങ്കടപ്പെടും
ഈ ആകാശമായ ആകാശം മുഴുക്കെ
എന്തിനാണുപ്പാ പറന്ന് നടക്കുന്നത്
എന്ന് വ്യാകുലപ്പെടും.
ഉപ്പയുടെ രാജ്യം പരുന്ത് വന്ന്
കൊത്തിക്കൊണ്ട് പോവുമെന്ന്
മേഘം വിഴുങ്ങി കളയുമെന്ന്
മലകൾ തടസ്സം നിൽക്കുമെന്ന്
പലപ്പോഴായി വ്യസനിക്കും
ഇങ്ങ് വരട്ടെ ചോദിക്കണം
എന്നുറപ്പിക്കും.
നീളമുള്ള ചോക്കലേറ്റ് മിഠായികൊണ്ട്
വായടപ്പിച്ചു കളയും, സൂക്ഷിക്കണം
എന്നു തന്നെത്താനെ ഓർമ്മിപ്പിക്കും.

കുട്ടി വളർന്നു

ഉപ്പാടെ രാജ്യം
ഉപ്പാടെ ആകാശം
വിമാനം കുട്ടിയുടേതായി.
ഉപ്പാക്ക് രാജ്യമില്ലായിരുന്നു
ആകാശമില്ലായിരുന്നു
വിമാനമില്ലായിരുന്നു
എന്തിന്
ജീവിതം പോലുമില്ലായിരുന്നു

ശൂന്യതയുടെ
സ്വപ്നങ്ങളുടെ
പ്രതീക്ഷയുടെ
കാവൽക്കാരനായിരുന്നു
തന്റെ രാജ്യം
മകന് തീറെഴുതി തന്നിട്ട്
കടന്നുകളയുകയായിരുന്നു.'

ഉപ്പാക്കൊരു രാജ്യമില്ലായിരുന്നുവെന്നും
ആകാശമില്ലായിരുന്നുവെന്നും
എന്തിന് ജീവിതം പോലുമില്ലായിരുന്നുവെന്നും
തിരിച്ചറിഞ്ഞപ്പോഴേക്കും ഉപ്പാ, ഉപ്പാ
താഴേ വാ, എന്ന് വിളിച്ച മകൻ പ്രവാസിയായി കഴിഞ്ഞിരുന്നു. കൊറോണയുടെ ഒന്നാം വ്യാപനം രൂക്ഷമായ സന്ദർഭത്തിൽ വിമാന സർവ്വീസുകൾ നിർത്തിവച്ചപ്പോൾ നാട്ടിൽ പോകാൻ കഴിയാത്ത ഒരു റസ്റ്റോറന്റ് ജീവനക്കാരൻ അഞ്ചു വയസ്സുള്ള തന്റെ ഇളയമകൻ സൽമാൻ വരച്ച ചിത്രം പങ്കുവെച്ചതോർക്കുന്നു. ഉപ്പാന്റെ വരവും കാത്തിരിക്കുകയായിരുന്നു ആ കുഞ്ഞ്. പോകാനുള്ള ടിക്കറ്റുമെടുത്ത് മക്കൾക്കുള്ള കളിപ്പാട്ടമെല്ലാം വാങ്ങി പെട്ടിയും കെട്ടി തയ്യാറെടുപ്പുകൾ പൂർത്തിയായിരിക്കുമ്പോഴാണ് ഇന്ത്യയിൽ ലോക്ഡൗൺ പ്രഖ്യാപിക്കുന്നതും വിമാനസർവ്വീസുകൾ റദ്ദാക്കിയതും. അതോടെ യാത്ര മുടങ്ങി. ഉപ്പ വരാൻ ഇനിയെത്ര ദിവസമുണ്ട് എന്നും ചോദിച്ച് കണ്ണും തിരുമ്മിക്കൊണ്ടാണ് സൽമാന്റെ എല്ലാ പ്രഭാതങ്ങളും തുടങ്ങിയിരുന്നത്. ഉപ്പാക്ക് പെട്ടെന്നൊന്നും വരാൻ കഴിയില്ല എന്നും ലോക്ഡൗൺ ആണ് എന്നതൊന്നും അവന്റെ കൊച്ചു ബുദ്ധിയിൽ തെളിയുന്ന കാര്യങ്ങളായിരു

ന്നില്ല. ഇനിയെത്ര ദിവസമെന്ന് വിരലിലെണ്ണി പറയാനാണ് അവനാവശ്യപ്പെട്ടത്. ഒരു ദിവസം നിർത്താതെ കരഞ്ഞുകൊണ്ട് സൽമാൻ ഉപ്പാക്ക് ഫോൺ വിളിച്ചു.

"ഉപ്പാ, ഉപ്പ ഇപ്പ ഒന്നും വരൂലാന്ന്
ഇത്ത പറയണ്, ആണോ ഉപ്പാ,
വാ ഉപ്പാ, എനിക്ക് ഉപ്പായെ കാണണം.
ഉപ്പയോടൊപ്പം കളിക്കണം."

സൽമാൻ കരച്ചിൽ നിർത്തുന്നില്ലെന്ന് ഉമ്മ വിളിച്ചു പറഞ്ഞു. അവൻ വരച്ച ചിത്രം വാട്സാപ്പിലയച്ചു കൊടുക്കുകയും ചെയ്തു.

തന്റെ തലയ്ക്ക് മുകളിലൂടെ പറന്നു പോകുന്ന വിമാനം നോക്കി നിൽക്കുന്ന ഒരു കുഞ്ഞും അമ്മയും. അറിഞ്ഞോ അറിയാതെയോ ചിത്രത്തിൽ ഒരു മരം അവൻ വരച്ചിരുന്നു. അതിലൊരു കിളിക്കൂടും. സൈനുദ്ദീൻ തൈക്കണ്ടിയുടെ കവിതയും ആറുവയസ്സുകാരൻ സൽമാന്റെ ചിത്രവും തമ്മിൽ ഇഴപിരിക്കാനാവാത്ത ബന്ധമുണ്ട്.

തലയ്ക്ക് മുകളിലൂടെ
മൂളിപ്പറക്കുന്ന വിമാനത്തിലാണ്
ഉപ്പാ എന്ന് കരുതും
കഴുത്ത് കഴയ്ക്കും വരെ നോക്കും
ഉപ്പാ
ഉപ്പാ താഴെ വാ എന്ന് ചുണ്ടു
വിറയ്ക്കും...
ഇത്രവട്ടം വീടു താണ്ടിപ്പോയിട്ടും
കാണാൻ വരാത്തത്
മോനോട് ഇഷ്ടമില്ലാഞ്ഞിട്ടാണെന്ന്
സൽമാൻ സങ്കടപ്പെട്ടിട്ടുണ്ടാവില്ലേ?

ഈ കവിത എഴുതിയ സൈഫുദ്ദീൻ തൈക്കണ്ടിയുടെ ഉപ്പ മുപ്പതു കൊല്ലത്തോളം അബുദാബിയിൽ പ്രവാസിയായിരുന്നു. ഇന്നത്തെ സൽമാനായിരുന്നു ഇന്നലത്തെ സൈഫുദ്ദീൻ. നാളെയത് മറ്റൊരു സൽമാനോ സൈഫുദ്ദീനോ ആകും.

പ്രവാസ ജീവിതത്തിന്റെ വ്യത്യസ്ത രാഷ്ട്രീയ, വൈകാരിക അനുഭവങ്ങളെ നിരന്തരം നിരീക്ഷിക്കുകയും പഠനവിധേയമാക്കുകയും ചെയ്യുന്ന എഴുത്തുകാരനും പ്രവാസിയുമായ ഇ.കെ. ദിനേശൻ പ്രവാസത്തിന്റെ രാഷ്ട്രീയ വർത്തമാനം എന്ന കൃതിയിൽ അർത്ഥരഹിതമായിപ്പോയ

ഗൾഫ് ജീവിതങ്ങളെക്കുറിച്ച് എഴുതുന്നു.

"ജീവനില്ലാത്ത ജീവിതത്തിന്റെ ഉടമകളാണ് ഗൾഫുകാർ. അവരുടെ ജീവിതത്തിന്റെ ആയുഷ്കാലം എന്നത് സ്വന്തം കുടുംബത്തോടൊപ്പം ജനിച്ച നാട്ടിൽ ജീവിക്കുന്ന പരിമിതമായ ദിവസങ്ങൾ മാത്രമാണ്. അതുകൊണ്ടാണ് ലീവ് കഴിഞ്ഞ് തിരിച്ചെത്തിയാൽ അയാൾ ദിവസങ്ങളോളം ജനിച്ച നാട്ടിനും ജീവിച്ച നാട്ടിനും ഇടയിൽപ്പെട്ട് വട്ടം കറങ്ങുന്നത്. അതിൽ നിന്നുള്ള മോചനം അയാൾക്ക് സാധ്യമാക്കുന്നത് തന്റെ യഥാർത്ഥ ജീവിതത്തിലേക്ക് താൻ തിരിച്ചെത്തിയിരിക്കുന്നു എന്ന തിരിച്ചറിവിൽ നിന്നുമാണ്. അങ്ങിനെ അയാൾ ഖുബ്ബൂസും നാലഞ്ചു ദിവസങ്ങളായി ഫ്രിഡ്ജിൽ സൂക്ഷിച്ച പരിപ്പുകറിയും ഭക്ഷിക്കാൻ തുടങ്ങുന്നു. അവിടെ ഭക്ഷണം തയ്യാറാക്കി തരാൻ ഭാര്യയോ കൂടെ കഴിക്കാൻ മക്കളോ ഇല്ല. ഒരു തരം ഏകാന്തത.

എന്നാൽ എല്ലാ ഏകാന്തതയും മനുഷ്യനെ ഏകാന്തനാക്കുന്നില്ല. ചിലർക്ക് അത് ജീവിതത്തിന്റെ ഭാഗം തന്നെയാണ്. ഒരു ഗൾഫുകാരനെ സംബന്ധിച്ച് ഒറ്റപ്പെടലിൽ നിന്നാണ് അയാളുടെ എല്ലാ പ്രതീക്ഷയും സ്വപ്നവും ആരംഭിക്കുന്നത്. അതുകൊണ്ടാണ് മൂന്നടി വീതിയുള്ള ഇരുമ്പു കട്ടിലിൽ കിടന്നുറങ്ങുമ്പോഴും നാട്ടിൽ നിർമ്മിച്ചതോ നിർമ്മിച്ചുകൊണ്ടിരിക്കുന്നതോ ആയ തന്റെ ബംഗ്ലാവിനെക്കുറിച്ച് അയാൾക്ക് സ്വപ്നം കാണാൻ കഴിയുന്നത്. പക്ഷേ അവിടെ എന്തുകൊണ്ട് തനിക്ക് ഉറങ്ങാൻ കഴിയുന്നില്ല എന്ന് മാത്രം അയാൾ ചിന്തിക്കുന്നില്ല. ഇനി അങ്ങനെ ചിന്തിക്കുന്നവരുടെ മറുപടിയും ശ്രദ്ധേയമാണ്.

കാസർകോഡുകാരനായ കുഞ്ഞി മുഹമ്മദിന്റെ ഗൾഫ് ജീവിതമാണ് ഇ. കെ. ദിനേശൻ ഉദാഹരണമായി ചൂണ്ടിക്കാട്ടുന്നത്. മുപ്പത്തിയാറു വർഷമായി ദുബൈയിൽ. മകനെ പഠിപ്പിച്ച് ദുബൈയിൽ തന്നെ വലിയൊരു കമ്പനിയിൽ ജോലി ശരിയാക്കിയതും അയാൾ തന്നെ. നാട്ടിൽ വലിയൊരു വീടും മുറ്റത്തൊരു കാറും മറ്റെല്ലാവിധ സൗകര്യങ്ങളും. മൂന്ന് പെൺമക്കളിൽ ഒരാൾ വിവാഹിതയാണ്. മറ്റു രണ്ടുപേർ പഠിക്കുന്നു. നാട്ടിൽ കുഞ്ഞിമുഹമ്മദ് ഹാജിയുടെ ഭൂമിയും അത്യാവശ്യകെട്ടിടങ്ങളും ഒക്കെ കൈകാര്യം ചെയ്യുന്നത് ഭാര്യയാണ്. അവരും മക്കളും രണ്ടുവർഷത്തിൽ രണ്ടുമാസം ദുബൈയിൽ എത്തുന്നു. കാരണം കുഞ്ഞിമുഹമ്മദിന് ലീവിന് നാട്ടിൽ പോകാൻ കഴിയില്ല. ലീവ് അവധിക്ക് പോയിവരുമ്പോൾ തന്റെ വരുമാന സ്രോതസ് ആരെങ്കിലും കയ്യടക്കുമോ എന്ന ഭയം. ദീർഘകാലമായി അറബിയുടെ വിശ്വസ്തനായ അയാൾക്ക് കെട്ടിടം വാടകയ്ക്ക് കൊടുക്കലും അതു നോക്കി നടത്ത

ലുമാണ് പണിയെങ്കിലും താമസക്കാരുടെ കാർ കഴുകി മാസം വലി യൊരു തുക അയാൾ ശേഖരിക്കുന്നു. ഇതൊക്കെ നഷ്ടപ്പെട്ടു പോകുമോ എന്ന ഭയത്താൽ കുടുംബം വന്ന് തിരിച്ചു പോകുമ്പോൾ പോയി അഞ്ചോ ആറോ ദിവസം അയാൾ നാട്ടിൽ തങ്ങും. ഈ ജീവിത ത്തോട് കുഞ്ഞിമുഹമ്മദിന്റെ പ്രതികരണമാണ് ശ്രദ്ധിക്കേണ്ടത്.

"ജീവിതത്തിന്റെ നല്ല കാലം മുഴുവൻ ഇവിടെ തീർന്നു പോയി. മൂന്നു മക്കൾക്ക് ജന്മം നൽകിയത് ഈ മണ്ണിൽ നിന്നു തന്നെ. അന്നൊക്കെ കരുതിയത് ജീവിതം ഇങ്ങിനെയൊക്കെയാണ് എന്നാണ്. ഇനി പൊയ്പ്പോയ കാലം തിരിച്ചുകിട്ടില്ലല്ലോ. ഇപ്പോൾ എനിക്കും ഭാര്യയ്ക്കും ഇങ്ങനെ ജീവിക്കുന്നതിലാണ് സന്തോഷം. പൈസ കിട്ടുമ്പോൾ ഇവിടെ ഞാനും അവിടെ അവളും സന്തോഷിക്കുന്നു. പൊരുത്തപ്പെട്ടുപോയ ഒരു ജീവിതത്തിന്റെ സാക്ഷിമൊഴികളാണ് ഇവ. രണ്ടു ദേശത്ത് രണ്ടു ജീവിതം അപൂർണ്ണമായി തുടരുന്നത് സ്വയം അറിയാതെ പോകുന്നതിന്റെ സാക്ഷി മൊഴിയും.

ഇതുവരെ പറഞ്ഞ പ്രവാസകഥകളൊക്കെയും കണ്ണീർ പ്രവാസത്തെ ക്കുറിച്ചാണ്. എന്നാൽ അതുമാത്രമാണ് പ്രവാസത്തിന്റെ ഗുണഫലം എന്നുണ്ടെങ്കിൽ ഗൾഫ് പ്രവാസം എന്നേ അവസാനിക്കാനുള്ള സമയം കഴിഞ്ഞു. കുവൈത്ത് യുദ്ധം കഴിഞ്ഞ് ഗൾഫ് സ്വപ്നം അവസാനിച്ചു വെന്ന് പറഞ്ഞവരെ അമ്പരപ്പിച്ചുകൊണ്ടാണ് പിന്നീടുള്ള കാലം ഗൾഫി ലേക്കുള്ള ഒഴുക്കുണ്ടായത്. കോവിഡോടെ ഗൾഫുപ്രവാസം അവസാ നിച്ചുവെന്ന് ചിന്തിക്കാനുള്ള കാരണം ലക്ഷക്കണക്കിനാളുകളുടെ തിരി ച്ചുപോക്കായിരുന്നു. പക്ഷേ കോവിഡൊന്ന് ശമിച്ചപ്പോൾ തിരികെ ഗൾഫി ലേക്ക് മടങ്ങിപ്പോയവരുടെ എണ്ണം നോക്കിയാൽ മലയാളിയും ഗൾഫ്ജീ വിതവും തമ്മിൽ അത്രവേഗമൊരു അകലം സാധ്യമല്ലെന്ന് കാണാം.

2020 മെയ്മുതൽ 2021 ജൂലൈ വരെ കേരളത്തിലെ നാലു എയർപോർട്ടുകളിൽ നിന്നുള്ള ഫ്ളൈറ്റുകളുടെ എണ്ണവും യാത്ര ചെയ്ത വരുടെ എണ്ണവും നോക്കൂ.

വിമാനത്താവളം	ആകെ ഫ്ളൈറ്റ്സ്	ആകെ യാത്രക്കാർ
കൊച്ചി	11558	1234843
തിരുവനന്തപുരം	5902	598912
കോഴിക്കോട്	7824	947327
കണ്ണൂർ	2974	390762
ആകെ	**28258**	**3171844**

ഇതിൽ പുതിയ വിസയിൽ പോയവരെത്ര, വിസിറ്റ് വിസയിൽ തൊഴിൽ തേടിയവരെത്ര, ലീവിന് വന്ന് മടങ്ങിയവരെത്ര എന്ന് വേർതിരിച്ച കണക്കുകൾ ലഭ്യമല്ലെങ്കിലും ഒരു വശത്ത് തൊഴിൽ നഷ്ടം ബാധിച്ച് നാട്ടിലേക്ക് വന്നവരുണ്ടെങ്കിലും മറുവശത്ത് തൊഴിൽ അന്വേഷിച്ചു പോകുന്ന മറ്റൊരു കൂട്ടർ ഉണ്ട് എന്നതാണ് യാഥാർത്ഥ്യം.

പ്രവാസം ഇങ്ങനെ നിരന്തരമായിക്കൊണ്ടിരിക്കുന്നുവെന്നർത്ഥം. ഒന്നും രണ്ടും തലമുറകൾ കഴിഞ്ഞ് പ്രവാസത്തിന് പുതിയ സാധ്യതകൾ വന്നപ്പോൾ കുടുംബത്തോടൊപ്പം ജീവിക്കുന്നവരുടെ എണ്ണം വർധിച്ചു. ഏകാന്തതയും ശൂന്യതയും ഒറ്റപ്പെടലും കുറഞ്ഞുവന്നു. അത്യാവശ്യം മെച്ചപ്പെട്ട ശമ്പളവും ജോലിസ്ഥിരതയുമുള്ള കുടുംബങ്ങളോട് ചോദിച്ചാൽ പ്രവാസം അവരെ സംബന്ധിച്ച് അനുഗ്രഹമാണെന്നാണ് മറുപടി. പ്രത്യേകിച്ച് സ്ത്രീപ്രവാസികൾ. ഗൾഫുനാടുകളിലുൾപ്പെടെ കിട്ടുന്ന സുരക്ഷിതത്വം, സ്വാതന്ത്ര്യം, മെച്ചപ്പെട്ട ജീവിതസാഹചര്യങ്ങൾ, സന്തോഷകരമായ കുടുംബജീവിതം ഇവയൊക്കെ പ്രവാസ ജീവിതത്തെ കൂടുതൽ ആസ്വാദ്യകരമാക്കി തീർക്കാൻ അവരെ പ്രാപ്തരാക്കുന്നു. ഒരു ഭയവും കൂടാതെ രാത്രിയിൽ പോലും ഒറ്റയ്ക്ക് സഞ്ചരിക്കാൻ കഴിയുന്നുവെന്നത് അവരെ സംബന്ധിച്ച് ചെറിയ കാര്യമല്ല. സ്വന്തം രാജ്യത്ത് കിട്ടാത്ത സ്വാതന്ത്ര്യം അന്യനാട്ടിൽ അവർക്ക് കിട്ടുന്നു. അവരത് ആസ്വദിക്കുന്നു.

പുതുതലമുറ പ്രവാസം ഇത്തരം സുരക്ഷിതത്വങ്ങൾക്കായിരിക്കും പ്രാധാന്യം കല്പിക്കുന്നത്. മെച്ചപ്പെട്ട തൊഴിൽ സാഹചര്യം, കരിയർ ഗ്രോത്തിനുള്ള അവസരങ്ങൾ, മികച്ച ജീവിത നിലവാരം, തൊഴിലിടത്തു കിട്ടുന്ന സ്വാതന്ത്ര്യം ഇതിനൊക്കെയാവും മുൻഗണന നൽകുന്നത്. പിറന്ന നാടെന്നോ അന്യ നാടെന്നോ ഉള്ള വൈകാരിക പ്രതിസന്ധികളൊന്നും ഇനിയുള്ള കാലത്തെ പ്രവാസികളിൽ ഉണ്ടാവുമെന്ന് തോന്നുന്നില്ല. പലയിടങ്ങളിലായി ഒഴുകിപ്പരക്കുന്ന ജീവിതത്തിലേക്ക് ഇപ്പോൾ തന്നെ മാറിക്കഴിഞ്ഞു. ബാംഗ്ലൂരിലും അവിടെ നിന്ന് ദുബൈയിലും പിന്നീട് അമേരിക്കയിലും ഒക്കെയായി മാറി മാറി ജീവിതം നയിക്കുന്നവർ... അക്കൂട്ടർക്ക് സ്വത്വപ്രതിസന്ധി ഒരു വിഷയമേ അല്ല. മാറിയ ലോകത്തിൽ വിവിധ സംസ്ക്കാരങ്ങളുമായി ഇടപഴകി ജീവിക്കാൻ ഭാഷയൊരു ഭാരമാകുന്നില്ല. പുതിയ കാല മലയാളി പ്രവാസി ആഗോള മനുഷ്യനായി മാറിക്കഴിഞ്ഞു.

അതേസമയം തന്നെ പഴയതലമുറയിലെ പ്രവാസത്തിന്റെ നോവും കണ്ണീരും തുടർക്കഥ പോലെ നിലനിൽക്കുകയും ചെയ്യുന്നു. അവരെ

പ്രതിനിധാനം ചെയ്യുന്നവരുടെ എണ്ണം ഒട്ടും കുറവല്ല എന്നതു കൊണ്ടാണ് ഇനിയെങ്കിലും പ്രവാസി ജീവിക്കാൻ പഠിക്കണമെന്ന് പറയേണ്ടി വരുന്നത്. പ്രവാസത്തിന്റെ മുറിവുകൾ എന്ന കൃതിയിൽ ബാബു ഭരദ്വാജ് തിരുവനന്തപുരത്തെ സെന്റർ ഫോർ ഡവലപ്മെന്റ് സ്റ്റഡീസ് നടത്തിയ ഒരു പഠനം ചൂണ്ടിക്കാട്ടുന്നു.

പതിനാലു ലക്ഷത്തി പന്ത്രണ്ടായിരത്തിഒരുനൂറ് ഗൾഫ് മലയാളികൾ 1998 ൽ മാത്രം കേരളത്തിലെ ഗ്രാമങ്ങളിലേക്ക് 3530.40 കോടി രൂപ അയച്ചിട്ടുണ്ട് എന്നാണ് ഈ കണക്ക്. അതേ വർഷം ഒഴിവുകാലം ചെലവഴിക്കാൻ കേരളത്തിലെത്തിയ പ്രവാസികൾ 541 കോടി രൂപയുടെ സാധനസാമഗ്രികളും കൊണ്ടുവന്നിട്ടുണ്ട്. ഇതു സർക്കാർ കണക്കാണ്. കുഴൽപ്പണരൂപത്തിലും മറ്റു അനധികൃത വിനിമയങ്ങളിലൂടെയും കേരളത്തിലെത്തിയ സംഖ്യ ഇതിൽപ്പെടില്ല. ഗൾഫിലേക്കുള്ള കുടിയേറ്റം ഏറ്റവും കുറഞ്ഞ കാലത്തെ കണക്കാണിത്. പോയവരിൽ ഏറിയ പങ്കും തിരിച്ചെത്തിയ കാലത്തെ കഥ.

ചുരുക്കത്തിൽ ഒരു ഗൾഫ് മലയാളി ശരാശരി കാൽലക്ഷം രൂപ വർഷന്തോറും വീട്ടിലെത്തിക്കുന്നുണ്ട്. ഇങ്ങനെ പണമായും സാധനമായും ഒരു വർഷം കേരളത്തിലെത്തുന്ന 4071 കോടി രൂപ എവിടെ പോയി മറയുന്നുവെന്ന് ഒരുപിടിയും കിട്ടുന്നില്ല. കേരളത്തിലെ ആഭ്യന്തര മൊത്ത ഉല്പാദനത്തിന്റെ 10.7% ആണ് ഈ തുക. കേരളത്തിന്റെ വാർഷിക പദ്ധതി വിഹിതത്തിന്റെ രണ്ടര ഇരട്ടി. ബാബു ഭരദ്വാജ് 1998ലാണ് ഈ നിരീക്ഷണം നടത്തിയത്.

1998 ൽ നിന്ന് 2021 ലെത്തുമ്പോൾ 2.27 ലക്ഷം കോടി രൂപയാണ് കേരളത്തിലെ വിവിധ ബാങ്കുകളിലേക്ക് പ്രവാസികളയച്ചത് എന്നു കാണാം. ഇക്കാലയളവിൽ സാധനസാമഗ്രികളായി കൊണ്ടുവന്നതും ഒഴിവുകാലത്ത് ചെലവാക്കിയതുമൊക്കെ കണക്കെടുത്താൽ 1998 ലേതിനേക്കാൾ വലിയ അന്തരം കാണും. ആ പണം എന്തിന് വിനിയോഗിച്ചു എന്ന് ചോദിച്ചാൽ അന്നത്തെപ്പോലെ ഇപ്പോഴും ഒരു പിടിയും ഇല്ല.

പക്ഷേ ഒരു കാര്യത്തിൽ പ്രവാസികളുമായി ബന്ധപ്പെട്ട കണക്കുകൂട്ടൽ പിഴയ്ക്കുന്നുണ്ട് എന്നത് വ്യക്തമാണ്. ബാബു ഭരദ്വാജ് തന്നെ നേരത്തെ പറഞ്ഞ ആ കുറിപ്പിൽ തിരിച്ചൊഴുക്കിന്റെ കണക്ക് സൂചിപ്പിക്കുന്നുണ്ട്.

'1998 ന്റെ അവസാന നാളുകൾ വരെ എന്നെന്നേക്കുമായി തിരിച്ചുവന്നവരുടെ എണ്ണം ഏഴുലക്ഷത്തി മുപ്പത്തൊൻപതിനായിരമാണ്. രണ്ടായിരമാണ്ട് കഴിയുന്നതോടെ തിരിച്ചുവന്നവരുടെ എണ്ണം പന്ത്രണ്ടര ലക്ഷ

മായി ഉയരും. 2022 ൽ കേവലം ഒന്നേ മുക്കാൽ ലക്ഷം മലയാളികളായിരിക്കും ഗൾഫിൽ അവശേഷിക്കുക എന്നായിരുന്നു ലേഖനത്തിൽ പറഞ്ഞത്. എന്നാൽ അങ്ങനെ കൂട്ടത്തോടെ തിരിച്ചൊഴുക്കുണ്ടായില്ല.

തിരിച്ചൊഴുക്കിന്റെ കണക്ക് വർഷം തിരിച്ച് പറയാം.

2003 ൽ 8.9 ലക്ഷം പേർ

2008 ൽ 11.6 ലക്ഷം പേർ

2014 ൽ 12.5 ലക്ഷം പേർ

2016 ൽ ആകെ 24 ലക്ഷം പ്രവാസി മലയാളികളെന്നായിരുന്നു കണക്കെങ്കിൽ 2016 ൽ ഇത് 22.46 ലക്ഷമായി കുറഞ്ഞുവെന്ന് ചൂണ്ടിക്കാട്ടുന്നു. അതേസമയം കോവിഡ് കാലത്ത് പ്രവാസി മലയാളികളുടെ ഏകദേശ കണക്കായി സർക്കാർ പറഞ്ഞത് 20 നും 25 ലക്ഷത്തിനും ഇടയ്ക്കാണ്. അതായത് ഒരു വലിയൊരു ശതമാനം പ്രവാസം മതിയാക്കി മടങ്ങിയെത്തുമ്പോൾ മറ്റൊരു കൂട്ടർ ഗൾഫ് സ്വപ്നം കണ്ട് ഇറങ്ങി പുറപ്പെട്ടുകഴിയും. അങ്ങനെയാണെങ്കിൽ പോലും തിരിച്ചുവന്നവരെക്കുറിച്ച് ചിന്തിക്കേണ്ടിയിരിക്കുന്നു. അവർ എങ്ങനെ പുലരുന്നുവെന്ന് അന്വേഷിക്കണം. മടങ്ങിവന്നവരൊക്കെ സമ്പന്നരായിട്ടാണോ മടങ്ങിവന്നത് ? ശിഷ്ടകാലം അല്ലലില്ലാതെ ജീവിക്കാനുള്ള വകയുണ്ടോ?

പരേതർക്കായി ജീവിതം ഉഴിഞ്ഞുവെച്ച യു.എ.ഇ.യിലെ സാമൂഹ്യ പ്രവർത്തകൻ അഷ്റഫ് താമരശ്ശേരിയുടെ ഒരു ഫെയ്സ്ബുക്ക് കുറിപ്പിൽ ഇങ്ങനെ എഴുതിയിരുന്നു.

ഇന്ന് അഞ്ചു മയ്യത്തുകളാണ് നാട്ടിലേക്കയച്ചത്. അതിൽ ഒരാളുടെ അനുഭവം പറയാതിരിക്കാൻ കഴിയില്ല. കൊച്ചി സ്വദേശി നാരായണൻ, കുറച്ചു നാളുകൾക്ക് മുമ്പ് പ്രവാസം മതിയാക്കി നാട്ടിലേക്ക് പോയതാണ്. മകളുടെ വിവാഹം കഴിഞ്ഞതോടെ കടക്കാരനായി. അതിനിടയിൽ കോവിഡ് വന്നു. നാട്ടിൽ നിന്ന് കടം തീർക്കുകയെന്നത് നാരായണനെ സംബന്ധിച്ചിടത്തോളം ബുദ്ധിമുട്ടാണ്. വീണ്ടും പ്രവാസഭൂമിയിലേക്ക് തിരിക്കാൻ തീരുമാനിച്ചപ്പോഴാണ് താല്ക്കാലികമായി യുഎഇ സർക്കാർ വിസ നിർത്തി വെച്ച വിവരം അറിയുന്നത്. പിന്നെ കാത്തിരിപ്പിന്റെ കുറെ മാസങ്ങൾ. ആരൊക്കെ കൈവിട്ടാലും പോറ്റ നാട് കൈവിടില്ലെന്ന് നാരായണനുറപ്പായിരുന്നു. അപ്പോഴാണ് യുഎഇയിലേക്ക് സന്ദർശക വിസ അനുവദിച്ച വിവരം അറിയുന്നത്. രണ്ടു ഡോസ് വാക്സിൻ എടുത്തതിനാലും കുറച്ചു വായ്പ കിട്ടിയതിനാലും ഏറ്റവും അടുത്ത ദിവസങ്ങളിലെ വിമാനത്തിൽ തന്നെ പോറ്റമ്മ നാട്ടിലെത്തി.

20 വർഷത്തെ പ്രവാസജീവിതം കൊണ്ടുണ്ടാക്കിയ സൗഹൃദങ്ങളുടെ സഹായത്താൽ ഒരു ജോലി തരപ്പെടുത്തുവാൻ നാരായണന് ബുദ്ധിമുട്ടുണ്ടായില്ല.

വർഷങ്ങളായി അറിയാവുന്ന ഒരാളെന്ന നിലയ്ക്ക് കുറച്ചുദിവസം മുമ്പ് എന്നെയും വിളിച്ച് ജോലികിട്ടിയ വിവരം സന്തോഷത്തോടെ പറയുകയും നാട്ടിൽ നിൽക്കാൻ പറ്റാത്ത അവസ്ഥയാണെന്നും ഒരിക്കൽ ഈ മണ്ണ് മനുഷ്യരെ ഇഷ്ടപ്പെട്ടാൽ തിരിച്ച് പറഞ്ഞയക്കില്ലെന്നും പറഞ്ഞ് ഫോൺവെച്ചു. സന്തോഷത്തോടുകൂടിയായിരുന്നു നാരായണൻ സംസാരിച്ചത്.

ഒരുവശത്ത് നമുക്ക് സന്തോഷം കിട്ടുമ്പോൾ മറുവശം ആരെയും കാണിക്കാതെ നമ്മൾ മറച്ചുപിടിക്കും. അത് ഉറങ്ങാൻ നേരം ആ ഇരുട്ടിന്റെ പുതപ്പിൽ നിന്ന് പുറത്തു വരും. ഒരു പെരുമഴപോലെ വേദനകൾ പെയ്യും.

കഴിഞ്ഞ രണ്ടുദിവസം മുമ്പ് പെട്ടെന്നുള്ള നെഞ്ചുവേദന കാരണം നാരായണനെ ആശുപത്രിയിൽ അഡ്മിറ്റു ചെയ്തു. പക്ഷേ ജീവൻ രക്ഷിക്കാനായില്ല. കടങ്ങൾ ഇല്ലാത്ത ലോകത്തിലേക്ക് നാരായണൻ പോയി.

ആ അഞ്ചുമയ്യത്തുകളിലൊന്ന് നാരായണന്റേതായിരുന്നു. നാരായണന്റേത് ഒറ്റപ്പെട്ട സംഭവമല്ല. ഇങ്ങനെ, ഒക്കെ മതിയാക്കി, ഇനി സ്വസ്ഥമായി നാട്ടിൽ ജീവിക്കണം എന്നു തീരുമാനിച്ചുപോയ പലരും ഒരു വർഷത്തിനുള്ളിൽ തിരികെ വന്നിട്ടുണ്ട്. ജീവിത സന്ധാരണത്തിന് മാർഗ്ഗമില്ല എന്ന തിരിച്ചറിവായിരിക്കാം പ്രധാന കാരണം.

ബാബു ഭരദ്വാജ് എഴുതുന്നു.

സമ്പാദ്യം മുഴുവൻ കോൺക്രീറ്റു വീടുകൾക്കും ബന്ധുക്കളുടെ ദുരിത പരിഹാരത്തിനുമായി ചെലവഴിച്ച് അശരണരായി തിരിച്ചെത്തിയവരാണവർ.

ഗൾഫിലേക്ക് അവരെ നയിച്ച ഏറ്റവും തരളമായ സ്വപ്നങ്ങളിലൊന്ന് ആകാശത്തിന് കീഴിൽ ഒരു മേൽക്കൂരയായിരുന്നു. ആ സ്വപ്നത്തെ പോലും സംരക്ഷിക്കാൻ കഴിയാത്ത വിധം തകർന്നു പോയവർ ധാരാളമുണ്ട്. എന്നുവെച്ചാൽ കൈയിൽ കാശില്ലാതെ വരുമ്പോൾ വീടുവിറ്റവർ.

പ്രവാസിബന്ധു ട്രസ്റ്റ് ചെയർമാനും സാമ്പത്തിക വിദഗ്ദ്ധനുമായ കെ.വി. ഷംസുദ്ധീൻ പ്രവാസികളുടെ സാമ്പത്തിക ഭദ്രത സംബന്ധിച്ച് നിരന്തരമായി ബോധവൽക്കരണക്ലാസ്സുകൾ സംഘടിപ്പിക്കുന്ന പ്രവാസി കൂടിയാണ്. വിവിധ ഗൾഫ് രാജ്യങ്ങളിലായി നേരിട്ടും മറ്റു വിദേശരാ

ജ്യങ്ങളിലെ മലയാളികൾക്കടക്കം മറ്റു ഓൺലൈൻ പ്ലാറ്റ്ഫോമുകളിലുമായി സാമ്പത്തിക അച്ചടക്കത്തെസംബന്ധിച്ചും സാമ്പത്തിക സുരക്ഷിതത്വത്തെക്കുറിച്ചും 900 ത്തിൽപ്പരം ക്ലാസ്സുകൾ സംഘടിപ്പിച്ചിട്ടുള്ള കെ. വി. ഷംസുദ്ദീൻ പറയുന്നത് മടങ്ങിപ്പോയ പ്രവാസികളിൽ നല്ലൊരു ശതമാനത്തിനും ജീവിക്കാനുള്ള വകയില്ലായെന്നാണ്. പ്രവാസി കുടുംബങ്ങൾക്കായി നാട്ടിൽ സംഘടിപ്പിച്ച ഒരു സെമിനാറിൽ പങ്കെടുത്ത സ്റ്റേറ്റ് ബാങ്ക് ഓഫ് ട്രാവൻകൂറിലെ ബ്രാഞ്ച് മാനേജറായിരുന്ന വ്യക്തി പറഞ്ഞത് സാമ്പത്തിക അച്ചടക്കമില്ലാത്തതു കാരണം 200 ൽ പരം പ്രവാസികളുടെ വീടുകൾ തന്റെ ഔദ്യോഗിക കാലയളവിൽ ജപ്തിക്ക് വിധേയമായിട്ടുണ്ട് എന്ന്. അതായത് ഗൾഫിൽ ജോലി ചെയ്യുന്ന കാലത്ത് ഭവനവായ്പയെടുത്ത് വലിയ വീടുണ്ടാക്കുകയും ഒടുവിൽ തൊഴിൽ നഷ്ടപ്പെട്ട് തിരികെ മടങ്ങേണ്ടിവരുമ്പോൾ ഇ.എം.ഐ അടക്കാൻ കഴിയാതെ ജപ്തി നടപടികൾക്ക് വിധേയമാകേണ്ടിവരികയും ചെയ്ത അവസ്ഥ.

സർക്കാരിന്റെ കാരുണ്യ ആരോഗ്യ സഹായ പദ്ധതിക്ക് അർഹത തീരുമാനിക്കുന്ന മാനദണ്ഡങ്ങളിൽ രോഗി കുടുംബാംഗങ്ങളുമൊത്ത് സ്വന്തം വീടിന്റെ മുന്നിൽ നിന്നെടുക്കുന്ന സെൽഫിയും കൂടി രേഖകൾക്കൊപ്പം അറ്റാച്ച് ചെയ്യണമെന്ന വ്യവസ്ഥയുണ്ട്. രോഗികളായ പ്രവാസികളിൽ പലർക്കും കാരുണ്യഫണ്ട് നിരസിക്കാനുള്ള കാരണങ്ങളിലൊന്ന് ഈ സെൽഫി ഫോട്ടോയാണ്. ഫോട്ടോയല്ല പ്രശ്നം. ഫോട്ടോയിൽ കാണുന്ന പ്രവാസികളുടെ വീടാണ് പ്രശ്നം. അത്യാവശ്യം നല്ല വീടാണെന്ന് കണ്ടാൽ സഹായത്തിന് അർഹതയില്ലെന്ന് ഫണ്ട് അപ്രൂവ് ചെയ്യേണ്ട കമ്മിറ്റിയങ്ങ് തീരുമാനിക്കും.

"ഗൾഫിലേക്ക് അവരെ നയിച്ച ഏറ്റവും തരളമായ സ്വപ്നങ്ങളിലൊന്ന്

ആകാശത്തിന് കീഴിൽ സ്വന്തമായ ഒരു മേൽക്കൂരയായിരുന്നു."

അത്യാവശ്യം നല്ലൊരു വീട് കുറഞ്ഞത് ഒരഞ്ചുപത്തുകൊല്ലം പ്രവാസിയായ ഏതൊരാളും ബാങ്ക് വായ്പയുടെ സഹായത്താലൊക്കെ സ്വന്തമാക്കും. ഈ സ്വപ്നഭവനത്തിന്റെ വലുപ്പത്തിനനുസരിച്ച് പ്രവാസിയെ നാട്ടുകാർ സമ്പന്നനായി പ്രഖ്യാപിച്ചു കളയും. ആ ഭവനത്തിനുള്ളിൽ അടുപ്പെരിയുന്നുണ്ടോ എന്നൊന്നും അന്വേഷിക്കാതെയാണ് ഈ പദവി ചാർത്തിക്കൊടുക്കുന്നത്.

കൊറോണയുടെ ഒന്നാം വ്യാപനത്തിൽ യുഎഇ യിൽ അടച്ചിടൽ പ്രഖ്യാപിച്ച സമയത്ത് ആവശ്യക്കാർക്ക് ഭക്ഷണപാക്കറ്റുകളും ഭക്ഷ

ണകിറ്റുകളുമായി നിരവധി വോളന്റിയർ ഗ്രൂപ്പുകൾ സജീവമായിരുന്നു. അത്തരമൊരു സന്ദർഭത്തിൽ തന്റെ ജീവിതത്തിലുണ്ടായ വലിയൊരു ഞെട്ടലിനെക്കുറിച്ച് ഒരു വോളന്റിയർ അനുഭവം പങ്കുവെച്ചിരുന്നു. ഭക്ഷണമോ മറ്റു അത്യാവശ്യഭക്ഷണസാമഗ്രികളോ ആവശ്യമുള്ളവർ ബന്ധപ്പെടണമെന്ന് കാണിച്ച് വാട്സ്അപ് ഗ്രൂപ്പുകളിലും മറ്റു സോഷ്യൽമീഡിയ വഴിയും ഈ സംഘം പോസ്റ്ററുകൾ ഷെയർ ചെയ്തിരുന്നു. അങ്ങനെയൊരു ദിവസം ബർദുബൈ ഭാഗത്ത് കിറ്റ് വിതരണം ചെയ്യാനായി എത്തിയതായിരുന്നു. ഒരാൾ കാറിനുള്ളിൽ നിന്ന് കിറ്റെടുത്ത് കൊടുക്കുകയും മറ്റൊരാൾ ആവശ്യക്കാരന് കൈമാറുകയും ചെയ്യുകയാണ് രീതി. അത്തരത്തിൽ കിറ്റ് എടുത്തു കൊടുത്ത് കഴിഞ്ഞ് നോക്കിയപ്പോൾ ആവശ്യക്കാരനായി നിൽക്കുന്നയാളെ എവിടെയോ കണ്ട പരിചയം പോലെ. മാസ്കിട്ടിരിക്കുന്നതിനാൽ മുഖം വ്യക്തമല്ല. വീണ്ടും വീണ്ടും നോക്കി. ഓർമ്മയിൽ രൂപം തെളിഞ്ഞപ്പോൾ ഞെട്ടിപ്പോയി. നാട്ടുകാരനാണ്. ആ പ്രദേശത്തെ ഏറ്റവും വലിയ വീട് ഇദ്ദേഹത്തിന്റെയാണ്. ദുബായിൽ ബിസിനസാണെന്ന് കേട്ടിട്ടുണ്ട്. അദ്ദേഹത്തിന് പരിചയമുണ്ടാവാൻ ഒരു സാധ്യതയുമില്ല. പക്ഷേ ഇത്തരം ഒരു സാഹചര്യത്തിൽ എങ്ങനെ എത്തിപ്പെട്ടു?

പിന്നീടാണ് അറിഞ്ഞത്, ബിസിനസൊക്കെ നഷ്ടത്തിലായി. വലിയ സാമ്പത്തിക ബാധ്യതയിലായിരുന്നു. കൊറോണ കൂടി പടർന്നു പിടിച്ചതോടെ അവതാളത്തിലുമായി.

സമാനമായ ഒരനുഭവം നാട്ടിൽ നിന്ന് അധ്യാപക സുഹൃത്തായ അക്ബർ ഷാ പറഞ്ഞിരുന്നു. സർക്കാരിന്റെ ഭക്ഷ്യകിറ്റ് വിതരണത്തിനൊക്കെ മുമ്പ് പ്രദേശത്തുള്ള ആളുകൾക്ക് സഹായം എത്തിക്കാൻ യുവജന സംഘടനകളിൽ പലതും സജീവമായിരുന്നു. അത്തരമൊരു സംഘടനയുടെ ഭാഗമായി വീടുകൾ തോറും അവശ്യസാധനങ്ങൾ കൊണ്ടെത്തിക്കുമ്പോൾ ഗൾഫുകാരന്റെ വീടാണെങ്കിൽ അതൊഴിവാക്കാമെന്ന് പൊതുവിൽ ഒരു തീരുമാനമുണ്ടായി. അങ്ങനെയുള്ള വീടുകളിൽ ആവശ്യത്തിന് എല്ലാമുണ്ട് എന്ന ധാരണയിലാണ് ആ തീരുമാനം. സംഘടനയിലെ ഒരു യുവാവ് അതിനെ ശക്തിയുക്തം എതിർത്തു. ഗൾഫുകാർക്കെന്തിനാണ് കിറ്റെന്ന് മറ്റുള്ളവർ പരിഹസിച്ചപ്പോൾ ആ യുവാവ് പറഞ്ഞത് സ്വന്തം വീട്ടിലെ അവസ്ഥയെക്കുറിച്ചായിരുന്നു. ഗൾഫുകാരനായ അച്ഛന്റെ ജോലി നഷ്ടപ്പെട്ടിട്ട് മൂന്നാലു മാസമായി. അതോടെ ഞങ്ങളുടെ കാര്യവും ബുദ്ധിമുട്ടിലായി. വരുമാനം നിലച്ചു. ഇതുപോലെ എത്ര ഗൾഫുകാരുണ്ടാവും. പുറത്ത് നോക്കുമ്പോൾ നല്ല

സൗന്ദര്യമുള്ള വീടായിരിക്കും. പട്ടിണി കിടന്നാലും ആരോടും സഹായം ചോദിക്കാൻ അഭിമാനം അനുവദിക്കുകയുമില്ല. അതുകൊണ്ട് ഒരു വേർതിരിവും വേണ്ട. കൊടുക്കുന്നു എങ്കിൽ എല്ലാ വീടുകളിലും കൊടുക്കണം.

ഇതാണ് മനുഷ്യജീവിതം. നീണ്ടു വിശാലമായി കിടക്കുന്ന ജീവിതപഥത്തിൽ ഓരോരുത്തരും എവിടെയൊക്കെയാണെന്നും എങ്ങനെയൊക്കെയാണെന്നും മുൻവിധിയരുത്.

ജിബ്രാനെഴുതിയത് പോലെ

'എല്ലാ ദരിദ്രരും
നിന്ദിതർ എന്ന്
ധരിക്കരുത്
ഒരു കഷണം അപ്പത്തിലും
ഒരംഗ വസ്ത്രത്തിലും
അടങ്ങിയിരിക്കുന്നു
ഈ ലോകത്തിന്റെ സമ്പത്ത്.'

2015 ൽ ഗൾഫ് മാധ്യമം ദിനപ്പത്രത്തിന്റെ ദുബായ് ബ്യൂറോ ചീഫായിരുന്ന എം. ഫിറോസ് ഖാൻ കണക്കുപിഴയ്ക്കുന്ന പ്രവാസം എന്നൊരു പരമ്പര തയ്യാറാക്കിയിരുന്നു. ഗൾഫെന്ന മായിക ലോകത്തിൽ പണം കായ്ക്കുന്ന മരത്തിന് ചുവട്ടിലിരുന്ന് സുഖജീവിതം നയിക്കുന്നവരെന്നാണ് പ്രവാസികളെക്കുറിച്ച് നാട്ടിലുള്ളവരുടെ പൊതുധാരണ. എന്നാൽ ഒരു നേരത്തെ ഭക്ഷണത്തിന് മറ്റുള്ളവരുടെ സഹായം തേടുന്നവരും പട്ടിണിക്കാരും ഈ മരുഭൂമിയിലുണ്ട്.

"നാളെയെക്കുറിച്ച് ചിന്തിക്കാത്തവർ നാളേക്ക് വേണ്ടി കരുതി വെക്കാത്തവർ, ഭൂരിഭാഗം പ്രവാസികളെയും ഇങ്ങനെ വിശേഷിപ്പിക്കുന്നതിൽ ഒരു തെറ്റുമില്ലെന്ന് തോന്നുന്നു.

രണ്ടുകാര്യത്തിന് വേണ്ടിയാണ് പ്രവാസികൾ യാതൊരു നിയന്ത്രണവുമില്ലാതെ ചെലവാക്കുന്നത്. വീടുവെയ്ക്കാനും വിവാഹത്തിനും. വീടുവയ്ക്കാനുള്ള ആലോചന മുതൽ പിഴവ് ആരംഭിക്കുന്നു. നീണ്ട പ്രക്രിയയാണത്. കുടുംബനാഥനും ഭാര്യയും മാതാപിതാക്കളും മക്കളുമെല്ലാം ഇരുന്നങ്ങ് തീരുമാനിക്കും. ഓരോരുത്തർക്കും വീടിനെക്കുറിച്ച് വ്യത്യസ്ത ധാരണകളുണ്ടാവും. കൂടെയുള്ള എഞ്ചിനിയർ അല്ലെങ്കിൽ ആർക്കിടെക്ട് 'ഇപ്പോഴത്തെ' ട്രെൻഡ് പറയും. അതോടെ ആവശ്യത്തിനപ്പുറമുള്ള സൗകര്യങ്ങളോടെയും പത്രാസോടെയും നല്ല വലുപ്പത്തിലും

വീടിന്റെ പ്ലാനാകും. പണിയും തുടങ്ങും.

വീടിന്റെ അടിസ്ഥാന രൂപമാകുമ്പോഴേക്ക് നേരത്തെ പറഞ്ഞ ചെലവു കടന്നിട്ടുണ്ടാകും. പിന്നെയും അതിന്റെ പകുതി കൂടി കൂട്ടിയാലെ പ്ലാനിൽ കാണുന്ന വീടാകൂ. അതിനിടയിൽ നിർമ്മാണവുമായി ബന്ധപ്പെട്ട മുഴുവനാളുകളും പ്രവാസിയെ പിഴിഞ്ഞിട്ടുണ്ടാകും. സമ്പാദിച്ചതെല്ലാം തീർന്ന് കടം വാങ്ങിയാകും അവിടെ കയറിത്താമസിക്കുക.

ലോകത്തൊരിടത്തും കാണാത്ത ആർഭാടവീടുകൾ കേരളത്തിലങ്ങോളമിങ്ങോളം കാണാം. അഞ്ചും ആറും ബാത്ത് അറ്റാച്ച്ഡ് ബെഡ്റൂമുകളോട് കൂടിയ മാർബിൾ പതിച്ച വീടുകളിൽ കയറി നോക്കിയാലറിയാം മിക്കതും പ്രേതഭവനങ്ങളാണെന്ന്. മിക്കതിലും ഇത്രയും വലിയ വീട് വൃത്തിയാക്കാൻപോലുമാവാതെ വൃദ്ധരായ മാതാപിതാക്കൾ മാത്രം. മക്കളും കുടുംബവും വിദേശത്ത്. അവരുടെ മക്കൾ പഠിപ്പ്, ജോലി, വിവാഹം എന്നീ കാരണങ്ങളാൽ വേറൊരിടത്ത്.

2011 ലെ ഔദ്യോഗിക കണക്കനുസരിച്ച് കേരളത്തിൽ പൂട്ടിയിട്ടിരിക്കന്ന വീടുകളുടെ എണ്ണം പത്തുലക്ഷത്തിലേറെയാണ്. പലരും വീടിന് കാവൽ നിൽക്കാൻ മാസ ശമ്പളത്തിന് സെക്യൂരിറ്റിയെ വച്ചിരിക്കുന്നു. കോടികൾ മുടക്കി വീടു പണിതതും പോരാഞ്ഞ് സെക്യൂരിറ്റിക്കായി മാസച്ചെലവും.

മലയാളി പ്രവാസിയല്ലാതെ വേറെ ആരെങ്കിലും ഈ വിഡ്ഢിത്തം ചെയ്യുമോ എന്ന ചോദ്യം ഫിറോസ് ഖാൻ മുന്നോട്ടുവയ്ക്കുന്നുണ്ട്. എന്തിന് ഇത്ര വലിയ വീട് എന്ന ചോദ്യത്തിന് ഉത്തരങ്ങൾ പലതാണ്.

വിവരക്കേട്
ആലോചനയില്ലായ്മ
അനുകരണശ്രമം
പൊങ്ങച്ചം

എപ്പോഴെങ്കിലും നാട്ടിൽ വരുമ്പോൾ താമസിക്കാനാണെങ്കിൽ വമ്പൻ വീടുകൾ കെട്ടിപ്പൊക്കുന്നതെന്തിനെന്ന ചോദ്യത്തിന് ഉത്തരമില്ല. പതിറ്റാണ്ടുകൾ മണലാരണ്യത്തിൽ വിയർപ്പൊഴുക്കി സമ്പാദിച്ചതത്രയും വീടാക്കി രൂപപ്പെടുത്തി ഇപ്പോൾ നിത്യച്ചെലവിന് പോലും പണമില്ലാതെ വിഷമിക്കുന്ന ഗൾഫ് റിട്ടേണികൾ എത്രയെങ്കിലുമുണ്ട് കേരളത്തിൽ.

2015 ലാണ് ഈ പരമ്പര പ്രസിദ്ധീകരിക്കപ്പെടുന്നത്. ബാബു ഭരദ്വാജിന്റെ ലേഖനത്തെ പരാമർശിച്ചപ്പോൾ സൂചിപ്പിച്ചിരുന്നു അത്, 1998 കളിലെ തിരിച്ചൊഴുക്കിനെ കുറിച്ചായിരുന്നുവെന്ന്. കൊച്ചുബാവ 'ഇറച്ചി'

എന്ന കഥ എഴുതിയത് അതിനും മുമ്പായിരുന്നു.

അതായത് ഗൾഫ് പ്രവാസത്തിന്റെ ഓരോ പതിറ്റാണ്ടുകളുടെ ഇട വേളയെടുത്താൽ പോലും 'ഗൾഫ് റിട്ടേണി' കൾ അനുഭവിക്കേണ്ടിവരുന്ന സാഹചര്യങ്ങളെക്കുറിച്ച് കഥയായും ചലച്ചിത്രമായും ഓർമ്മപ്പെടുത്തലുകളുണ്ടായിട്ടുണ്ട്. കൃത്യമായ ആസൂത്രണത്തോടെ, കിട്ടുന്നതിൽ ഒരു പങ്ക് മിച്ചം പിടിക്കണമെന്നും, മണിമാളികകൾ പണിയുന്നതിലെ ഔചിത്യമില്ലായ്മയെക്കുറിച്ചുമെല്ലാം ഓർമ്മപ്പെടുത്തലുകൾ ഉണ്ടായിട്ടുണ്ട്. 2021 ലും ഇതേ കാര്യങ്ങൾ തന്നെ ആവർത്തിക്കേണ്ടി വരുന്നുണ്ടെങ്കിൽ മലയാളിയുടെ സ്വപ്നങ്ങളെയും സങ്കല്പങ്ങളെയും കുറിച്ച് പ്രത്യേകമായി പഠിക്കേണ്ടതുണ്ട്.

ഒന്നാമതായി ഏതൊരാളോടും ചോദിച്ചുനോക്കൂ. എന്തിനാണിങ്ങനെ കടംവാങ്ങിക്കൂട്ടി ഇതൊക്കെ ചെയ്യുന്നത് എന്ന് അതിനുള്ള ഉത്തരം ഏതാണ്ടിതുപോലെയായിരിക്കും.

നമ്മൾ ചെറിയ മനുഷ്യരല്ലേ

ചെറിയ ചെറിയ ആഗ്രഹങ്ങളും ആവശ്യങ്ങളും നമുക്കുമുണ്ടാവില്ലേ അവ നിറവേറിക്കിട്ടുമ്പോഴല്ലേ ആഹ്ലാദമുണ്ടാവുന്നത്. നിറവേറാതെ പോയാൽ നമുക്ക് മാത്രമല്ല നമ്മോടൊപ്പമുള്ളവർക്കും നിരാശയുണ്ടാവില്ലേ?

രണ്ടാമത്തേത്, സമൂഹത്തോടു തന്നെയുള്ള പ്രതികാരമെന്ന് കണക്കിൽ ചെയ്തുകൂട്ടുന്നതാണ്. കുട്ടിക്കാലത്ത് അനുഭവിക്കേണ്ടി വന്ന തിരസ്കാരങ്ങളുടെ പേരിൽ, ഇല്ലാത്തവനെന്ന നിലയിൽ മാറ്റി നിർത്തപ്പെട്ടതിന്റെ പേരിൽ, ഒപ്പമുള്ളവരെല്ലാം നല്ല വലിയ വീട്ടിൽ നിന്ന് വരുമ്പോൾ എന്റെ വീട് മാത്രം ഓലപ്പുരയാണെന്നൊരു അപകർഷതാബോധത്തിൽ നിന്നുടലെടുത്ത വെല്ലുവിളിയുടെ പേരിൽ... ഓലപ്പുരയാണെങ്കിൽ കൂടി, രണ്ടുനേരവും കഞ്ഞിയാണ് ഭക്ഷിച്ചിരുന്നതെങ്കിൽ കൂടി തങ്ങളനുഭവിച്ച ശാന്തിയും സമാധാനവും തിരിച്ചറിയാതെ പോവുകയും വളർച്ചയെയും പുരോഗതിയെയും കുറിച്ചുള്ള ഭീമമായ തെറ്റിദ്ധാരണ മൂലം വിവേകരഹിതമായി പ്രവർത്തിക്കുകയും ചെയ്യുന്നു എന്നത് കാണാതെ പോവരുത്. ഇത് പ്രവാസി മലയാളിയുടെ കാര്യത്തിൽ മാത്രമല്ല ആധുനിക ലോകത്തെ നരകമാക്കി തീർത്തതിൽ ഈ തെറ്റിദ്ധാരണക്ക് പങ്കുണ്ട്. ഈ പോക്ക് അപകടത്തിലേക്കാണ് എന്നൊരാളും താക്കീത് ചെയ്യില്ലെന്ന് മാത്രമല്ല ഇനിയും ഇനിയും എന്ന് പ്രോത്സാഹിപ്പിക്കുകയും ചെയ്തുകൊണ്ടേയിരിക്കും.

മൂന്നാമത്തേത് വൈകാരികമായ ഘടകങ്ങളാണ്. ഒരാളുടെ പ്രൈഡി

നെ, അഭിമാനബോധത്തെ ഹനിക്കുന്ന ചോദ്യങ്ങൾ വീട്ടുകാരിൽ നിന്ന് തന്നെ ഉയരുമ്പോൾ കടം വാങ്ങിയിട്ടെങ്കിലും ഞാൻ മോശക്കാരനല്ലെന്ന് തെളിയിക്കാനുള്ള വ്യഗ്രത. നീയും ഗൾഫിൽ പോയി അങ്ങേതിലെ അവനും പോയി. കണ്ടില്ലേ അവനിപ്പോൾ പത്തുസെന്റ് വസ്തു വാങ്ങി നല്ലൊരു വീടും വച്ചു. നിനക്കെന്തുണ്ട്?

ഈ ചോദ്യം നിരന്തരം അമ്മയിൽ നിന്നോ അച്ഛനിൽ നിന്നോ ഉള്ളിൽ തറയ്ക്കുമ്പോൾ ഗത്യന്തരമില്ലാതെ വൈകാരിക സമ്മർദ്ദത്തിനടിപ്പെട്ട് അവർക്ക് വഴങ്ങിക്കൊടുക്കേണ്ടിവരുന്ന അവസ്ഥ. ഇതേ ചോദ്യം മറ്റൊരുതരത്തിൽ ഭാര്യയിൽനിന്നുമാകാം.

നാലാമത്തേത് ഒരിക്കലും എഴുതിത്തള്ളാൻ കഴിയാത്ത ഒന്നാണ്. സ്വപ്നങ്ങൾ കണ്ട് ഗൾഫിലേക്ക് പറന്നിറങ്ങുന്ന ഏതൊരു പ്രവാസിമലയാളിയും ഇഷ്ടികകളടുക്കിയ മാതിരി അടുക്കിയിട്ടിരിക്കുന്ന ബങ്ക് ബെഡിന്റെയോ മൂന്നടി വീതിയുള്ള ഇരുമ്പുകട്ടിലിന്റെയോ മാത്രം ജന്മിയാണ് ആദ്യത്തെ കുറച്ചു കാലമെങ്കിലും. പിന്നീട് അത്യാവശ്യം സൗകര്യമുള്ള ഒരു ഷെയറിംഗ് അക്കോമഡേഷനിലേക്കോ, അല്ലെങ്കിൽ കുടുംബവുമൊത്ത് ഒറ്റ മുറിയുള്ളതോ രണ്ടുമുറിയുള്ളതോ ആയ ഫ്ളാറ്റുകളിലേക്കോ മാറാൻ കഴിയുന്നത് ചെറിയൊരു ശതമാനത്തിന് മാത്രമാണ്. അങ്ങനെയുള്ളവർ പോലും പിന്നീട് കുടുംബത്തെ നാട്ടിലേക്കയച്ച് ബങ്ക് ബെഡുകളിലേക്ക് മാറുന്നത് മലയാളി പ്രവാസത്തിന്റെ ദൈന്യ കാഴ്ചകളിലൊന്നാണ്.

ഇപ്രകാരം നിന്ന് തിരിയാൻ ഇടമില്ലാത്ത, പ്രാഥമികാവശ്യം നിർവഹിക്കാൻ ഊഴം കാത്തു നിൽക്കേണ്ടിവരുന്ന സാഹചര്യത്തിൽ ജീവിക്കേണ്ടിവരുന്ന ഏതൊരു പ്രവാസിയും അല്പസ്വല്പം വരുമാനം കൈയിൽ വരുമ്പോൾ അത്യാവശ്യം വലുപ്പമുള്ള ഒരു വീട് പണിയാൻ തന്നെയായിരിക്കും മോഹിക്കുന്നത്. അഞ്ചോ ആറോ ബാത്ത് അറ്റാച്ച്ഡ് മുറികൾ പണിയുമ്പോൾ ഒരു പക്ഷേ അവൻ ഉള്ളാലെ ചിരിക്കുന്നുണ്ടാകും. തന്നോട് തന്നെ പകവീട്ടിയതുപോലെ, മലമൂത്രവിസർജ്ജനത്തിന് മുട്ടിയിട്ടും ഊഴം കാത്തുനിന്ന് വിമ്മിട്ടപ്പെട്ട കാലമോർത്ത് ചിരിച്ചുകൊണ്ട് വിജിഗീഷുവിനെപ്പോലെ അവൻ പറയുന്നുണ്ടാവും, നോക്കൂ ഒന്നും രണ്ടുമല്ല മുറികളിലെല്ലാം ടോയ്‌ലെറ്റുകൾ. ഇനി ഒരാളും വിമ്മിട്ടപ്പെടേണ്ടതില്ലായെന്ന്.

ഈ മണിമാളികയിൽ നിനക്കെത്രകാലം താമസിക്കാൻ കഴിയുന്നുണ്ട് എന്ന ചോദ്യമൊന്നും അവനെ ബാധിക്കുന്നതേയില്ല.

കടക്കെണിയിൽപ്പെട്ട ഏതൊരു പ്രവാസിയോടും ചോദിച്ചു നോക്കൂ.

മുഖ്യമായും കാരണങ്ങൾ രണ്ടാണ്. ഒന്നാമത്തേത് വീടുണ്ടാക്കാൻ, രണ്ടാമത്തേത് മക്കളെ കെട്ടിച്ചയക്കാൻ. ഗൾഫുകാരന്റെ വീടു പണിയുന്നു. ഗൾഫുകാരന്റെ മകളുടെ കല്യാണം നടക്കുന്നു.

ഈ പറച്ചിലിൽ തന്നെയുണ്ട് നല്ല വിലയുള്ള എന്തോ സാധനമാണ് ഗൾഫുകാരനെന്ന്. അതുകൊണ്ട് അവനെ വെച്ചുള്ള കച്ചവടങ്ങൾ പൊടിപൊടിക്കും. ധൂർത്തിന്റെ അങ്ങേയറ്റം കാണിക്കും. താക്കീത് പോലെ ചില പത്രറിപ്പോർട്ടുകൾ മുന്നിൽ പ്രത്യക്ഷപ്പെട്ടാലും അവഗണിക്കും. എന്തായിരിക്കും ആ റിപ്പോർട്ടുകൾ.

കടബാധ്യത പ്രവാസി ആത്മഹത്യചെയ്തു.

കടബാധ്യത; പ്രവാസിവ്യവസായി ജീവനൊടുക്കി.

ഈ താക്കീതൊന്നും നമുക്ക് ബാധകമല്ല എന്ന മട്ടിൽ നമ്മൾ ധൂർത്തന്മാരായി തുടരുക തന്നെ ചെയ്യും. കാരണം തുലഞ്ഞതെല്ലാം അന്യജീവിതങ്ങളാണല്ലോ.

അതേക്കുറിച്ചോർത്ത് പരിഭ്രാന്തി കൊള്ളാതിരിക്കാൻ വേണ്ട നിർമമത്വം നമുക്ക് കിട്ടിയിട്ടുണ്ടല്ലോ.

'ഇന്നു ഞാൻ നാളെ നീ' എന്ന് മരിക്കും മുമ്പ് ആ അന്യൻ മന്ത്രിച്ചിട്ടുണ്ടാവും.

ഈ ലോകത്തിൽ ആകുന്നതും ആവാത്തതുമുണ്ട് . വീട്ടുകാർ ആഗ്രഹങ്ങളുടെ ഭാണ്ഡക്കെട്ടുതുറക്കുമ്പോൾ തന്റെ ജോലി എന്താണെന്നും അതിന്റെ സ്ഥിരത എത്രമാത്രമുണ്ടെന്നും തനിക്ക് കിട്ടുന്ന ശമ്പളം എത്രയാണെന്നും താൻ കഴിയുന്നത് എങ്ങനെയാണെന്നും വീട്ടുകാരെ അറിയിക്കുന്നതിൽ ഒരു മിഥ്യാഭിമാനപ്രശ്നവുമില്ല. അതിനുപകരം വിരലറ്റം മുറിഞ്ഞാൽ പോലും ഗൾഫുകാരന്റെ കുടുംബമല്ലേ മൾട്ടി സ്പെഷ്യാലിറ്റിയിൽ തന്നെ പോയില്ലെങ്കിൽ നാണക്കേടാണ് എന്ന ബോധം അവർക്കുണ്ടാക്കി കൊടുക്കരുത്. അങ്ങനെ ചെയ്യുന്നത് ഗൾഫുകാരന്റെ കുടുംബമാണെന്നറിഞ്ഞാൽ വിരലിന്റെ അറ്റം മുറിഞ്ഞതിന് തലയുടെ വരെ സ്കാൻ എടുക്കണമെന്ന് വിധിക്കുന്ന സൂപ്പർ സ്പെഷ്യാലിറ്റി ആശുപത്രികൾ വരെയുണ്ട്. കമ്പോളത്തിന്റെ ഏറ്റവും വലിയ ഇരയാണ് ഗൾഫുകാരന്റെ കുടുംബം. അവിടെ മാനുഷികതയൊന്നും ആർക്കും വിഷയവുമല്ല. ഈ കാണുന്നതെല്ലാം നിങ്ങൾക്കുള്ളതാണ്. വാരി വിഴുങ്ങി വിശപ്പടക്കിക്കൊള്ളൂ എന്ന് കേട്ടപാടെ കേൾക്കാത്തപാടെ വാങ്ങിക്കൂട്ടുന്നവർ ആലോചിക്കുന്നില്ല ഇതിലെന്താണ് എനിക്ക് വേണ്ടതെന്ന്.

ഇങ്ങനെ ആവശ്യങ്ങളുടെ പട്ടിക നീളുമ്പോൾ തനിക്ക് കിട്ടാവുന്ന ഇടങ്ങളിൽ നിന്നൊക്കെ കടം വാങ്ങിക്കൂട്ടാൻ ഗൃഹനാഥൻ/ ഗൃഹനാഥ

തയ്യാറാവും. എളുപ്പത്തിൽ പണം കിട്ടുന്നിടത്തൊക്കെ ഓടിക്കൂടി തല വെച്ചുകൊടുക്കുന്ന രീതി മലയാളിക്ക് പണ്ടേയുള്ളതാണ്. ബാങ്ക് വായ്പ യായാലും ക്രഡിറ്റ് കാർഡായാലും ബ്ലേഡ് കമ്പനിയായാലും കള്ളപ്പ ണമായാലും മലയാളി അതിന് പിറകേ ഓടും. അതു വരുത്തിവയ്ക്കുന്ന ബാധ്യതകളൊന്നും ഓർക്കാതെ.

ഓട്ടപ്രദക്ഷിണമൊക്കെ കഴിഞ്ഞ് മിക്കയാളുകളും സ്വയം ചോദിക്കു ന്ന ഒരു ചോദ്യമുണ്ട്. എന്തിനു വേണ്ടിയായിരുന്നു ഓട്ടം, എന്തു ബാക്കി യുണ്ട് എന്ന്. കഷ്ടപ്പെട്ടിട്ടും കഠിനാധ്വാനം ചെയ്തിട്ടും ജീവിതം എന്തു കൊണ്ട് സമ്പൂർണ്ണമായില്ല. ഉത്തരം ഒന്നേയുള്ളൂ. പണത്തിന്റെ ലേബ ലൊട്ടിച്ചുകൊണ്ടുള്ള ഓട്ടം മാത്രമല്ല ജീവിതം. മനുഷ്യന്റെ ആവശ്യങ്ങൾ ഒരിക്കലും അവസാനിക്കുന്നതല്ല, ഒന്നു കൈക്കലാക്കുമ്പോൾ മറ്റൊന്നി നോട് ആഗ്രഹം തോന്നും പിന്നെ അതിനുവേണ്ടി പണം കണ്ടെത്താൻ ഓടും. പിന്നെ അടുത്തത്. ഇങ്ങനെ ഓടിയോടി അവസാനം ജീവിക്കാൻ മറന്നുപോകും. കാലങ്ങളായി അവന്റെ പേരാണ് പ്രവാസി.

(പുസ്തകത്തിന്റെ അനുബന്ധത്തിൽ എം. ഫിറോസ്ഖാൻ എഴുതിയ കണക്കു പിഴയ്ക്കുന്ന പ്രവാസം എന്ന പരമ്പരയിൽ ക്രെഡിറ്റു കാർഡുകളിൽ കുരുങ്ങി ജീവിതം ഹോമിച്ചവരെക്കുറിച്ചും ബ്ലേഡുപലിശയ്ക്ക് പണം എടുത്ത് മാനഹാനി സംഭവിച്ചവരെക്കുറിച്ചുമെഴുതിയ ലേഖനങ്ങൾ ചേർത്തിട്ടുണ്ട്.)

അന്യദിക്കിൽ ചെന്ന് പാർക്കാൻ തുടങ്ങിയ മലയാളിയുടെ ചരിത്രം പല തട്ടിലാണ് അടയാളപ്പെടുത്തിയിട്ടുള്ളത്.

രണ്ടാംലോക മഹായുദ്ധത്തിന് തൊട്ടുമുൻപും അതിനുശേഷവും മലയായിലും (ഇന്നത്തെ മലേഷ്യ, സിംഗപ്പൂർ) സിലോണിലും (ശ്രീലങ്ക) ഇൻഡോനേഷ്യയിലും കുടിയേറിയ മലയാളികൾ.

1950കളിലും 60കളിലും ആഫ്രിക്കൻ രാജ്യങ്ങളിൽ കുടിയേറിയ മലയാളികൾ

1960കൾക്ക് ശേഷം ഗൾഫ് രാജ്യങ്ങളിലേക്ക് തൊഴിൽ തേടിയെത്തിയ മലയാളികൾ.

എല്ലാ യാത്രയും മടങ്ങിവരാനുള്ളതല്ല

ആമയും മുയലും ഓട്ടപ്പന്തയം നടത്തിയപ്പോൾ ആര് ജയിച്ചുവെന്നും, ജയിക്കാനുള്ള സാഹചര്യമെന്തായിരുന്നുവെന്നുമുള്ള കുട്ടിക്കഥ മാറ്റിവെച്ച് മറ്റൊരു വിധത്തിൽ ചിന്തിച്ചാൽ, പിന്നിട്ട വഴികളെക്കുറിച്ച് വ്യക്തമായ ധാരണയുണ്ടാവുക ആമയ്ക്കായിരിക്കും. വഴികളെക്കുറിച്ച് മുയലിനേക്കാൾ കൂടുതൽ പറയാനുണ്ടാവുന്നതും ആമയ്ക്കായിരിക്കും. കാരണം, ആമ ഉറങ്ങുകയായിരുന്നില്ല. ചുറ്റിനുമുള്ളതെല്ലാം കണ്ടുകണ്ട് നടക്കുകയായിരുന്നു.

ജീവിതം ഇത്തരത്തിൽ ഒരു ഓട്ടപ്പന്തയമാണെങ്കിൽ പ്രവാസികളാണ് ഈ കഥയിലെ ആമ. നടന്ന വഴികളെക്കുറിച്ച് കൂടുതൽ പറയാനുണ്ട് പ്രവാസികൾക്ക്. സാമൂഹികമായി പ്രവാസനുഭവത്തിന് വ്യത്യസ്ത തലങ്ങളുണ്ട്. അതോരോന്നും പ്രത്യേക പഠനവിഷയങ്ങളുമാണ്. എന്നാൽ കൊറോണക്ക് മുമ്പുള്ള പ്രവാസിയെയും കൊറോണക്ക് ശേഷമുള്ള പ്രവാസിയെയും തമ്മിൽ വേർതിരിച്ച് അടയാളപ്പെടുത്തിയാൽ മാത്രമേ പഠനം പൂർണ്ണമാവുകയുള്ളൂ. കാരണം, മനുഷ്യൻ ഒറ്റക്കും കൂട്ടായും ജീവസന്ധാരണത്തിനായി നടത്തിയ യാത്രയിലൂടെയാണ് പ്രവാസത്തിന്റെയും കുടിയേറ്റത്തിന്റെയും ചരിത്രം ആരംഭിക്കുന്നത്.

ഒരാൾ ജനിച്ചുവളർന്ന സാഹചര്യത്തിൽനിന്ന് താൽക്കാലികമായോ സ്ഥിരമായോ മറ്റൊരു സ്ഥലത്ത് ചെന്ന് ജീവിക്കേണ്ടിവരുന്ന മനുഷ്യാവസ്ഥയാണ് പ്രവാസം. ജനിച്ചു വളർന്ന ദേശമോ രാജ്യമോ വിട്ട് മറ്റൊരു ദേശത്തേക്ക് മാറേണ്ടിവരുന്ന വ്യക്തിയെ പ്രവാസിയെന്നു പറയുന്നു. അതിന്റെ വ്യത്യസ്ത സാമൂഹിക തലങ്ങളെക്കുറിച്ച് പല സിദ്ധാന്തങ്ങളുമുണ്ടായിട്ടുണ്ട്. ഉദാഹരണത്തിന് കുടിയേറ്റത്തെക്കുറിച്ചും പലായനത്തെക്കുറിച്ചും നാടുകടത്തലിനെക്കുറിച്ചുമൊക്കെ പലരും ഗവേഷണം നടത്തിയിട്ടുണ്ട്. ഇ ജി റെവൻസ്റ്റയിന്റെ കുടിയേറ്റസിദ്ധാന്തവും ലീയുടെ പുഷ്പുൾ തിയറിയുമൊക്കെ ഇത്തരത്തിൽ എടുത്തുപറയേണ്ടവയാണ്. എന്നാൽ സാമൂഹ്യമായി ഇതിനോട് ചേർന്നു നിൽക്കുകയും വൈകാരികമായി ഇതിൽ നിന്ന് വ്യത്യസ്തമാവുകയും ചെയ്ത കേരളീയ പ്രവാസ

ത്തെക്കുറിച്ച് വേണ്ട രീതിയിൽ പഠനങ്ങൾ ഉണ്ടായിട്ടില്ല എന്നത് ഖേദകരമാണ്. ഡയസ്പോറ എന്ന പദമാണ് പ്രവാസത്തെ രേഖപ്പെടുത്താൻ ഇന്ന് സാർവത്രികമായി ഉപയോഗിച്ചുവരുന്നത്. സ്വന്തമായിട്ടുള്ളതെല്ലാം ഉപേക്ഷിച്ച് ജൻമനാട്ടിൽ നിന്ന് ആട്ടിയോടിക്കപ്പെട്ട ജനതയുടെ പലായനവുമായി ബന്ധപ്പെട്ടാണ് ഡയസ്പോറ എന്ന പദം ഉപയോഗിക്കുന്നത്. മലയാളിയെ സംബന്ധിച്ച് ഇതല്ല സാമൂഹ്യാവസ്ഥ. അവന്റെ പ്രവാസം തൊഴിൽ പ്രവാസമാണ്. സാമ്പത്തിക സുരക്ഷ ഉറപ്പുവരുത്തുക എന്ന നിലയിലുള്ള പ്രവാസം. ഇന്ത്യക്കകത്തുള്ള ആഭ്യന്തര പ്രവാസവും രാജ്യം വിട്ടുള്ള ദേശാന്തരപ്രവാസവും ഇതിന്റെ ഭാഗമാണ്.

കേരളീയ പ്രവാസത്തിന്റെ ചരിത്രം പരിശോധിച്ചുപോയാൽ ഏതാണ്ട് ഏഴ് പതിറ്റാണ്ടുകൾ പിന്നിടുന്നുവെങ്കിലും, പ്രവാസിയെന്ന വിളിപ്പേര് വ്യാപകമായി ഉപയോഗിച്ചു തുടങ്ങിയിട്ട് അതിന്റെ പകുതി കാലമേ ആകുന്നുള്ളൂ. കൃത്യമായി പറഞ്ഞാൽ 1991-ലെ കുവൈത്ത് - ഇറാഖ് യുദ്ധത്തെ തുടർന്ന് ആയിരക്കണക്കിന് മലയാളികൾ സ്വന്തം ഇടങ്ങളിലേക്ക് മടങ്ങിവരാൻ തുടങ്ങിയതോടെയാണ് പ്രവാസിയുടെ മടക്കം എന്ന പേരിൽ ഗൗരവമാർന്ന ചർച്ചകൾ ഉണ്ടായത്. അമേരിക്കൻ മലയാളി, യൂറോപ്യൻ മലയാളി, സിങ്കപ്പൂർ മലയാളി, ഗൾഫ് മലയാളി എന്നിങ്ങനെ അറിയപ്പെട്ടിരുന്ന മറുനാടൻ മലയാളികൾ മെല്ലെ മെല്ലെ പ്രവാസി മലയാളിയെന്ന പൊതു സംജ്ഞയിലേക്ക് കൂട്ടിയിണക്കപ്പെട്ടു. അതോടെ പ്രവാസിയുടെ അനുഭവങ്ങളെ ആഴത്തിലല്ലെങ്കിലും പലതരത്തിൽ രേഖപ്പെടുത്തുവാൻ തുടങ്ങി. പ്രവാസികൾ അനുഭവിക്കുന്ന ഗൃഹാതുരത്വം, അപരിചിതത്വം, അന്യതാബോധം, തൊഴിൽപരമായ പ്രശ്നങ്ങൾ ഇവയെല്ലാം സാഹിത്യത്തിലും സിനിമയിലും ചർച്ച ചെയ്യപ്പെട്ടു. ഗൾഫ് പ്രവാസം കേരളത്തിന്റെ ഭൗതിക പരിണാമത്തിൽ നിർണ്ണായക ശക്തിയായി പ്രവർത്തിച്ചു. ആരോഗ്യരംഗത്തും വിദ്യാഭ്യാസരംഗത്തും കേരളം കൈവരിച്ച പുരോഗതി എടുത്തുപറയേണ്ടതാണ്. വികസനത്തിന്റെ കേരളമോഡൽ, നവകേരളം എന്നൊക്കെ പറയുന്നതിന്റെ അടിസ്ഥാനം പ്രവാസികളുടെ നിക്ഷേപവും വിനിമയവുമാണ്. സെന്റർ ഫോർ ഡവലപ്മെന്റ് സ്റ്റഡീസ് നടത്തിയ പഠനത്തിൽ പ്രവാസികളുടെ പണത്തിന്റെ വിതരണം സംബന്ധിച്ച് സൂചിപ്പിക്കുന്നുണ്ട്. അതായത് കച്ചവടം, വിദ്യാഭ്യാസം, നിർമ്മാണം എന്നീ മൂന്ന് മേഖലകളിൽ പ്രവാസികൾ വിനിമയ ഇടപെടൽ നടത്തുന്നുണ്ട്. ആധുനിക കേരളത്തെ നിർമ്മിച്ചെടുക്കുന്നതിൽ ഈ മൂന്ന് ഘടകങ്ങളും ഏറ്റവും കൂടുതൽ പങ്ക് വഹിച്ചിട്ടുണ്ട്. കച്ചവട മേഖല കൂടുതൽ പ്രവാസി കേന്ദ്രീകൃതമായി ചിന്തിക്കുകയും, പ്രവാസികളെയും പ്രവാസി കുടുംബങ്ങളെയും ആകർഷിക്കുന്ന വിവിധ പദ്ധതികൾ ആവിഷ്കരിക്കുകയും ചെയ്തു. ഉദാഹരണത്തിന്, കേര

ളത്തിൽ പെട്ടെന്ന് കുതിച്ചുയർന്ന റിയൽ എസ്റ്റേറ്റ് കമ്പനികൾ പ്രവാസികളെ ലക്ഷ്യം വെച്ച് പരസ്യം നൽകുകയും അവരെ ആകർഷിക്കാൻ വ്യത്യസ്ത പരിപാടികൾ ആസൂത്രണം ചെയ്യുകയും ചെയ്തു. ഫലമോ സുരക്ഷിത നിക്ഷേപമെന്ന് മോഹിച്ച് സാധാരണ പ്രവാസികൾ നഗരങ്ങൾ കേന്ദ്രീകരിച്ച് ഫ്ളാറ്റുകളിൽ നിക്ഷേപിക്കുകയും ചിലർ വഞ്ചിക്കപ്പെടുകയും ചെയ്തു. കൈയിലുള്ളതെല്ലാം മിച്ചം പിടിച്ച് നാളത്തേക്കുള്ള വരുമാനമെന്ന നിലയിൽ കൊച്ചിയിലും തിരുവനന്തപുരത്തുമൊക്കെ, പ്രത്യേകിച്ച് ഐടി പാർക്കുകൾക്ക് സമീപം റിയൽ എസ്റ്റേറ്റ് നിക്ഷേപം നടത്തി ലക്ഷങ്ങൾ തുലച്ച നിരവധി പ്രവാസികൾ ഒടുവിൽ തോരാക്കണ്ണീരുമായി ജീവിക്കേണ്ട അവസ്ഥകളുണ്ടായിട്ടുണ്ട്. അതൊരു വശം മാത്രമാണ്. മറ്റൊരു വശത്ത് നിയമപരമായി പ്രവർത്തിച്ച റിയൽ എസ്റ്റേറ്റ് കമ്പനികൾ പ്രവാസി നിക്ഷേപം സ്വീകരിച്ച് കൂടുതൽ കൂടുതൽ കെട്ടിടങ്ങൾ കെട്ടിപ്പൊക്കി. ഇത് കേരളത്തിലുണ്ടാക്കിയ സാമൂഹ്യ അസമത്വവും പാരിസ്ഥിതിക പ്രത്യാഘാതവും കൂടി ഗൗരവമാർന്ന പഠനങ്ങൾക്ക് വിധേയമാക്കണം. ഓട്ടോമൊബൈൽ കമ്പനികളും ഇലക്ട്രോണിക്സ് ഗൃഹോപകരണ സ്ഥാപനങ്ങളും തുണിക്കടകളും പ്രവാസികളെ നോട്ടമിട്ട് ഗൾഫ് നാടുകളിൽ വിപണനതന്ത്രമിറക്കി. നാട്ടിലുള്ള പ്രിയപ്പെട്ടവർക്ക് കാർ സമ്മാനമായി നൽകുന്നതിനുവേണ്ട നടപടിക്രമങ്ങൾ ഗൾഫിലിരുന്ന് തന്നെ പൂർത്തിയാക്കാൻ പ്രത്യേക കസ്റ്റമർ സെന്ററുകൾ, തുണിക്കടകളും ഗൃഹോപകരണ സ്ഥാപനങ്ങളും NRI മേള എന്ന പേരിൽ പ്രവാസിയുടെ അവധിക്കാലം ഉന്നം വെച്ച് പ്രത്യേക മാർക്കറ്റിങ്ങ് തന്ത്രങ്ങൾ. ഇങ്ങനെ പ്രവാസി പണം നോട്ടമിട്ടുള്ള കച്ചവടങ്ങൾ പൊടിപൊടിച്ചു.

കച്ചവടത്തിന്റെ ഗണത്തിൽ തന്നെയാണ് വിദ്യാഭ്യാസമേഖലയെയും പെടുത്തേണ്ടത്. എൻ ആർ ഐ പണം ലക്ഷ്യമിട്ട് ഉന്നതവിദ്യാഭ്യാസ കച്ചവടവും പൊടിപൊടിച്ചു. അവിടെ മാത്രം ഒതുങ്ങിയില്ല. ഡേ കെയർ സെന്ററുകളും ഓൾഡ് ഏജ് ഹോമുകളും കൂണുകൾ പോലെ വളർന്നു. കൺസക്ട്രക്ഷൻ രംഗത്തുണ്ടായ ചലനങ്ങൾ നേരത്തെ റിയൽ എസ്റ്റേറ്റ് മേഖലയുടെ കുതിപ്പിനെക്കുറിച്ച് എടുത്തു പറഞ്ഞപ്പോൾ പരോക്ഷമായി സൂചിപ്പിച്ചിരുന്നു. ഇപ്രകാരം കേരളത്തിന്റെ ഭൗതിക പരിണാമങ്ങളിൽ മാത്രമല്ല, വേഷം, ഭാഷ, സംസ്കാരം എന്നിവയിലെല്ലാം പ്രവാസികൾ നിർണ്ണായക ശക്തിയായി പ്രവർത്തിച്ചു. അതായത് കഴിഞ്ഞ മുപ്പതുകൊല്ലത്തിനിടയിൽ കേരളത്തിൽ ഉയർന്നുപൊങ്ങിയ ആരാധനാലയങ്ങളുടെ കണക്കെടുത്താലും ആസ്തിവിപുലീകരണവും മന്ദിരപുനരുദ്ധാരണവും നടന്നതിന്റെ കണക്കെടുത്താലും അതിലെല്ലാം നല്ലൊരു

പങ്കും പ്രവാസി സംഭാവനകളാണ് എന്നു കാണാം. ഉത്സവങ്ങളുടെ ആഘോഷപ്പൊലിമ നോക്കിയാലും പ്രവാസികളുടെ സാമ്പത്തിക പങ്കാളിത്തം പ്രകടമാകും. (അതിന്റെ ഗുണദോഷങ്ങളെക്കുറിച്ച് പ്രതിപാദിക്കേണ്ടതുണ്ട്. മറ്റൊരു വിഷയമാണത്)

ചുരുക്കത്തിൽ പ്രവാസികളുടെ നിക്ഷേപവും വിനിമയവും കൊണ്ട് നിർമ്മിക്കപ്പെട്ട സാമൂഹ്യ സാമ്പത്തിക ഘടനയാണ് കേരളത്തിലുള്ളത്. അതുകൊണ്ടാണ് കോവിഡാനന്തര കേരളത്തെക്കുറിച്ചും കോവിഡാനന്തര പ്രവാസി മലയാളികളെക്കുറിച്ചും കൂടുതൽ ആലോചനകൾ നടക്കേണ്ട സമയമാണിതെന്ന് പറയാനുള്ള കാരണം.

ഓരോ വിളിയും ഓരോ നിലവിളിയാണ്

ഈ ലേഖനം എഴുതാനിരിക്കുമ്പോൾ വാട്സ്ആപ്പിൽ വന്ന ഒരു സന്ദേശം ഹൃദയം കൊത്തിപ്പറിക്കുംപോലെ ഒന്നായിരുന്നു. ഷാർജയിലെ സെൻട്രൽ പ്രൈവറ്റ് ഹോസ്പിറ്റലിൽ ചികിത്സയിലായിരുന്ന നവജാത ശിശുവിന്റെ മരണം അറിയിച്ചുകൊണ്ടുള്ള മെസ്സേജുകളായിരന്നു അത്. ജൂൺമാസം ആറാംതീയതി ജനിച്ച കുഞ്ഞിന് 590 ഗ്രാം ആയിരുന്നു ഭാരം. പ്രിമേച്ചർ ജനനമായിരുന്നു. 24 ആഴ്ച മുന്നേ ജനിച്ചതായതുകൊണ്ട് കുഞ്ഞിനെ 30 മുതൽ 60 ദിവസം വരെ നിയോനേറ്റൽ ഇന്റസൻസീവ് കെയർ യൂണിറ്റിൽ ഇൻകുബേറ്ററിൽ സൂക്ഷിക്കണം. പ്രതിദിനം കുറഞ്ഞത്3000 ദിർഹമാണ് ഇൻകുബേറ്ററിനുള്ള ചിലവ്. മാസം 8200 ദിർഹം സാലറിയുണ്ടായിരുന്ന എഞ്ചിനിയറായ പിതാവിന് കോവിഡിന്റെ പശ്ചാത്തലത്തിൽ ശമ്പളം പകുതിയായി കുറച്ചു. അതായത് കഴിഞ്ഞ മൂന്നു മാസമായി 4100 ദിർഹം മാത്രമാണ് ശമ്പളം. വാടകയും മറ്റു ചിലവുകളും കൊടുത്തു കഴിയുമ്പോൾ കൈയിലൊന്നും മിച്ചമുണ്ടായിരുന്നില്ല.

ഈ സാഹചര്യത്തിലാണ്, മറ്റുവഴിയൊന്നും മുന്നിലില്ലെന്നു സങ്കടപ്പെട്ടുകൊണ്ട്, കുഞ്ഞിന്റെ ചികിത്സക്ക് വേണ്ടി സഹായം അഭ്യർത്ഥിച്ച് രണ്ടുദിവസം മുമ്പ് ആ പിതാവിന്റെ വോയ്സ് മെസ്സേജ് വന്നത്. ഷാർജ ചാരിറ്റിയുമായി ബന്ധപ്പെട്ട് സഹായം ലഭ്യമാക്കാനും മറ്റു സുമനസ്സുകളുടെ സഹായം തേടാനുമുള്ള ശ്രമങ്ങൾ പുരോഗമിച്ചുകൊണ്ടിരിക്കുമ്പോഴാണ് കുഞ്ഞിന്റെ വിയോഗമറിയിച്ചുകൊണ്ട് ഇന്ന് ആ സന്ദേശം എത്തുന്നത്. ആ അമ്മയുടെയും അച്ഛന്റെയും കണ്ണീരൊപ്പാൻ കഴിയാതെ നിസ്സഹായനായി നിൽക്കേണ്ടിവരുന്ന അവസ്ഥ വിവരിക്കാൻ വാക്കുകളില്ല. ഇതൊരു ഒറ്റപ്പെട്ട നിലവിളിയല്ല. കോവിഡ് കാലത്തെ പ്രവാസികളുടെ വിളികളെല്ലാം നിലവിളികളായിരുന്നു. എക്സിക്യൂട്ടീവ് ബാച്ചിലർ മുറി

കളിൽനിന്ന്, ഒറ്റപ്പെട്ട് താമസിക്കുന്ന ഇടങ്ങളിൽ നിന്ന്, ലേബർ ക്യാമ്പു കളിൽനിന്ന്, ഭാര്യയും ഭർത്താവും കുഞ്ഞുങ്ങളും മുതിർന്നവരുമൊക്കെ യായി താമസിക്കുന്ന വൈറ്റ് കോളർ തൊഴിൽ ചെയ്യുന്നവരിൽ നിന്ന് ഒക്കെയും ഉയർന്നത് ഇത്തരം നിലവിളികൾ തന്നെയായിരുന്നു.

രോഗം വരുമോ എന്ന ഭീതിയിൽ, രോഗം പിടികൂടിയപ്പോൾ മരിച്ചു പോകുമോ എന്ന ആശങ്കയിൽ, രോഗവ്യാപനവും മരണക്കണക്കുകളും ഒറ്റപ്പെടുന്നുവെന്ന തോന്നലുമൊക്കെയുണ്ടാക്കിയ പരിഭ്രാന്തിയിൽ മനോ നില തകരാറിലായവർ, അങ്ങനെ എല്ലാ കോണുകളിൽ നിന്നുമുയർന്നത് മനുഷ്യന്റെ കരച്ചിലായിരുന്നു. അവയെല്ലാം നിലവിളികളായിരുന്നു.

എല്ലാ യാത്രകളും മടങ്ങിവരാനുള്ളതല്ല

പണമുണ്ടാക്കി ജീവിതം മെച്ചപ്പെടുത്തുക എന്ന അടിസ്ഥാന ലക്ഷ്യ ത്തോടെയാണ് മലയാളിയുടെ തൊഴിൽ പ്രവാസം തുടങ്ങുന്നത്. എന്നാൽ മറ്റേതൊരു മറുനാടൻ മലയാളിയെയും പോലെ സുരക്ഷിത മായ പ്രവാസമല്ല ഗൾഫ് പ്രവാസിയുടേത്. ഏതു നിമിഷവും തൊഴിൽ നഷ്ടപ്പെട്ട് തിരിച്ചു നാട്ടിലേക്ക് തന്നെ മടങ്ങേണ്ടിവരുമെന്ന തിരിച്ചറിവു ള്ളവരാണ് ഇക്കൂട്ടർ. ചെയ്യുന്ന തൊഴിലിനെ അടിസ്ഥാനപ്പെടുത്തി നിറം കൊണ്ട് മനുഷ്യരെ വേർതിരിക്കുന്ന സമ്പ്രദായം നിലനിൽക്കുന്നതിനാൽ ബഹുഭൂരിപക്ഷവും ബ്ലൂ കോളർ തൊഴിലാളികൾ എന്നു പറഞ്ഞാൽ മാത്രമേ കണക്കെടുപ്പിൽ പോലും ഈ മനുഷ്യരുടെ എണ്ണം രേഖപ്പെടു ത്താൻ കഴിയൂ. ഇക്കൂട്ടരാണ് ശരിക്കും ഒറ്റപ്പെടലിന്റെ നെരിപ്പോടിൽ വെന്തുരുകുന്നവർ. കിട്ടുന്നതിന്റെ മുക്കാൽപങ്കും നാട്ടിലേക്കയച്ച് കുടും ബത്തിന്റെ സന്തോഷം കണ്ട് മനസ്സ് നിറക്കുന്നവർ. അതുകൊണ്ടുതന്നെ ശരാശരി ഗൾഫ് പ്രവാസിയെ സംബന്ധിച്ച് അവന്റെ കൈയിൽ നീക്കി യിരിപ്പ് ഒട്ടുമുണ്ടാവില്ല. ശമ്പളം കിട്ടുന്ന ദിവസമോ പിറ്റേന്നോ തന്നെ എക്സ്ചേഞ്ചുകളിൽ ക്യൂ നിന്ന് നാട്ടിലേക്ക് പണം ട്രാൻസ്ഫർ ചെയ്തു കുടുംബത്തിന്റെ ആവശ്യങ്ങൾ നിറവേറ്റിക്കൊടുത്ത് സംതൃപ്തി അട യുന്നവർ. കോവിഡ് ഏറ്റവും വലിയ പ്രതിസന്ധിയുണ്ടാക്കിയത് ഇത്ത രക്കാരിലാണ്. രോഗവ്യാപനം തടയാൻ എല്ലാ മേഖലകളും അടച്ചുപൂ ട്ടിയപ്പോൾ പലരുടേയും തൊഴിൽ നഷ്ടപ്പെട്ടു. ഉണ്ണാനും ഉറങ്ങാനും സൗകര്യമില്ലാത ജീവിതം തന്നെ വഴിമുട്ടിപ്പോയ അവസ്ഥ പറഞ്ഞറി യിക്കാൻ കഴിയില്ല. അത് അനുഭവിക്കാത്തവർക്ക് അവയൊക്കെ കെട്ടു കഥകളായി തോന്നാം. കൊല്ലം സ്വദേശിയായ ഒരു യുവാവിന്റെ കഥ അത്തരത്തിലൊന്നാണ്. ഓഫീസിൽ രാവിലത്തെ പതിവു തിരക്കുകൾക്കി ടയിലാണ് അന്ന് ആ ഫോൺകോൾ വന്നത്. നാട്ടിൽ നിന്നായിരുന്നു.

'സർ, ഞാൻ ഇവിടുത്തെ പഞ്ചായത്ത് മെമ്പറാണ്. ഞാൻ ഈ അമ്മക്ക് ഫോൺ കൊടുക്കാം - ഒന്ന് കേൾക്കണം. അടുത്ത നിമിഷം ഒരു പൊട്ടിക്കരച്ചിലായിരുന്നു കാതുകളിൽ മുഴങ്ങിയത്. അത് ഹൃദയത്തിൽ പൊള്ളിയടരുന്ന വാക്കുകളായി പതിച്ചു. സാറേ, എന്റെ മോനെ എങ്ങനെയെങ്കിലും രക്ഷിക്കണം. എന്റെ കണ്ണടയും മുമ്പ് എനിക്ക് അവനെയൊന്ന് കാണണം. എന്റെ കൊച്ചവിടെ പട്ടിണി കിടക്കുകയാണ് സാറേ... എങ്ങനെയെങ്കിലും അവനെ രക്ഷിക്കണം.

ഉറക്കെ കരയുകയും ഇടക്ക് ചിലത് പറയുകയുമായിരുന്നു അവർ. അവരെ സമാധാനിപ്പിച്ച് മകന്റെ വിവരം ചോദിച്ചറിഞ്ഞു. ഫോൺ വെച്ച ശേഷം ജബൽ അലിയിലെ ലേബർ ക്യാമ്പിൽ കഴിയുന്ന മകനെ ബന്ധപ്പെട്ടു. അവൻ ഏഴു വർഷമായി നാട്ടിൽനിന്നെത്തിയിട്ട്. ഇതിനിടക്കൊരു പ്രാവശ്യം പോലും നാട്ടിൽ പോയിട്ടില്ല. സഹോദരിയെ പഠിപ്പിച്ചു. വിവാഹം കഴിച്ചയച്ചു. രണ്ടുമുറിയുള്ള ഒരു വീടുണ്ടാക്കി സാമ്പത്തിക ബാധ്യതകൾ ഒരുവിധം തീർത്തു. ഈ പ്രാവശ്യം എന്തായാലും നാട്ടിൽ പോകണം എന്ന് കരുതിയിരിക്കുമ്പോഴാണ് മഹാമാരി മനുഷ്യരാശിയെ ഒന്നാകെ പിടികൂടിയത്. അതോടെ അവനും തൊഴിൽ നഷ്ടപ്പെട്ടു. വിമാന സർവ്വീസുകൾ നിലച്ചതോടെ നാട്ടിലേക്ക് മടങ്ങാനും കഴിയുന്നില്ല. കമ്പനി അക്കമഡേഷനിൽ നിന്ന് ഇറക്കിവിടുമെന്നുള്ള ഭീഷണി ഒരുവശത്ത്. ഭക്ഷണം കഴിക്കാൻപോലും പണമില്ലാതെ നരകിക്കുന്ന സാഹചര്യം. ഇതൊന്നും വീട്ടിൽ അറിയിക്കരുതെന്ന് കരുതിയതാണ്. അമ്മയുടെ കരച്ചിൽ കേട്ടപ്പോൾ സഹിക്കാൻ കഴിയാതെ അവസ്ഥ പറഞ്ഞുപോയതാണ്. അതിപ്പോൾ അവർക്കും തീരാവേദനയായി എന്നറിഞ്ഞില്ല എന്ന് പറഞ്ഞ അവനും വിതുമ്പാൻ തുടങ്ങി.

നമ്മൾ അനുഭവിക്കുന്ന കഥകളാണിതെല്ലാം. കെട്ടുകഥകളല്ല. ഇതെഴുതുമ്പോൾ, കോവിഡ് കാലത്ത് ഗൾഫ് നാടുകളിൽ മരണമടഞ്ഞവരുടെ എണ്ണം 200 കവിഞ്ഞു. ചിലരുടേത് ആത്മഹത്യയായിരുന്നു. മറ്റ് പലരും ഹൃദയസംബന്ധമായ അസുഖങ്ങളാൽ. മരണപ്പെട്ടവരിൽ ഭൂരിഭാഗം പേരും 20നും 40നും ഇടയിൽ പ്രായമുള്ളവർ. ഒറ്റപ്പെടലിന്റെ തീവ്രമായ വേദന പലരെയും രോഗികളാക്കി എന്നതൊരു യാഥാർത്ഥ്യമാണ്. ഇനിയൊരു തിരിച്ചുപോക്കുണ്ടാവില്ലെന്ന് പലരും വിശ്വസിച്ചു. പ്രിയപ്പെട്ടവരെ കാണാതെ ഇവിടെ കിടന്ന് മരിച്ചുപോകേണ്ടിവരുമെന്ന് ചിന്തിച്ച് മാനസികനില തകരാറിലായവരും ഏറെയാണ്.

പതറാതെ മുന്നോട്ട്

സാമ്പത്തികമായും ശാരീരികമായും മാനസികമായും കടുത്ത

സമ്മർദ്ദത്തിലൂടെയാണ് ഓരോ പ്രവാസിയും ഇപ്പോൾ കടന്നുപോകുന്നത്. പ്രത്യേകിച്ച് ഗൾഫ് പ്രവാസികൾ. തൊഴിൽ നഷ്ടപ്പെട്ടതും ശമ്പളം വെട്ടിക്കുറച്ചതും എല്ലാ വിഭാഗത്തിലുള്ള പ്രവാസികളെയും ബാധിച്ചിട്ടുണ്ട്. മടങ്ങിപ്പോവാൻ നോർക്കയിലും എംബസിയിലും രജിസ്റ്റർ ചെയ്തവരുടെ എണ്ണം നോക്കിയാൽ തൊഴിൽ നഷ്ടപ്പെട്ടവരുടെ എണ്ണം കൂടുതലാണ്. മിക്ക കമ്പനികളും 20 മുതൽ 50 ശതമാനം വരെ ശമ്പളം വെട്ടിക്കുറച്ചതോടെ കുടുംബവുമായി താമസിച്ചിരുന്നവരിൽ പലരും കുടുംബത്തെ നാട്ടിലേക്ക് മടക്കിഅയക്കാനുള്ള തീരുമാനം കൈക്കൊണ്ടു. ഇറാഖ് കുവൈറ്റ് യുദ്ധകാലത്തുണ്ടായതിനേക്കാൾ എത്രയോ കൂടുതലായിരിക്കും കോവിഡ് സൃഷ്ടിച്ച ആഘാതത്തിൽ പ്രവാസികളുടെ മടങ്ങിപ്പോക്ക്. രണ്ടുലക്ഷം മുതൽ നാലുലക്ഷം വരെ ഗൾഫ് പ്രവാസികൾ സ്വന്തം ജന്മദേശത്ത് തിരിച്ചെത്തും. എങ്ങനെയും പിടിച്ചുനിൽക്കാമെന്ന് കരുതി ശമ്പളം വെട്ടിക്കുറച്ചെങ്കിലും ജോലിയിൽ തുടരുന്നവരുടെ എണ്ണം വളരെ കൂടുതലാണ്. അതുകൊണ്ടുതന്നെ അടുത്ത മൂന്നോനാലോ മാസത്തിനുള്ളിൽ സാമ്പത്തികരംഗം മെച്ചപ്പെട്ടില്ലെങ്കിൽ ഇക്കൂട്ടരുടെയും തൊഴിൽ നഷ്ടപ്പെടും. അതോടെ മടങ്ങിവരുന്നവരുടെ എണ്ണം വീണ്ടും കൂടും. ഇത്തരത്തിൽ വൻതോതിലുള്ള പ്രവാസികളുടെ മടക്കം കേരളത്തിന്റെ സാമ്പത്തികസ്ഥിതിയെയും ഗുരുതരമായി ബാധിക്കും. ഇപ്പോൾ തന്നെ ഗൾഫ് പണത്തിന്റെ ഒഴുക്കിൽ ഗണ്യമായ കുറവ് സംഭവിച്ചുകഴിഞ്ഞു. പല പ്രവാസി കുടുംബങ്ങളും ഇനിയെന്ത് എന്ന ചിന്തയിൽ ആകുലപ്പെട്ടുതുടങ്ങി. പ്രവാസി കുടുംബങ്ങളിലുണ്ടായിരിക്കുന്ന ഈ അരക്ഷിതാവസ്ഥ ശരിക്കും അഡ്രസ് ചെയ്യപ്പെട്ടില്ലെങ്കിൽ വലിയൊരു സാമൂഹിക പ്രത്യാഘാതം കേരളം നേരിടേണ്ടിവരും. അങ്ങനെയൊരു സ്ഥിതിവിശേഷം ഉണ്ടാകാതിരിക്കാൻ സർക്കാരുകൾ ജാഗ്രത പുലർത്തണം. മടങ്ങിവരുന്ന പ്രവാസികൾക്ക് ആയിരമോ രണ്ടായിരമോ പെൻഷൻ നൽകണമെന്നല്ല ഇപ്പറഞ്ഞതിനർത്ഥം. പുനരധിവാസത്തിനുള്ള ക്രിയാത്മകമായ ഇടപെടലുണ്ടാകണം. വർഷങ്ങളായി ഗൾഫ് നാടുകളിൽ വിവിധങ്ങളായ തൊഴിലെടുത്തവരുടെ തൊഴിൽ നൈപുണ്യം നമ്മുടെ നാടിന്റെ പുരോഗമനത്തിന് വിനിയോഗിക്കണം. നമ്മുടെ മുന്നിൽ കൂടുതൽ സമയമില്ല എന്നതാണ് പ്രധാന വെല്ലുവിളി. അടുത്ത രണ്ടോ മൂന്നോ കൊല്ലം കഴിഞ്ഞ് സംഭവിക്കുന്ന തിരിച്ചടികളെക്കുറിച്ചല്ല നമ്മുടെ ചർച്ച. ഇന്ന് കൺമുന്നിൽ സംഭവിച്ചുകൊണ്ടിരിക്കുന്ന യാഥാർത്ഥ്യത്തെ കണ്ടില്ലെന്നു വയ്ക്കാൻ സർക്കാരുകൾ ശ്രമിക്കരുത്. പ്രവാസത്തെക്കുറിച്ചും പ്രവാസി നിക്ഷേപം

കേരളത്തിന്റെ സാമൂഹ്യസാമ്പത്തിക സാംസ്കാരിക മേഖലകളിൽ ഏതെല്ലാം വിധത്തിലാണ് സ്വാധീനം ചെലുത്തിയതെന്ന് ഗവേഷണം നടത്തിയിട്ടുള്ളവരെ ഉൾപ്പെടുത്തി ഈ പ്രത്യേക സാഹചര്യം വിലയിരുത്താനും പുനരധിവാസത്തിനുള്ള പ്രായോഗിക സമീപനങ്ങൾ ചർച്ച ചെയ്യാനും സംസ്ഥാന സർക്കാർ തയ്യാറാവണം. യുവജനക്ഷേമ കമ്മീഷൻ പോലെ പ്രവാസികൾക്കായി പ്രവാസിക്ഷേമ കമ്മീഷൻ നിർബന്ധമായി രൂപവൽക്കരിക്കണം. കാലിടറിപ്പോകുന്ന നിമിഷങ്ങളിൽ താങ്ങാൻ ആളുണ്ട് എന്ന വിശ്വാസം നൽകുന്ന മനോബലം വളരെ കൂടുതലാണ്. മടങ്ങിപ്പോകുന്ന പ്രവാസികൾക്ക് ചില തിരിച്ചറിവുകൾ ഉണ്ടാവേണ്ടതുണ്ട്. ഒരു പ്രതിസന്ധിയിലും തളരില്ലെന്ന് ഓരോ പ്രവാസിയും ദൃഢപ്രതിജ്ഞയെടുക്കണം. ഇതിലും വലിയ പ്രതിസന്ധികളെ അതിജീവിച്ചുതന്നെയാണ് നമ്മൾ നമ്മുടെ ജീവിതം കെട്ടിപ്പടുത്തത്. അതുകൊണ്ട് ഈ പ്രതിസന്ധിയും നമ്മൾ മറികടക്കും. എന്നുകരുതി നാട്ടിലെത്തിയ ഉടൻ പലരുടെയും വാക്കുകേട്ട് വലിയ മുതൽ മുടക്കുള്ള ഒരു സംരംഭത്തിനും മുതിരരുത്. മുകളിൽ നിന്നുള്ള വീഴ്ചക്ക് ആഘാതം കൂടും. ചെറിയ സംരംഭമാണെങ്കിൽ പോലും കൃത്യമായി പഠിച്ച്, ആ മേഖലയിലുള്ള വിദഗ്ധരുമായി കൂടിയാലോചിച്ച് മാത്രം നിറവേറ്റാൻ ശ്രമിക്കുക. എടുത്തുചാട്ടം ഒഴിവാക്കിയാൽ തന്നെ പകുതി അപകടം ഒഴിവാക്കാം എന്നതാണ് മുൻകാല അനുഭവങ്ങൾ. പഴയശീലങ്ങളോ പഴയ ജീവിതനിലവാരമോ ആയിരിക്കില്ല തുടർന്നങ്ങോട്ട് എന്നു വീട്ടുകാരെ പറഞ്ഞ് മനസ്സിലാക്കണം. ചില പുതിയ ശീലങ്ങൾ ആദ്യമൊക്കെ ബുദ്ധിമുട്ടായി തോന്നുമെങ്കിലും പിന്നീട് അതുമായി താദാത്മ്യം പ്രാപിച്ചുകൊള്ളും. മുഖാവരണം ധരിക്കാനോ കയ്യുറ ധരിച്ചു പുറത്തിറങ്ങാനോ ഒന്നും നമുക്കിഷ്ടമുണ്ടായിട്ടല്ല നമ്മൾ ഇപ്പോൾ അങ്ങനെ ചെയ്യുന്നത്. കോവിഡ് കാലത്തെ ജീവിതം അതാവശ്യപ്പെടുന്നതുകൊണ്ട് നമ്മളും അതു ചെയ്യുന്നു. അതുകൊണ്ട് ആരെയും ബോധ്യപ്പെടുത്തി ജീവിക്കാനുള്ള തീരുമാനങ്ങളല്ല നമുക്ക് സന്തോഷത്തോടെ ജീവിക്കാനുള്ള തീരുമാനങ്ങളാണ് നമ്മൾ കൈക്കൊള്ളേണ്ടത്. ഇതൊരു വീഴ്ചയാണ്. എന്നാൽ ഇതിനു നമ്മളല്ല കാരണക്കാർ. അതുകൊണ്ട് മുൻവിധികളോടെ ജീവിതത്തെ സമീപിക്കാതിരിക്കുക. മനക്കരുത്തോടെ നമുക്ക് ഈ തടസ്സങ്ങളെ അതിജീവിക്കാം. സ്വന്തം കഴിവിൽ വിശ്വാസമുണ്ടെങ്കിൽ സാഭിമാനം ജീവിക്കാനുള്ള വഴിയുണ്ട്.

(സഖാവ്, ഗൾഫ് പ്രവാസി പതിപ്പ്, ജൂൺ 2020)

ഗൾഫ് നാടുകളിൽ എണ്ണപ്പാടങ്ങൾ കണ്ടെത്തിയതോടെയാണ് തൊഴിലിനുള്ള അത്ഭുത സാധ്യതകൾ തിരിച്ചറിഞ്ഞ് മലയാളികൾ അറബ് നാടുകളിലേക്ക് ഒഴുകാൻ തുടങ്ങിയത്.

പേർഷ്യയിൽ പോയി പണമുണ്ടാക്കാമെന്ന വിശ്വാസം ബലപ്പെട്ട കാലം.

പത്തേമാരികളിൽ ദുബായും കുവൈറ്റുമൊക്കെ സ്വപ്നം കണ്ട് വന്നിറങ്ങിയ മനുഷ്യർ.

പൊള്ളയായ മനുഷ്യർ

പി.കെ. പാറക്കടവ് എഴുതിയ യാത്ര എന്നൊരു മിന്നൽക്കഥ ജീവിതമെന്ന മാജിക്കൽ റിയലിസത്തെക്കുറിച്ച് വേറിട്ടൊരു കാഴ്ചപ്പാട് അവതരിപ്പിക്കുന്നതാണ്.

'ഒരു ചെറിയ പെട്ടിയുമായി പടിയിറങ്ങിയ ആൾ ഒരു വലിയ പെട്ടിയായി മാറി വീട്ടിൽ തിരിച്ചെത്തുന്നതാണ് ജീവിതമെന്ന മാജിക്കൽ റിയലിസം' ഇതാണ് കഥ. കേരളത്തിൽനിന്ന് ഒരു ചെറിയ പെട്ടിയുമായി ജീവസന്ധാരണം ലക്ഷ്യമിട്ട് കടൽകടന്ന പ്രവാസികൾ ഒരു ദീർഘനിശ്വാസത്തോടെ പറയും

'ഇത് ഞങ്ങളെക്കുറിച്ചാണ്

ഞങ്ങളെക്കുറിച്ച് മാത്രമാണെന്ന്'

പി.കെ. പാറക്കടവ് എഴുത്തുകാരനല്ല. എഴുത്തുകൾക്ക് മധ്യത്തിലെ വരകൾ കളയുന്ന ആളാണ് എന്ന് പറഞ്ഞത് നിരൂപകനായ തോമസ് മാത്യുവാണ്. മായ്ച്ചുകളഞ്ഞ ആ വരകളുടെ ചോടേ കൊച്ചുകഥ എന്നെഴുതി അദ്ദേഹം ഒരു ചിരി ചിരിക്കുന്നു.

ഈ കൊച്ചുകഥകളിലുള്ളത് വാസ്തവത്തിൽ ഞെട്ടിക്കുന്ന പച്ചപ്പരമാർത്ഥങ്ങളാണ്. അങ്ങനെയൊരു പരമാർത്ഥമല്ലേ യാത്ര എന്ന ഈ കഥയിലുള്ളത്. കൊറോണക്കാലത്ത് പ്രവാസികളായ പല മനുഷ്യരുടെയും നിലവിളികളിൽ പലതും ഈ കഥയിലെപ്പോലെ പെട്ടിയായി മാറി തിരിച്ച് പോകേണ്ടിവരുമോ എന്നതു തന്നെയായിരുന്നു. ഒടുവിൽ കൊറോണ രൂക്ഷമായപ്പോൾ ആ നിലവിളി ഉച്ചത്തിലായി. കാരണം കോവിഡ് പിടിപെട്ട് മരിച്ചാൽ മൃതദേഹം നാട്ടിലേക്ക് കൊണ്ടുപോകാൻ കഴിയില്ലെന്ന പ്രോട്ടോക്കോളുണ്ടായി. അതുപ്രകാരം എത്രയോ പ്രവാസികൾ ഗൾഫുനാടുകളിൽ ചാരമായി തീർന്നു.

കോവിഡ്മൂലമുള്ള മരണമല്ലെങ്കിൽപോലും നാട്ടിൽ നിന്നുള്ള അനുമതിയും കാത്ത് മൃതദേഹങ്ങൾ ദീർഘകാലം ഫ്രീസറിൽ സൂക്ഷിക്കേണ്ടിവന്ന സാഹചര്യമുണ്ടായിട്ടുണ്ട്. വർഷങ്ങളായി ഇത്തരക്കാരുൾപ്പെടെ പല പ്രവാസികളുടെയും മൃതദേഹം അവരവരുടെ നാടുകളിലെത്തിക്കു

ന്നതിന് ഊണും ഉറക്കവും ഉപേക്ഷിച്ച് പ്രവർത്തിക്കുന്ന അഷ്റഫ് താമരശ്ശേരി അത്തരം ചില സംഭവങ്ങൾ വേദനയോടെ പങ്കുവച്ചിട്ടുണ്ട്.

2020 മെയ് 15ന് അഷ്റഫ് താമരശ്ശേരിയുടെ ഫെയ്സ്ബുക്ക് കുറിപ്പ് ഇങ്ങനെയായിരുന്നു.

ലോക്ഡൗൺ വന്നതിന് ശേഷം ഇന്ന് ആദ്യമായി രണ്ട് മൃതദേഹങ്ങൾ മുംബൈ അന്താരാഷ്ട്ര വിമാനത്താവളത്തിൽ അയക്കാൻ സാധിച്ചു. അതിനുവേണ്ടി ദുബൈയിലെ ഇന്ത്യൻ കോൺസുലേറ്റിന്റെ പിന്തുണയും ഉണ്ടായിരുന്നു. കഴിഞ്ഞ മാസമാണ് ഇവർ രണ്ടുപേരും മരണപ്പെട്ടത്. അധികൃതരുടെ അനുമതിയും കാത്ത് ഒരു മാസത്തോളം ഫ്രീസറിൽ രണ്ടു മൃതദേഹങ്ങളും കിടന്നു. പ്രിയപ്പെട്ടവരുടെ മരണവാർത്ത അറിയുമ്പോൾത്തന്നെ തകർന്നുപോവുകയാണ് ബന്ധുമിത്രാദികൾ. അതുമാത്രമല്ല മയ്യത്ത് കാത്ത് ഒരു മാസം വേദനയും കടിച്ചമർത്തിക്കൊണ്ട് വീട്ടിൽ കഴിയുന്ന പ്രിയപ്പെട്ടവരുടെ കാര്യം ഓർത്തുനോക്കൂ. അസഹനീയം തന്നെയാണ് ആ വേദന. നിയമത്തിന്റെ ചെറിയ നൂലാമാലയോ അല്ലെങ്കിൽ ചില ഉദ്യോഗസ്ഥരുടെ പിടിവാശികൾ ഇതൊക്കെയാണ് അനുമതിക്ക് കാലതാമസം ഉണ്ടാകാൻ കാരണം.

ജീവിച്ചിരിക്കുന്നവരോട് നീതി പുലർത്തുക
മൃതദേഹങ്ങളോട് ആദരവ് കാണിക്കുക
ഇതല്ലേ എല്ലാ മതങ്ങളും നമ്മളെ പഠിപ്പിക്കുന്നത്.

പ്രിയപ്പെട്ടവരുടെ അന്ത്യകർമ്മങ്ങൾ ചെയ്യാൻ കാത്തിരിക്കുന്ന കുടുംബം. മരണവാർത്തയറിഞ്ഞിട്ടും ഒരു മാസമായി മയ്യത്ത് വരാത്ത ആ വീടിന്റെ അവസ്ഥ നമ്മളാരെങ്കിലും ചിന്തിച്ചിട്ടുണ്ടോ?

പരേതർക്കുവേണ്ടി ജീവിക്കുന്ന ഈ മനുഷ്യൻ അധികൃതരോട് പല വട്ടം അഭ്യർത്ഥിച്ചിട്ടുണ്ട്. ഗൾഫിൽ സാധാരണക്കാരായ പ്രവാസികളാണ് കൂടുതൽ. ചെറുപ്പക്കാരാണ് കൂടുതലായി ഉള്ളത്. അതിൽത്തന്നെ വടക്കേ ഇന്ത്യയിൽ നിന്നുള്ളവരാണ് അവിദഗ്ധതൊഴിലാളികളുടെ കൂട്ടത്തിൽ കൂടുതലും. ഇവരുടെ കാര്യമാണ് കഷ്ടം. മലയാളിക്ക് നൂറു സംഘടനകളും സാംസ്കാരിക സാമൂഹികപ്രവർത്തകരും എല്ലാം സദാ സഹായസന്നദ്ധരായി ഉണ്ടാവും. ഒരു മരണം സംഭവിച്ചാൽ പോലും അഷ്റഫ് താമരശ്ശേരിയെ പോലുള്ളവർ വിളിച്ചാൽ വിളിപ്പുറത്തുണ്ട്. പക്ഷേ ഉത്തരേന്ത്യൻ സംസ്ഥാനങ്ങളിലുള്ളവർക്ക് കൂട്ടായ്മകളോ സഹായസന്നദ്ധത അറിയിച്ചുള്ള വോളന്റിയർ ഗ്രൂപ്പുകളോ സജീവമല്ല. അതുകൊണ്ട് ഇവരുടെ പ്രശ്നങ്ങളിൽ അധികൃതരുടെ ഭാഗത്ത് നിന്നും അനാസ്ഥയുണ്ടാവാറുണ്ട്.

2020 മെയ് 27ന് ന്യൂയോർക്ക് ടൈംസിന്റെ മുൻപേജ് വാസ്തവത്തിൽ

ഒരു ചരമപ്പേജായിരുന്നു. An incalculable loss എന്ന ഹെഡ്ഡിങ്ങോടുകൂടി അമേരിക്കയിൽ കോവിഡ് ബാധിച്ച് മരിച്ചവരുടെ പേരുവിവരം പ്രസിദ്ധീകരിക്കുകയായിരുന്നു. മരിച്ചവർ ഒരുലക്ഷം തികഞ്ഞ സന്ദർഭത്തിലായിരുന്നു ന്യൂയോർക്ക് ടൈംസ് ഇങ്ങനെയൊരു രീതി സ്വീകരിച്ചത്.

പത്രം എഴുതിയത് America has reached a grim milestone in the coronavirus outbreak. Each figure here represents one of the 100,000 lives lost so far. But a count reveals only so much.

ഒരുലക്ഷം മനുഷ്യരെയാണ്. നമുക്ക് കോവിഡ് മൂലം നഷ്ടമായത്. നമ്മുടെ കൂട്ടത്തിൽ നിന്ന്, നമ്മുടെ ഒപ്പമുണ്ടായിരുന്നവർ - അവരെല്ലാം നിർണ്ണയാതീതമായ നഷ്ടമാണ് എന്ന് പത്രം എഴുതി.

They were not simply
names on a list
They were us

വാസ്തവത്തിൽ ന്യൂയോർക്ക് ടൈംസിന്റെ അന്നത്തെ എഡിഷൻ അമേരിക്കയിൽ മാത്രമല്ല ലോകത്താകെ ചർച്ചയായി. കോവിഡിനെ കുറിച്ചുള്ള ഭയം ആളുകളിൽ ഇരട്ടിച്ചു. കരുതലും ജാഗ്രതയും വേണമെന്ന് ഓർമ്മിപ്പിച്ചു. കാരണം വെറും പേരുകളായിരുന്നില്ല അവയോരോന്നും. നമ്മോടൊപ്പമുണ്ടായിരുന്നവരുടെ, ഇന്ന് കൂടെയില്ലാത്തവരുടെ, കോവിഡ് കവർന്നെടുത്തവരുടെ പേരുകളാണ് എന്ന കൊടിയ വിഷാദം വായനക്കാരിലാകെ നിറയ്ക്കുവാൻ അതിന് കഴിഞ്ഞു.

സമാനമായ രീതിയിൽ കുറച്ചുകൂടി തീവ്രമായി പ്രതികരിച്ചുകൊണ്ടാണ് ഗൾഫ് മാധ്യമം ദിനപത്രം 2020 ജൂൺ 24 ബുധനാഴ്ച പുറത്തിറങ്ങിയത്. ഇനിയുമെത്ര മരിക്കണം എന്ന് ചുവപ്പൻ ബാക്ക്ഗ്രൗണ്ടിൽ വെളുത്ത മഷിയിൽ തലക്കെട്ടായി അച്ചടിച്ചുവയ്ക്കുകയും കോവിഡു മൂലം ഗൾഫിൽ മരണമടഞ്ഞ പ്രവാസികളുടെ ഫോട്ടോസഹിതം മുൻപേജിൽ തന്നെ പ്രസിദ്ധീകരിക്കുകയും ചെയ്തുകൊണ്ടായിരുന്നു വലിയ ചർച്ചയ്ക്ക് വഴിവച്ചത്. അന്ന് എല്ലാം അടച്ചുമൂടിയ കാലമായിരുന്നു. വ്യോമപാതകൾപോലും അടഞ്ഞുകിടന്ന കാലം. കോവിഡിനോടുള്ള ഭയവും ഉത്ക്കണ്ഠയും മാനസികാരോഗ്യപ്രശ്നങ്ങളും വർദ്ധിച്ച സമയം. പ്രവാസികളെ മടക്കിക്കൊണ്ടുപോകാൻ കേന്ദ്ര കേരള സർക്കാരുകളോട് നിരന്തരമായി അഭ്യർത്ഥിച്ചു കൊണ്ടുനിൽക്കുന്ന സമയത്തായിരുന്നു പ്രതിഷേധസ്വരത്തിൽ 'പ്രവാസികളെ നാട്ടിലെത്തിക്കാൻ ഇനിയുമെത്ര പേർ മരിക്കണം' എന്ന ചോദ്യവും പത്രമുയർത്തിയത്. കേരളത്തിലത് രാഷ്ട്രീയചർച്ചക്ക് വഴിവച്ചു. പ്രതിപക്ഷം സർക്കാരിനെതിരെ

യുള്ള ആയുധമായി കണ്ടു. പ്രവാസി വിരുദ്ധ നിലപാടു സ്വീകരിക്കുന്ന സർക്കാരിനെതിരെ കോവിഡായിട്ടുകൂടിയും നിയന്ത്രണങ്ങൾക്കിടയിലും പ്രതിഷേധങ്ങൾ ഉയർന്നു. അന്നത്തെ പ്രത്യേകസാഹചര്യത്തിൽ ആ ദിനപത്രം വായിച്ചവർ കൂടുതൽ അസ്വസ്ഥരായിത്തീർന്നു. ഒരു വലിയ പെട്ടിയായിപ്പോലും പിറന്ന നാട്ടിലേക്ക് പോവാൻ കഴിയില്ലെന്ന് വിലപിച്ചവർ പോലുമുണ്ട്. അന്ന് സർക്കാർ കണക്കിൽ 296 പേരാണ് ഗൾഫ് നാടുകളിൽ കോവിഡ് ബാധിച്ച് മരിച്ചത്. അത്രയും പേരുടെ ചിത്രം സഹിതമാണ് പത്രം ചരമപ്പേജ് തയ്യാറാക്കിയത്. അതിനുശേഷവും കോവിഡ് നിരവധി പ്രവാസികളുടെ ജീവിതം കവർന്നു.

കേന്ദ്രസർക്കാരിന്റെ കണക്കുപ്രകാരം 2021 ജൂലൈ വരെ വിദേശരാജ്യങ്ങളിൽ മരിച്ച ഇന്ത്യക്കാരുടെ എണ്ണം 3570 ആണ്. ഇവരിൽ 3280 പേരും ഗൾഫിലാണ്. സൗദി അറേബ്യ 1154, യു.എ.ഇ 894, കുവൈത്ത് 546, ഒമാൻ 384, ബഹറൈൻ 196, ഖത്തർ 106 എന്നിങ്ങനെയാണ് രാജ്യങ്ങൾ തരംതിരിച്ചിട്ടുള്ള പട്ടിക. എന്നാൽ അനൗദ്യോഗിക കണക്കുകൾ പ്രകാരം 5000ത്തോളം പേർ മരിച്ചിട്ടുണ്ടെന്നും അതിൽ പകുതിയോളം പേർ മലയാളികളാണെന്നും വിവിധ മലയാളിസംഘടനകളും സാമൂഹ്യപ്രവർത്തകരും പറയുന്നു. ഇവരിൽത്തന്നെ സാധാരണ തൊഴിലാളികളാണ് കൂടുതലും. കുടുംബത്തിന്റെ വരുമാന സ്രോതസ്സ് നഷ്ടപ്പെട്ടതോടെ അനാഥമായ എത്രയോ പ്രവാസി കുടുംബങ്ങളുണ്ട്.

ഇതെഴുതുമ്പോൾ കോവിഡ് മഹാമാരിമൂലം മരണപ്പെട്ടവരുടെ കുടുംബങ്ങൾക്ക് സർക്കാർ സാമ്പത്തികസഹായം നൽകണമെന്ന ഇന്ത്യൻ സുപ്രീം കോടതിയുടെ നിർദ്ദേശപ്രകാരം കേന്ദ്ര-സംസ്ഥാന സർക്കാരുകൾ മാർഗ്ഗനിർദ്ദേശം പുറത്തിറക്കിക്കഴിഞ്ഞു. ഈ മാർഗ്ഗനിർദ്ദേശങ്ങളിലൊരിടത്തും കോവിഡ് ബാധിച്ച് മരിച്ച പ്രവാസികൾ പരാമർശിക്കപ്പെട്ടിട്ടില്ല. അരലക്ഷം രൂപവരെ മരിച്ചവരുടെ ആശ്രിതർക്ക് നൽകുന്ന സഹായത്തിൽ പ്രവാസി കുടുംബങ്ങൾ അർഹരാകുമോ എന്ന് കണ്ടറിയണം.

ഇതിനു പുറമെ കോവിഡ് ബാധിച്ച് മരിച്ചവരുടെ ആശ്രിതർക്ക് ധനസഹായം നൽകാൻ കേരള സർക്കാരും തീരുമാനമെടുത്തു. നിലവിലുള്ള ധനസഹായങ്ങൾക്കു പുറമേയാണ് 5000 രൂപ വീതം സമാശ്വാസ ധനസഹായം അനുവദിക്കുക. ബി.പി.എൽ കുടുംബങ്ങൾക്കാണ് സഹായം ലഭിക്കുക. മരിച്ച വ്യക്തിയെ ആശ്രയിച്ചുകഴിയുന്ന ബി.പി.എൽ കുടുംബങ്ങൾക്കാണ് ഇത് ലഭിക്കുക. വ്യക്തി സംസ്ഥാനത്തിന് അകത്തോ പുറത്തോ രാജ്യത്തിന് പുറത്തോ മരിച്ചാലും കുടുംബം സംസ്ഥാനത്ത് സ്ഥിരതാമസമാക്കിയിട്ടുണ്ടെങ്കിൽ ആനുകൂല്യം നൽകും.

ബി.പി.എൽ വിഭാഗത്തിൽ ഉൾപ്പെടുത്താൻ നിശ്ചയിക്കുമ്പോൾ മരിച്ച വ്യക്തിയുടെ വരുമാനം ഒഴിവാക്കും. ഇതെഴുമ്പോൾ സംസ്ഥാന സർക്കാരിന്റെ ഈ ആനുകൂല്യവും കോവിഡ് ബാധിച്ച് മരിച്ച ഗൾഫ് പ്രവാസിയുടെ ആശ്രിതർക്ക് ലഭിക്കുമോയെന്ന് വ്യക്തത ഉണ്ടായിട്ടില്ല.

ഇപ്രകാരം നിരന്തരമായി നിരാകരിക്കപ്പെടുന്ന ഒരു സമൂഹമെന്ന നിലയ്ക്കുതന്നെ പ്രവാസിയുടെ അസ്തിത്വവാദം പല കാലങ്ങളിൽ പല നിലയ്ക്ക് ചർച്ചയ്ക്ക് വന്നിട്ടുണ്ട്. ശൂന്യതാബോധം, വ്യക്തിത്വത്തെക്കുറിച്ചുള്ള ആശയക്കുഴപ്പം, പലതായി വന്നുചേരുന്ന നിരാശ ഇവയെല്ലാം ഈ അസ്തിത്വവാദത്തിന്റെ അടിസ്ഥാനാശയങ്ങളാണ്. വാസ്തവത്തിൽ ഞാൻ എന്തായിത്തീരും എന്ന ഉത്ക്കണ്ഠ അസ്തിത്വവാദികൾക്കെല്ലാമുണ്ട്. നാളെയെക്കുറിച്ചുള്ള കടുത്ത ആധി.

റ്റി.എസ്. എലിയറ്റ് എഴുതിയതുപോലെ പൊള്ളയായ മനുഷ്യർ. എല്ലാ അർത്ഥത്തിലും ചൂഷണം ചെയ്യപ്പെട്ട് ഉള്ള് പൊള്ളയായ മനുഷ്യർ തങ്ങളോട് കാണിക്കുന്ന അനീതികൾക്കെതിരെ പ്രതികരിക്കാൻപോലും ശക്തിയില്ലാത്തവിധം ക്ഷീണിതരായി കഴിഞ്ഞു.

നമ്മുടെ ജനാധിപത്യപ്രക്രിയയിൽ പ്രാതിനിധ്യം പോലുമില്ലാത്ത, പൗരത്വം പോലും ചോദ്യം ചെയ്യപ്പെട്ട നിലയിലാണ് ഓരോ പ്രവാസിയുടെയും നിലനില്പ്. രാജ്യത്തിന്റെ വികസനത്തിലും സാമ്പത്തികവളർച്ചയിലും പ്രവാസികൾ വഹിക്കുന്ന പങ്കിനെക്കുറിച്ച് ആർക്കും സംശയമില്ല. എന്നാൽ വോട്ടവകാശത്തെക്കുറിച്ച് ഇപ്പോഴും കൂടിയാലോചനകൾ നടക്കുന്നതേയുള്ളൂ. പൗരത്വമാണ് ഏതൊരു രാജ്യവും വോട്ടവകാശത്തിന് മുഖ്യമാനദണ്ഡമായി പരിഗണിക്കുന്നത്. അതായത് ഇന്ത്യൻ പൗരനാണ് എന്ന് തെളിയിക്കുന്ന രേഖയുണ്ടെങ്കിൽ വോട്ടു ചെയ്യാൻ സാധിക്കും, സാധിക്കണം. അതെവിടെനിന്നാണെങ്കിലും അവസരമൊരുക്കണം, അത് പൗരന്മാരോടുള്ള കടമയാണ്. ആ കടമ നിരാകരിക്കുന്നുവെങ്കിൽ പൗരത്വം തന്നെ നിഷേധിക്കുന്നുവെന്നല്ലേ അർത്ഥം. ഒരു തരത്തിൽ പറഞ്ഞാൽ ഗ്രീക്ക് ഡമോക്രസി പിൻതുടർന്നിരുന്ന ആ പരിമിതികളൊക്കെത്തന്നെയാണ് ഇന്ത്യൻ ജനാധിപത്യവും പിന്തുടരുന്നത്.

എന്തായിരുന്നു ഗ്രീക്ക് ഡമോക്രസിയുടെ പരിമിതി. സ്ത്രീകളെയും അടിമകളെയും ഒഴിവാക്കിയാണ് അന്നവിടെ പൗരത്വം നിർണ്ണയിച്ചിരുന്നത്. അതായത് ജനസംഖ്യയിൽ പാതിയിലേറെ ഇപ്പറഞ്ഞ സ്ത്രീകളും അടിമകളുമായിരുന്നു. അവരെ പുറത്തുനിർത്തിക്കൊണ്ടുള്ള പൗരത്വവും ജനാധിപത്യവും. നമ്മുടെ ജനാധിപത്യത്തിലും പുറത്താക്കപ്പെട്ടവരുടെ കൂട്ടത്തിലാണ് പ്രവാസികൾ. കുടിയേറ്റജനതയിൽ ഇന്ത്യക്കാർക്ക് മാത്ര

മാണ് ഈ ദുർഗതി. നൂറിലേറെ രാജ്യങ്ങൾ തങ്ങളുടെ പൗരന്മാർക്ക് വിദേശത്ത് വോട്ടുചെയ്യാനുള്ള സൗകര്യം ഒരുക്കുന്നുണ്ട്.

പ്രവാസി വ്യവസായിയായ ഡോ. ഷംഷീർ വയലിൽ നടത്തിയ നിയമപോരാട്ടത്തിനൊടുവിൽ ഇ തപാൽവോട്ട് വഴി പ്രവാസികളുടെ വോട്ടവകാശം ഉറപ്പാക്കാമെന്ന ഒരു നിർദ്ദേശം തിരഞ്ഞെടുപ്പ് കമ്മീഷൻ മുന്നോട്ട് വച്ചിട്ടുണ്ട്. അതിന് മുമ്പ് പകരക്കാരനെ നിയോഗിച്ച് വോട്ട് രേഖപ്പെടുത്താവുന്ന പ്രോക്സി വോട്ടവകാശം അനുവദിക്കുന്നതിനുള്ള നീക്കം 2018ൽ സർക്കാരിന്റെ ഭാഗത്തുനിന്നുണ്ടായിരുന്നു. ഇതിലേക്കായി ജനപ്രാതിനിധ്യ നിയമത്തിൽ ഭേദഗതി നിർദേശിക്കുന്ന ബിൽ ലോക്സഭ പാസാക്കുകയും ചെയ്തു. എന്നാൽ നിശ്ചിത സമയത്തിനകം അംഗീകാരം നൽകാൻ രാജ്യസഭ മടിച്ചതോടെ ആ ബിൽ കാലഹരണപ്പെടുകയും ആ ദൗത്യം അവസാനിക്കുകയും ആയിരുന്നു. ഇങ്ങനെ വർഷങ്ങളായി നീണ്ടുപോകുന്ന ചർച്ചകൾ, കൂടിയാലോചനകൾ, ബില്ലവതരിപ്പിക്കൽ ഒക്കെ മുറപോലെ തുടരുന്നതല്ലാതെ പ്രവാസി വോട്ടെന്ന വഞ്ചി കരക്കടുക്കുന്നില്ല.

അതിനൊരു ആത്മാർത്ഥമായ ശ്രമം നടത്താതെ അലംഭാവം പൂണ്ടിരുന്നിട്ട് കാര്യമില്ല. എന്തു നടന്നാലും തങ്ങൾക്കൊന്നുമില്ല എന്ന് വിചാരിച്ച സമൂഹങ്ങൾക്കൊക്കെ വന്നുപോകുന്ന ദുരന്തങ്ങളുണ്ട്. അതേ ദുരന്തങ്ങളാണ് പ്രവാസികൾ നേരിടുന്നതും. വോട്ടവകാശം നിഷേധിക്കുന്നത് മുതൽ മൃതദേഹത്തോട് പോലും അനാദരവ് കാട്ടുന്നതും എല്ലാം ദുരന്തങ്ങളല്ലാതെ മറ്റെന്താണ്.

നിങ്ങൾക്ക് വേണമെങ്കിൽ ഡെമോക്രസി കിട്ടും. വേണമെന്നുണ്ടെങ്കിലേ കിട്ടൂ എന്ന് പറഞ്ഞ മഹാന് സ്തുതി.

We are the hollow men
We are the stuffed men
Learning together
Head piece filled with straw. Alas!
Our dried voices, when
We whisper together
Are quiet and meaningless
As wind in dry grass
Or rats feet over broken glass
In our dry cellar

(Hollow Men - T S Eliot)

ഗൾഫ് പ്രവാസം ശക്തിപ്പെട്ട് പതിറ്റാണ്ട് പിന്നിട്ടശേഷം കൃത്യമായി പറഞ്ഞാൽ 1980ൽ പുറത്തിറങ്ങിയ വിൽക്കാനുണ്ട് സ്വപ്നങ്ങൾ എന്ന ചലച്ചിത്രം ഗൾഫ് പ്രവാസത്തിന്റെ ചില നേർസാക്ഷ്യങ്ങൾ ഉൾപ്പെടുത്തിയുള്ള ആദ്യ മലയാള ചലച്ചിത്രമായിരുന്നു. അത്തറിന്റെ മണവും 555 സിഗരറ്റിന്റെ ഗരിമയുമുള്ള പേർഷ്യക്കാരനെ അമ്പരപ്പോടെ അതിലേറെ കൊതിയോടെ നോക്കിനിന്ന് ആളുകൾ പൊന്നുവിളയുന്ന നാടിനെക്കുറിച്ച് കൂടുതൽ സ്വപ്നം കണ്ടു.

അബൂക്കമാരായ പ്രവാസികൾ

'ഒരു യന്ത്രവത്കൃതനഗരത്തിലാണ് ജീവിതത്തിന്റെ പകുതിയോളവും ചെലവഴിച്ചത്. പ്രയോഗം ശരിയായോ എന്നുറപ്പില്ല. ചെലവഴിച്ചത് എന്നൊക്കെ പറയുമ്പോൾ ചെലവഴിക്കാൻ എന്തെങ്കിലുമൊക്കെ വേണമെന്നുണ്ടല്ലോ. അരിഷ്ടിച്ചും കഴിച്ചും കഴിക്കാതെയുമൊക്കെയുള്ള ഒരുതരം ജീവിതം. നാട്ടിലുള്ളവർ രസിച്ചു ജീവിച്ചു. ഞാനോ നാൾക്കുനാൾ വട്ടപ്പൂജ്യമായി. പ്രഷർ, ഹൃദ്രോഗം തുടങ്ങി നല്ല പേരുകളുള്ള രോഗങ്ങളും കിട്ടി. യന്ത്രവത്കൃത നഗരത്തിൽ ടിൻഫുഡിന്റെ രൂപത്തിൽ പോലും ഇത്തരം വിലപ്പെട്ട രോഗങ്ങൾ എളുപ്പം വാങ്ങിക്കാനാവും.

1991ലാണ് ഇറച്ചി എന്ന ഈ കഥ ടി.വി. കൊച്ചുബാവ എഴുതുന്നത്. കഥയുടെ തുടക്കത്തിൽ തന്നെ സുഹൃത്ത് ചോദിക്കുന്നുണ്ട്. ഇക്കണ്ട കാലം കഴിഞ്ഞുകൂടിയ ഒരാധുനിക നഗരത്തിൽ നിന്ന് രചനക്ക് പറ്റിയ ഒന്നുംതന്നെ കിട്ടിയില്ലെന്ന് പറയുന്നത് വിശ്വസിക്കാനേ സാധിക്കുന്നില്ല എന്ന്.

അപ്പോൾ കഥാകൃത്തിന്റെ മറുപടി, 'കണ്ടുമുട്ടിയവരിലൊന്നും രചനയ്ക്ക് പാകത്തിൽ കഥാപാത്രങ്ങളെ കണ്ടില്ല. കണ്ടെത്താൻ ശ്രമിച്ചില്ലെന്നതും വാസ്തവമാണ്. എല്ലാവർക്കും ഒരേ മുഖങ്ങളുള്ളിടത്ത് വ്യത്യസ്തതയ്ക്ക് വേണ്ടിയുള്ള ശ്രമം തന്നെ ബാലിശമായി തീരുമായിരുന്നു. പ്രഭാതം, രാത്രി, പ്രഭാതം.

പണിക്കു പോകുന്നു, തിരിച്ചുവരുന്നു.

ഒരേ രീതി, ഒരേ കാര്യങ്ങൾ.

'ഇറച്ചി'യിൽ ടി.വി. കൊച്ചുബാവ പറഞ്ഞത് അപമാനവീകരണത്തിന് വിധേയരായവരുടെ കഥയാണ്. ഉപഭോഗാസക്തി, ഉപരിപ്ലവത, നിസ്സംഗത, ആർദ്രതയില്ലായ്മ തുടങ്ങിയ സവിശേഷതകൾ പേറുന്ന കഥാപാത്രങ്ങൾ.

എന്നാൽ 'ഇറച്ചി'യുടെ മേൽവിവരിച്ച ഭാഗങ്ങളിൽ കൊച്ചുബാവ എഴുതിവയ്ക്കുന്ന ജീവിതയാഥാർത്ഥ്യങ്ങളുണ്ടല്ലോ അത് 1991ൽ എഴുതിയ

കഥയിലും ഈ ലേഖനം എഴുതുന്ന 2021ലും സമാനമാണ് എന്ന് പറയുന്നിടത്താണ് യന്ത്രവത്കൃതനഗരത്തിലെ ജീവിതത്തിന്റെ പ്രസക്തി തെളിയുന്നത്. കാലം മാറിയാലും മാറാത്തത് ഒന്നുണ്ട്. അത് ഈ നഗരത്തിൽ ജീവിക്കുന്ന മനുഷ്യരുടെ ജീവിതയാഥാർത്ഥ്യം മാത്രമാണ്.

നാട്ടിലുള്ളവർ രസിച്ചു ജീവിച്ചു
ഞാനോ വട്ടപ്പൂജ്യമായി.

ജീവിക്കാൻ മറന്നുപോയവരുടെ കഥയാണ് പ്രവാസിയുമായി ബന്ധപ്പെടുത്തി എപ്പോഴും പറയുന്നത്. ജീവിക്കാനുള്ള വക കണ്ടെത്താനുള്ള പരക്കംപാച്ചിലിനിടെ; നാട്ടിലുള്ള തന്റെ പ്രിയപ്പെട്ടവർക്ക് രസിച്ചു ജീവിക്കാൻ, സ്വർഗ്ഗം തീർക്കാൻ പെടാപ്പാടു പെടുന്നതിനിടെ ജീവിക്കാൻ മറന്നുപോകുന്നിനെക്കുറിച്ച് ഇനിയും പറയുന്നത് ക്ലീഷേ വർത്തമാനമായിരിക്കും. എങ്കിലും 1991ൽ കൊച്ചുബാവ എഴുതിയ ജീവിതയാഥാർത്ഥ്യം 2021ലും പ്രഷറും ഹൃദ്രോഗവുമടക്കം കേൾക്കാൻ സുഖമുള്ള രോഗങ്ങളുമായി ഐസിയു ബെഡ് കാത്ത് നിൽക്കുമ്പോൾ പറയാതെ പോകുന്നതെങ്ങനെ?

അബൂക്കയെ (പേര് യഥാർത്ഥമല്ല) ഞാൻ പരിചയപ്പെടുന്നത് കൊറോണയുടെ ഒന്നാം വ്യാപനത്തിനിടയിലാണ്. തികച്ചും ആകസ്മികമായുള്ള പരിചയപ്പെടൽ. നേരിട്ടു കാണുകയായിരുന്നില്ല. ഫോണിലൂടെയുള്ള സംസാരം മാത്രം. പക്ഷേ അദ്ദേഹത്തെ എനിക്കിഷ്ടപ്പെട്ടു. ആ സംസാരത്തിലെ സത്യസന്ധതയും പോസിറ്റിവിറ്റിയും അബൂക്കയോടുള്ള അടുപ്പം കൂടാൻ കാരണമായി.

അബൂക്കയുമായി ഫോൺ സംഭാഷണത്തിലേർപ്പെടാനുള്ള കാരണം പറയണമെങ്കിൽ ഒരു ഫ്ളാഷ്ബാക്കിലേക്ക് പോണം. എഴുത്തുകാരൻ നജീബ് മൂടാടിയാണ് കോഴിക്കോട് സ്വദേശിനിയായ ഒരു യുവതിയുടെ കാര്യം അന്നൊരു ദിവസം ശ്രദ്ധയിൽപ്പെടുത്തിയത്. ദുബായിൽ ഒരു ആയുർവേദ മസാജ് പാർലറിലെ ജോലിക്കായി വിസിറ്റ് വിസയിലെത്തിയതാണ് യുവതി. വന്നിട്ട് രണ്ടുമൂന്ന് മാസമായി. അവർക്ക് എന്തൊക്കെയോ പ്രശ്നങ്ങളുണ്ടെന്നും കഴിയുമെങ്കിൽ ഒന്നിടപെടണമെന്നും പറഞ്ഞുകൊണ്ടായിരുന്നു മെസേജ്. നജീബ്ക്ക അയച്ചുതന്ന നമ്പരിലേക്ക് വിളിച്ചു. കാര്യങ്ങൾ അന്വേഷിച്ചു. അവരുടെ ശബ്ദത്തിന് വല്ലാത്ത പതർച്ചയുണ്ടായിരുന്നു. നാട്ടിലേക്ക് മടങ്ങണമെന്ന് തന്നെയായിരുന്നു അവരുടെ ആവശ്യം. സംഭവിച്ചത് മുഴുവൻ പറയാൻ ആവശ്യപ്പെട്ടപ്പോൾ അവർ നടന്നതൊക്കെ വിവരിച്ചു. ഭർത്താവ് പെയിന്റിംഗ് തൊഴിലാളി

യായിരുന്നു. ഗുരുതര രോഗം ബാധിച്ച് ദീർഘകാലമായി കിടപ്പിലാണ്. രണ്ട് പെൺമക്കളുണ്ട്. ഒരാൾ പ്ലസ്ടുവിനും മറ്റൊരാൾ ഒമ്പതാം ക്ലാസി ലും. സ്വന്തമായി വീടില്ല. വാടകവീട്ടിലാണ് താമസം. അങ്ങനെയിരിക്കെ ദുബായിലെ മസാജ് പാർലറിലേക്ക് ഒഴിവുണ്ടെന്ന് ഒരു ഏജന്റ് മുഖാന്തിരം അറിയുന്നതും ഒരു ലക്ഷം കൊടുത്ത് വിസിറ്റ് വിസയിൽ ദുബായിലെത്തുന്നതും. മക്കളുടെ കാതിലുണ്ടായിരുന്നതും യുവതിയുടെ താലിമാലയടക്കം വിറ്റുകിട്ടിയതും കടം വാങ്ങിയതും ചേർത്താണ് ലക്ഷം രൂപ സംഘടിപ്പിച്ചത്. രണ്ടു പെൺമക്കളെ വളർത്തണം, പഠിപ്പിക്കണം, വിവാഹം കഴിപ്പിച്ചയക്കണം, സ്വന്തമായി ഒരു വീട് വേണം, ഭർത്താവിന്റെ ചികിത്സ നോക്കണം. ഇതല്ലാതെ വേറെ മാർഗ്ഗമുണ്ടായിരുന്നില്ല. കടം വാങ്ങിയിട്ടാണെങ്കിലും ഉള്ളതെല്ലാം വിറ്റിട്ടാണെങ്കിലും ദുബായിൽ കിട്ടിയ ജോലിക്ക് വരാൻ അവർ തീരുമാനിച്ചത് അതുകൊണ്ടായിരുന്നു.

ജീവിതത്തിന്റെ സുരക്ഷിതത്വം എത്രമേൽ പ്രിയപ്പെട്ടതാണെന്നോർക്കുക. അതിനെ തേടിയാണ് പല മനുഷ്യരും വാൾത്തലയിലൂടെ നടക്കുന്നത്. ചിലർക്ക് മാത്രമാണ് രക്തം പൊടിയാതെ നടന്നുപോകാൻ സാധിക്കുന്നത്. മറ്റു ചിലരാവട്ടെ ജീവിതത്തിന്റെ തിന്മയിൽ മുറിവേറ്റു പിടയും. ശ്വാസംമുട്ടിപ്പതയുന്ന പുഴപോലെ ഒഴുക്ക് നിലയ്ക്കും. ലക്ഷം മുടക്കിയ ദുബായിലെ ജോലിയിൽ നിന്ന് ജീവിതം പച്ചപിടിക്കുമെന്ന് യുവതി വല്ലാതെ പ്രതീക്ഷിച്ചിരുന്നു. എന്നാൽ സംഭവിച്ചത് മറിച്ചാണ്. ആയുർവേദ മസാജ് സെന്റർ മാത്രമല്ല അതിന്റെ മറവിൽ ശരീരക്കച്ചവടം ചെയ്യുന്ന സ്ഥാപനത്തിലാണ് താൻ വന്നുപെട്ടതെന്ന് മനസ്സിലാക്കാൻ ഒരാഴ്ച വേണ്ടിവന്നു. വേറെയും പെൺകുട്ടികളുണ്ട്. പുതുതായി വന്നവർ ഉൾപ്പെടെ നിരവധിപേർ. സാധാരണ കേട്ടിട്ടുള്ളതുപോലെ സെക്സ് റാക്കറ്റിന്റെ വലയൊന്നുമായിരുന്നില്ല. താല്പര്യമുണ്ടെങ്കിൽ വിസയടിച്ച് മസാജ് സെന്ററിലെ ജോലിയും ഒപ്പം കൂടുതൽ വരുമാനമുണ്ടാക്കാൻ ശരീരം വിൽക്കുന്ന പണിയും ചെയ്യുക. താല്പര്യമില്ലെങ്കിൽ ഉടനെ താമസസ്ഥലം വിട്ടൊഴിയുക. ഇതായിരുന്ന സ്ഥാപന ഉടമയുടെ നിർദ്ദേശം. ഭീഷണിയില്ല, നിർബന്ധമില്ല, അനാവശ്യമായ സമ്മർദ്ദമില്ല, ഒന്നുമില്ല. ജോലി ചെയ്യാൻ താല്പര്യമുണ്ടെങ്കിൽ വിസയും വർക്ക് പെർമിറ്റും ഉടൻ റെഡിയാകും. അതല്ലെങ്കിൽ ഇപ്പോൾത്തന്നെ താമസിക്കുന്ന സ്ഥലത്തുനിന്ന് വേഗം ഇറങ്ങണം. നിവൃത്തിയില്ലായ്മയെക്കുറിച്ചും കടബാധ്യതകളെക്കുറിച്ചുമൊക്കെ കരഞ്ഞു പറഞ്ഞുനോക്കി, അതൊന്നും ചെവിക്കൊള്ളാൻ സ്ഥാപന ഉടമ തയ്യാറായില്ല. ഒടുവിൽ

മാനം വിറ്റൊരു ജീവിതം വേണ്ടെന്നുറപ്പിച്ച് യുവതി താമസിക്കുന്നയിടത്തു നിന്നിറങ്ങി. കൂടെ കോട്ടയത്തുനിന്ന് സമാനമായി രീതിയിൽ ആയുർവേദ മസാജ് പാർലർ ജോലിയെന്ന് വിശ്വസിച്ച് വന്നുപെട്ട മറ്റൊരു പെൺകുട്ടിയും. എന്ത് ചെയ്യണമെന്നോ എങ്ങോട്ട് പോകണമെന്നോ ഒരു നിശ്ചയവുമില്ല. കൈയിൽ അധികം പണമില്ല. എന്തുംവരട്ടെയെന്ന് കരുതി രണ്ടുപേരും അലക്ഷ്യമായി നടന്നു.

“അവർ മുറിവേറ്റ മനുഷ്യരാണ്
അഭിമാനം മുറുകെ പിടിച്ചവർ
നന്മ മാത്രം ബാക്കിയായവർ
മനുഷ്യർക്കിടയിൽ അവർ നാടുകടത്തപ്പെട്ടവരാകുന്നു”

ഒ.എൻ.വി.യുടെ കവിതയിൽ പറയുന്നതുപോലെ

ഇവിടെ നിൽക്കുമീ
നിസ്വനാം മർത്ത്യനിൽ
കിതയ്ക്കും മനുഷ്യനിൽ
ഒരു പിടിയരി
വെന്തവെള്ളത്തിനായ്
എരിപിരികൊള്ളു-
മീക്കൊച്ചുപൈതലിൻ
കരൾ നിറയെ
പരദുഃഖഭാരവും
ചുമലിൽ സ്വന്തം
കുരിശും ചുമന്ന് പോം
നിരപരാധിയിൽ
നിസ്സഹായാത്മാവിൽ
നിണമൊലിക്കു-
മവന്റെ മുറിപ്പാടിൽ
നിറമിഴിയിലെ-
യുപ്പുനീരിറ്റിച്ച്
മുഖമമർത്തവേ...

മാനവികതയുടെ ഒരു വാക്ക്

കാരുണ്യത്തിന്റെ ഒരു നോക്ക്
അവരെ തേടിവരുമോ?

ദേരദുബായിലെ പ്രശസ്തമായ മുറഖാബാദ് സിഗ്നലിനടുത്തുവെ

ച്ചാണ് അബൂക്ക ഈ രണ്ടു യുവതികളെ കാണുന്നത്. മുറഖാബാദ് സിഗ്നലിനടുത്തായിരുന്നു പഴയ ദുബായ് സിനിമാ തിയേറ്ററുണ്ടായിരുന്നുത്. മുന്നു നാലു ദശാബ്ദങ്ങൾക്ക് മുമ്പുള്ള പ്രവാസി മലയാളികളെ സംബന്ധിച്ച് കരാമയിലുള്ള അൽ നാസർ സിനിമ, ദേരയിലുള്ള ദുബായ് സിനിമയൊക്കെ വൈകാരിക അടുപ്പമുള്ള സാംസ്കാരിക കേന്ദ്രങ്ങളായിരുന്നു. എത്രയോ മലയാളം-ഹിന്ദി ചലച്ചിത്രങ്ങൾ ഈ തിയേറ്ററുകളിൽ നിറഞ്ഞാടിയിട്ടുണ്ട്. മൾട്ടിപ്ലക്സുകൾ വന്നതോടെ ഈ തിയേറ്ററുകൾ നിലംപൊത്തി. മുറഖാബാദിൽ തിയേറ്ററിരുന്ന സ്ഥലത്ത് ഇപ്പോൾ എമിറേറ്റ്സ് ബാങ്കിന്റെ കൂറ്റൻ ഓഫീസാണ്. അതിന്റെ മുന്നിലൂടെ ദുബായ് മെട്രോയുടെ ഗ്രീൻലൈൻ കടന്നുപോകുന്നു. ഇതിനടുത്തുള്ള ഏതോ ഷോപ്പിന് മുൻവശത്തുവച്ചാണ് അബൂക്ക യുവതികളെ ശ്രദ്ധിച്ചത്. എത്രയോപേർ കൂടിയിരിക്കുകയും വന്നുപോവുകയും ചെയ്യുന്ന തിരക്കേറിയ ഇടത്ത് ഈ യുവതികളെ മാത്രം അബൂക്ക ശ്രദ്ധിക്കുന്നതെങ്ങനെ? ഇവരിൽ അസ്വാഭാവികമായി എന്തോ സംഭവിച്ചിട്ടുണ്ട് എന്ന് ചിന്തിക്കുന്നതെങ്ങനെ? അബൂക്ക ഒരു സ്ട്രീറ്റ് മർച്ചന്റായിരുന്നു.

അബൂക്കക്കുണ്ടായിരുന്ന ജോലി നഷ്ടപ്പെട്ടിട്ട് കുറേ നാളായി. വരുമാനമാർഗ്ഗം നിലച്ചപ്പോൾ മൊബൈൽ ഫോൺ കവറുകളും ഇയർഫോണും ഉൾപ്പെടെയുള്ള മൊബൈൽ ആക്സസറീസ് കൊണ്ടു നടന്ന് വിൽക്കുന്ന ഒരു താല്കാലിക സംവിധാനം ഉണ്ടാക്കിയതാണ്. അന്ന് സന്ധ്യയ്ക്ക് ആളുകൾ കൂടിനിൽക്കുന്ന സ്ഥലത്ത് തന്റെ കച്ചവടം നടക്കുമോയെന്ന ഭാഗ്യപരീക്ഷണത്തിനിടയിലാണ് ഒരു കടത്തിണ്ണയിലിരിക്കുന്ന രണ്ടു യുവതികളെ അബുക്ക കണ്ടത്. മലയാളികളാണെന്ന് ഒറ്റനോട്ടത്തിൽ മനസ്സിലായി. അവിടെനിന്ന് അടുത്ത സ്ഥലത്ത് ആൾക്കൂട്ടത്തിലും മെട്രോ സ്റ്റേഷന്റെ മുന്നിൽ നിൽക്കുന്നവരുടെയടുത്തും ഒക്കെ സാധനങ്ങൾ വാങ്ങിപ്പിക്കാനുള്ള ശ്രമങ്ങൾ നടത്തുമ്പോഴും ഖിന്നരായിരിക്കുന്ന ആ യുവതികളെയായിരുന്നു അബൂക്ക ശ്രദ്ധിച്ചത്. സമയം കുറച്ചധികം കഴിഞ്ഞിട്ടും ഇരുന്നിടത്ത് നിന്ന് അവർ എങ്ങോട്ടേക്കും പോകുന്നില്ലായെന്നും കണ്ടതോടെ അബൂക്ക അവരുടെയരികിലെത്തി ചോദിച്ചു.

‘മലയാളികളല്ലേ, കുറച്ചു നേരമായി നിങ്ങളെ ഞാൻ ശ്രദ്ധിക്കുന്നു. നിങ്ങളെന്താ മക്കളെ ഇവിടെയിരിക്കുന്നത്, നിങ്ങളാരെയെങ്കിലും കാത്തിരിക്കുകയാണോ?”

വാക്കുകളിലെ മൃദുത്വം, മക്കളേയെന്ന സ്നേഹമധുരസ്വരം, യുവ

തികൾ പരസ്പരം നോക്കി. ഒടുവിൽ ഒട്ടും അപരിചിതത്വമില്ലാതെ തങ്ങളുടെ നിസ്സഹായാവസ്ഥ തുറന്നു പറഞ്ഞു.

ഇനിയും പിടിച്ചുനിൽക്കാനാവില്ല എന്ന തിരിച്ചറിവിൽ തങ്ങളുടെമേൽ കാരുണ്യം ചൊരിയുന്ന പ്രായം ചെന്ന ആ മനുഷ്യനെ വിശ്വസിച്ച് അവർ നടന്നതൊക്കെ വിവരിച്ചു. ഇരുട്ടിന് കനംവെച്ചു തുടങ്ങുന്നു. ദുബായിലെ നിയോൺ വെളിച്ചം രാത്രി മുഴുവൻ കെടാതെ കത്തുമെങ്കിലും തലചായ്ക്കാൻ ഇടം കിട്ടാതെ എങ്ങനെ പൊതുവിടത്തിൽ കഴിയും? വിശപ്പു മാറ്റാൻ എന്തു ചെയ്യും?

എല്ലാം കേട്ടുകഴിഞ്ഞ് അബൂക്ക ആർക്കോ ഫോൺ ചെയ്തു. എന്തൊക്കെയോ പറഞ്ഞുറപ്പിച്ചു. തൊട്ടടുത്ത നിമിഷം അവരോട് പറഞ്ഞു.

എനിക്കും രണ്ട് പെൺമക്കളാണ്. ഈ രാത്രി നിങ്ങളീ കടത്തിണ്ണയിലിരിക്കണ്ട. ഇവിടെയടുത്ത് തന്നെ നിങ്ങൾക്ക് കഴിയാൻ മുറി തരപ്പെടുത്തിയിട്ടുണ്ട്. വാടകയെക്കുറിച്ചൊന്നും നിങ്ങൾ പേടിക്കണ്ട. എല്ലാം ശരിയാകും, നിങ്ങൾ വരൂ...

ഇവിടെ നില്ക്കുമീ
നിസ്വനാം മർത്ത്യനിൽ
ഇരമൃഗമായ്
കിതയ്ക്കും മനുഷ്യനിൽ
ആ നിസ്സഹായാത്മാക്കളിൽ
അവരുടെ നിറമിഴിയിലെയുപ്പു
നീരിറ്റിച്ചുകൊണ്ട്
മാനവികതയുടെ വാക്ക്
കാരുണ്യത്തിന്റെ നോക്ക്
അവരെത്തേടി വന്നു.

അബൂക്ക ഏർപ്പാടാക്കിയ വാടകമുറിയിൽ എത്തി ഒരാഴ്ച പിന്നിടുമ്പോഴാണ് നാട്ടിൽനിന്നുള്ള വിവരമനുസരിച്ച് ഈ യുവതിയുമായി ഞാൻ സംസാരിച്ചത്. കാര്യങ്ങളൊക്കെ പറയുന്നതിനിടെ അബൂക്കക്ക് ഫോൺ കൈമാറി. അദ്ദേഹത്തോട് ഇതിനകം എന്തെന്നില്ലാത്ത മതിപ്പ് തോന്നിയിരുന്നതുകൊണ്ട് നല്ല വാക്കുകൾ പറഞ്ഞ് സംസാരം തുടങ്ങി. "അതിന്റെയൊന്നും ആവശ്യമില്ലാ സാറേ, പടച്ചവനാണ് നന്ദി പറയേണ്ടത്. എനിക്കും രണ്ടു പെൺമക്കളാണ്. ഈ കൊച്ചുങ്ങളെ കണ്ടപ്പോൾ ഞാൻ എന്റെ മക്കളെയോർത്തു. ഗതിയുണ്ടായിട്ടൊന്നുമല്ല പക്ഷേ ഈ കൊച്ചുങ്ങൾക്ക് ഒരു കുഴപ്പവുമില്ലാതെ കിടക്കാൻ സൗകര്യമുണ്ടാക്കി.

ഇതുവരെയും അവർക്കാവശ്യമുള്ള ഭക്ഷണത്തിന് മുട്ടുവരാതെ നോക്കി. പക്ഷേ ഇനിയങ്ങോട്ട് എങ്ങനെയാണെന്ന് എനിക്കും നിശ്ചയമില്ല. പഴയതുപോലെ കച്ചവടമൊന്നുമില്ല, അന്നന്ന് കിട്ടുന്നത്കൊണ്ടോ കാര്യങ്ങളൊക്കെ നടന്നുപോകുന്നത്.

അദ്ദേഹം വല്ലാത്ത നിസ്സഹായാവസ്ഥയിലാണെന്ന് വാക്കുകളിലുണ്ടായിരുന്നു. അതിനൊക്കെ വഴിയുണ്ടാക്കാമെന്ന് ഉറപ്പുകൊടുത്ത്, എന്തുണ്ടെങ്കിലും വിളിക്കണമെന്ന് ചട്ടംകെട്ടി ഫോൺവെച്ചു.

അവർക്ക് വേണ്ട ഭക്ഷണത്തിന് സൗകര്യമൊരുക്കി. നാട്ടിൽ പോകുന്നതിന് വേണ്ട നടപടിക്രമങ്ങൾ പൂർത്തിയാക്കാൻ ഇന്ത്യൻ കോൺസുലേറ്റിൽ ബന്ധപ്പെട്ടു ഏർപ്പാടുണ്ടാക്കി.

ഏതാണ്ട് ഒരു മാസത്തിനുള്ളിൽ ആ യുവതികൾക്ക് നാട്ടിലെത്താനായി.

അതുവരെയുള്ള താമസക്കാര്യം കോൺസുലേറ്റിന്റെ ഇടപെടലിൽ ലഭിക്കുകയും ചെയ്തു.

കോവിഡിന്റെ വ്യാപനത്തെ തുടർന്ന് നിരവധി വിഷയങ്ങളിൽ വ്യാപൃതനാവേണ്ടിവന്നതിനാൽ അബൂക്കയെ ശരിക്കും മറന്നുപോയി എന്നതാണ് വാസ്തവം.

അബൂക്കയെ കുറിച്ചാണ്, അദ്ദേഹം ശരാശരി പ്രവാസി മലയാളിയുടെ പ്രതിനിധിയാണ് എന്നതിനാൽ അദ്ദേഹത്തെക്കുറിച്ച് തന്നെയാണ് പറഞ്ഞ് മുഴുമിപ്പിക്കേണ്ടത്. അതാണ് ഈ രണ്ടാം ഭാഗം. 2020 ഓഗസ്ത് മാസത്തിൽ, അതായത് യുവതികളും അബൂക്കയുമായുള്ള കണ്ടുമുട്ടലും സഹായിക്കലുമൊക്കെ കഴിഞ്ഞ് മാസങ്ങൾക്ക് ശേഷം എന്റെ മൊബൈലിൽ നാട്ടിലെ നമ്പറിൽനിന്ന് ഒരു വോയ്സ് മെസേജ് വന്നുകിടന്നു. അപരിചിതമായ നമ്പർ. അത് അബൂക്കയായിരുന്നു.

“സാർ, എന്നെ ഓർമ്മയുണ്ടോ? അബൂക്കയാണ്. അന്ന് മുറാഖാബാദിൽ ആ പെൺകുട്ടികൾക്ക് മുറിയൊക്കെ എടുത്തുകൊടുത്തില്ലേ, ആ ആളാ... ഞാനിപ്പോൾ നാട്ടിലുണ്ട്. ഇതാണ് എന്റെ നമ്പർ. തിരക്കൊഴിയുമ്പോൾ സാറൊന്ന് വിളിക്കാമോ?

മൂല്യച്യുതിയും ദയാരാഹിത്യവും നിറഞ്ഞ കഥകൾ നിത്യവും വായിക്കുകയും അത് അവതരിപ്പിക്കുകയും ചെയ്യുന്ന ഒരു മാധ്യമപ്രവർത്തകന്റെ മുന്നിൽ സ്നേഹവും കാരുണ്യവും ആത്മാർത്ഥതയും നഷ്ടപ്പെട്ടിട്ടില്ലെന്നും അത് അപരിചിതരോടും ആവാമെന്നും അതാണ് ജീവിതത്തിന്റെ സമൃദ്ധിയെന്നും പറയാതെ പറഞ്ഞ മനുഷ്യനെ ഓർമ്മയു

ണ്ടായെന്നോ, അതെന്തൊരു ചോദ്യമാണ് അബൂക്കായെന്ന് ആത്മഗതം പറഞ്ഞ് ആ നമ്പരിലേക്ക് തിരിച്ചുവിളിച്ചു.

"ഒത്തിരി സന്തോഷം സർ, തിരിച്ചു വിളിച്ചല്ലോ, ഞാനിപ്പോൾ പാലക്കാടാണുള്ളത്. അവിടെയാണ് വീട്. എനിക്കൊരു സഹായം വേണം. എനിക്കൊരു 3,000 രൂപ വേണം. കടമായിട്ട് മതി. ഞാൻ അവിടെ വന്നിട്ട് സാറിന് തിരികെ തരാം."

സത്യത്തിൽ ഒരുനിമിഷം സ്തബ്ധനായി നിന്നുപോയി. എന്ത് പ്രക്ഷുബ്ധതയാണ് അദ്ദേഹത്തിന്റെ ജീവിതത്തിൽ സംഭവിച്ചത്.

"സാർ, മൂത്തമകൾക്ക് സോറിയാസിസിന്റെ അസുഖമാണ്. ഒരു ഡോക്ടറെ കാണാൻ ഭാര്യ അപ്പോയ്ൻമെന്റ് എടുത്തുവച്ചു. ഇപ്പോഴത്തെ സാഹചര്യത്തിൽ ഓട്ടോയിലേ പോകാൻ പറ്റൂ, അതിനൊരു 2000 രൂപയെങ്കിലും വേണം, പിന്നെ ഡോക്ടറുടെ ഫീസും മരുന്നും ഒക്കെയായി ഒരു മൂവായിരം രൂപ ആവും. കൈയിലുണ്ടായിരുന്ന കാശൊക്കെ തീർന്നു. പെട്ടെന്നോർത്തപ്പോൾ സാറിനെ ഓർമ്മ വന്നു. ഞാൻ തിരികെ വന്ന് കടംവീട്ടിക്കൊള്ളാം."

പ്രക്ഷുബ്ധതയെക്കുറിച്ചോർത്ത് നിശ്ശബ്ദനായിരുന്നപ്പോൾ കാര്യകാരണം വിശദീകരിക്കുകായിരുന്നു അദ്ദേഹം.

ഒരു ശ്വാസംമുട്ടലനുഭവപ്പെട്ടു. എല്ലാമെല്ലാം മരവിച്ച നിശ്ശബ്ദത.

"സാറെന്താണ് വിചാരിക്കുന്നതെന്ന് എനിക്കറിയാം, ഇവിടെ ആരോടും ചോദിക്കാൻ കഴിയില്ല. ഇല്ലായ്മയൊന്നും ഇവിടെ ആർക്കും മനസ്സിലാവില്ല. മാത്രമല്ല അത് ശരിയാവില്ല..."

"ഇല്ല, അതൊന്നും വേണ്ട, പണം ഞാനയക്കാം. അക്കൗണ്ട് നമ്പർ അയക്കൂ..."

ഞാൻ ഇടയ്ക്കു കയറിപ്പറഞ്ഞു.

പണമയച്ചു.

പിറ്റേന്ന് ആശുപത്രിയിൽ പോയി മടങ്ങിവന്നശേഷം വൈകുന്നേരം അദ്ദേഹത്തിന്റെ മെസ്സേജുണ്ടായിരുന്നു.

"ഡോക്ടറെ കണ്ടു, മരുന്നിന് പണം തികഞ്ഞില്ല. 200 രൂപയുടെ കുറവുണ്ടായിരുന്നു. അത് പിന്നീട് വാങ്ങാമെന്ന് കരുതി തിരികെ പോന്നു. സാർ സത്യം പറയാമല്ലോ, ഓണമിങ്ങെത്തി, കൈയിൽ ഒരു പൈസയുമില്ല. പച്ചക്കറി വാങ്ങാൻപോലും നിവൃത്തിയില്ല. ഇതൊന്നും നാട്ടുകാരോടോ വീട്ടുകാരോടോ പറയാൻ കഴിയില്ല. അഭിമാനത്തേക്കാൾ വലുതല്ലല്ലോ സാർ പട്ടിണി."

മുറാഖാബാദിലെ പീടികത്തിണ്ണയിൽ വിഷണ്ണയായിരുന്ന രണ്ട് യുവതികൾക്ക് മുന്നിൽ ദൈവമായി പ്രത്യക്ഷപ്പെടുകയും ജീവിതമാണ് നമ്മുടെ ഒരേയൊരഭയം എന്ന് പറയുകയും മറുവശത്ത് ഇല്ലായ്മയിൽ നീറിപ്പുകഞ്ഞ് പൊട്ടിക്കരയുകയും ചെയ്യുന്ന അബൂക്കയുടെ ജീവിതം വളരെ സങ്കീർണ്ണമായി തോന്നി.

ഫ്രണ്ട്സ് ലിസ്റ്റിൽ പാലക്കാട്ടുള്ള അജിത്തിന്റെ നമ്പറെടുത്ത് അദ്ദേഹവുമായി ബന്ധപ്പെട്ടു. പഴയൊരു അസോസിയേഷൻ ഭാരവാഹിയായിരുന്നു അജിത്. പ്രവാസം മതിയാക്കി ഇപ്പോൾ നാട്ടിലാണ്. അജിത്തിനോട് അബൂക്കയെക്കുറിച്ച് പറഞ്ഞു. പറഞ്ഞുവന്നപ്പോൾ അജിത് താമസിക്കുന്നയിടത്തുനിന്ന് നാലഞ്ചു കിലോമീറ്റർ ദൂരമേയുള്ളൂ അബൂക്കയുടെ വീട്ടിലെത്താൻ. അബൂക്കയെ ചെന്ന് കാണാമെന്ന് അജിത്ത് സമ്മതിച്ചു. പോകുമ്പോൾ അരിയും കുറച്ച് വീട്ടുസാധനങ്ങളും വാങ്ങാമെന്നും. വീട്ടുകാരുപോലുമറിയാതെ വേണം സാധനങ്ങൾ കൈമാറാനെന്ന് പ്രത്യേകം പറഞ്ഞുറപ്പിച്ചു.

അന്ന് വൈകുന്നേരം അജിത് അബൂക്കയെ കാണാൻ പോയി. കണ്ടു സംസാരിച്ചു, സാധനങ്ങൾ കൈമാറി.

അബൂക്കക്ക് മനസ്സു നിറഞ്ഞു. അജിത്തിനും ഒരു നല്ല കാര്യം ചെയ്തതിന്റെ സംതൃപ്തി. അബൂക്കയുടെ വീട്ടിൽ പോയി മടങ്ങിയെത്തിയ അജിത്ത് പറഞ്ഞ കാര്യങ്ങളിവയായിരുന്നു.

സാമാന്യം നല്ലൊരു കോൺക്രീറ്റ് കെട്ടിടമാണ് അദ്ദേഹത്തിന്റേത്. പെയിന്റിന്റെ നിറം മങ്ങിയെന്നതൊഴിച്ചാൽ മറ്റു കേടുപാടുകളൊന്നുമില്ല. മക്കളുടെ കൈയിലൊക്കെ സ്മാർട്ട് ഫോണുകളുണ്ട്. പ്രശ്നം എവിടെയാണ് സംഭവിച്ചതെന്ന് ചോദിച്ചാൽ തനിക്ക് ജോലി നഷ്ടപ്പെട്ട വിവരമോ വരുമാനം നിലച്ച വിവരമോ അബൂക്ക കുടുംബത്തെ അറിയിച്ചിട്ടില്ല. കയ്യിലുണ്ടായിരുന്ന നീക്കിയിരിപ്പെല്ലാം തീർന്നു. മാസാമാസം ഒരു നല്ല സംഖ്യ അയച്ചിരുന്നത് അതുപോലെ ഭാര്യയും മക്കളും ചെലവാക്കി. അത്യാവശ്യം ആഡംബരമായിത്തന്നെ ജീവിച്ചു. ഒടുവിൽ നിൽക്കക്കള്ളിയില്ലാതെ നാട്ടിലേക്ക് വരേണ്ടിവന്നപ്പോൾ അബൂക്കയുടെ കൈയിൽ ഒന്നുമില്ലാതായി. അഭിമാനമോർത്ത് സുഹൃത്തുക്കളോട് പോലും ഒന്നും പറയാൻ കഴിയില്ല. തല്ക്കാലം ഒന്ന് തിരിച്ചും മറിച്ചും നിന്നിട്ട് വേഗം ഗൾഫിലേക്ക് തന്നെ മടങ്ങിപ്പോകണമെന്നാണ് അദ്ദേഹത്തിന്റെ തീരുമാനം...

ഒരു പഴയ കവിത ഓർമ്മ വരുന്നു. സ്വപ്നത്തിനകത്ത് ജീവിച്ചിരിക്കുമ്പോൾ ഞാൻ ഭൂമിയിൽ മരിച്ചിരിക്കുന്നു. ഭൂമിയിൽ ജീവിച്ചിരിക്കു

മ്പോൾ ഞാൻ അകമേ മരിച്ചിരിക്കുകയാണോ?

1991ലാണ് കൊച്ചുബാവ 'ഇറച്ചി' എന്ന കഥ എഴുതുന്നത്. അതിന്റെ ആദ്യഭാഗത്താണ് യന്ത്രവൽകൃത നഗരത്തിൽ ജീവിച്ച പ്രവാസി പറയുന്നത്.

നാട്ടിലുള്ളവർ രസിച്ചു ജീവിച്ചു ഞാനോ നാൾക്കുനാൾ വട്ടപ്പൂജ്യമായി.

പ്രഷർ, ഹൃദ്രോഗം തുടങ്ങി നല്ല പേരുകളുള്ള രോഗങ്ങൾ മാത്രം ബാക്കിയായി.

അബൂക്ക ഇപ്പോഴും പ്രവാസിയാണ്....

ഗൾഫ് കുടിയേറ്റത്തിന്റെ ആദ്യനാളുകൾ പ്രണയത്തിന്റെയും വിരഹത്തിന്റെയുമായിരുന്നു. കുടുംബത്തെ കൂടെകൂട്ടുന്ന പതിവ് ആദ്യകാല മലയാളി പ്രവാസത്തിലുണ്ടായിരുന്നില്ല.

കടലിനക്കരെയുമിക്കരെയും കഴിയുന്ന കാമുകീകാമുകന്മാരുടെ/ദമ്പതികളുടെ സങ്കടങ്ങൾ

ഉമ്മയെയും ഉപ്പയെയും കാണാനായി കൊതിച്ച മക്കളുടെ സങ്കടം

കത്തുപാട്ടുകൾ

ഒരു കാലഘട്ടത്തിന്റെ വിരഹാർദ്ര മുദ്രകൾ

ബിരിയാണി - ഒരു പ്രവാസവായന

സന്തോഷ് ഏച്ചിക്കാനത്തിന്റെ ചെറുകഥ 'ബിരിയാണി' കേരളത്തിലെ പൊതുസമൂഹം പല നിലക്ക് ചർച്ച ചെയ്തതാണ്. ചിലർ ആ കഥയിൽ വിശപ്പും ദാരിദ്ര്യവും ഇല്ലായ്മയും കണ്ടപ്പോൾ വേറെ ചിലർ കഥയിൽ ജാതിയും മതവും കണ്ടു. ഒരു സമുദായത്തെ അടച്ചാക്ഷേപിക്കാൻ കരുതിക്കൂട്ടി എഴുതിയ കഥയാണതെന്നുവരെ ആക്ഷേപം ചൊരിഞ്ഞു. അതുകൊണ്ടുണ്ടായ ഗുണമെന്താണെന്നുവച്ചാൽ ഒരിടവേളക്ക്ശേഷം മലയാളത്തിൽ ഒരു ചെറുകഥ വ്യാപക വായനക്ക് കാരണമായി. കാലഘട്ടത്തിന്റെ കഥയായി ഭൂരിപക്ഷം വിലയിരുത്തി.

ഗോപാൽയാദവ് എന്ന ബീഹാറുകാരന്റെ ജീവിതമാണ് ബിരിയാണിയിലെ കഥാതന്തു. ഗോപാൽ യാദവ് ഒരു പ്രവാസിയാണ്. കേരളമെന്ന ഗൾഫിൽ തൊഴിൽ തേടിയെത്തിയ ബീഹാറുകാരൻ പ്രവാസി. പതിനഞ്ചുകൊല്ലം മുമ്പാണ് ഗോപാൽ യാദവ് കേരളത്തിലെത്തുന്നത്. അതിനുമുൻപ് അയാൾ ഒരു കൽക്കരിഖനിയിലെ കൂലിവേലക്കാരനായിരുന്നു.

'ബിരിയാണി'യെക്കുറിച്ചുള്ള പല വായനകൾ നടന്നുവെന്ന് നേരത്തെ പറഞ്ഞല്ലോ. എന്നാൽ ഇങ്ങനെ ഒരു പ്രവാസിവായന ഉണ്ടായിട്ടില്ല. അതുകൊണ്ടുതന്നെ ഈ ലേഖനത്തിൽ ഇതുവരെ പറഞ്ഞ പല ഘടകങ്ങളെയും കൂട്ടിവിളക്കിക്കൊണ്ടുള്ള ഒരു പ്രവാസിവായനക്കാണ് ശ്രമിക്കുന്നത്.

നമുക്ക് ഗോപാൽ യാദവിലേക്കും കഥയിലേക്കും വരാം. അദ്ദേഹം തൊഴിൽ തേടി കേരളത്തിലെത്തിയിട്ടുള്ള പരശതം പ്രവാസികളിലൊരാളാണ്. ഈ പരശതം എന്നൊക്കെയുള്ളത് എഴുത്തളവാണ്. കൃത്യമല്ലെങ്കിലും ഒരു ഏകദേശഫിഗറെങ്കിലും പറഞ്ഞാലേ കാര്യങ്ങൾ തലയിൽ കയറൂ. 2017-18ൽ സർക്കാർ കണക്കനുസരിച്ച് കെട്ടിട നിർമ്മാണമേഖലയിൽ 17.5 ലക്ഷംപേർ, ഉല്പന്ന നിർമ്മാണമേഖലയിൽ 6.3 ലക്ഷം, കൃഷി അനുബന്ധ പ്രവൃത്തികളിൽ 3 ലക്ഷം, ഹോട്ടലുകളിലും റസ്റ്റോറന്റുകളിലും 1.7 ലക്ഷം, മൊത്തവിതരണമേഖലയിലും ചില വിൽപനമേഖലയിലും ഒരു ലക്ഷം, മറ്റു എലിമെന്ററി സർവ്വീസുകളിൽ 1.6 ലക്ഷം, മൈനിങ്, ക്വാറിയിങ്, ആരോഗ്യം, വിദ്യാഭ്യാസം തുടങ്ങിയവയിൽ

ഏതാണ്ട് 10,000 പേർ.

സ്റ്റേറ്റ് പ്ലാനിങ് ബോർഡ് ഇവാലുവേഷൻ ഡിവിഷൻ 2017–18ൽ നടത്തിയ സർവ്വേയിൽ കേരളത്തിലാകെയുള്ള കുടിയേറ്റ തൊഴിലാളികൾ 31.8 ലക്ഷമാണ്.

കോവിഡുകാലത്ത് നിരവധി തൊഴിലാളികൾ അവരവരുടെ നാടുകളിൽ പോയെങ്കിലും ലോക്ഡൗൺ മാറിയതോടെ ഭൂരിഭാഗം പേരും തിരിച്ചുവന്നു.

ഉയർന്ന വേതനവും ഗുണനിലവാരമുള്ള ജീവിതസാഹചര്യവും കേരളത്തിൽ കിട്ടുന്നതിനാൽ കോവിഡാനന്തര കാലത്ത് കൂടുതൽ തൊഴിലാളികൾ കേരളത്തിലേക്ക് എത്താനാണ് സാധ്യതയെന്നും ഈ പഠനത്തിലുണ്ട്. 2025 ആകുമ്പോൾ 45.7 ലക്ഷത്തിനും 47.9 ലക്ഷത്തിനും ഇടയിലും 2030 ആകുമ്പോൾ 55.9 ലക്ഷത്തിനും 59.7 ലക്ഷത്തിനും ഇടയിൽ കുടിയേറ്റ തൊഴിലാളികൾ സംസ്ഥാനത്തുണ്ടാകുമെന്നാണ് പഠനം. കൃത്യമായ കണക്കല്ലെങ്കിലും നെറ്റിചുളിയുന്ന ഈ കണക്കുകളല്ലേ പരശതം എന്ന പുകമറ സൃഷ്ടിക്കുന്നതിലും നല്ലത്.

അതായത് കേരളത്തിലെത്തിയ ഏതാണ്ട് കാൽ കോടിയോളം വരുന്ന പ്രവാസികളിൽ ഒരാളാണ് ഗോപാൽ യാദവ്.

“കതിരേശനോടൊപ്പം ഗോപാൽ യാദവ് ചെർക്കളേന്ന് കയറിയിട്ടേയുള്ളൂ. കൂടെ മൂന്ന് ബംഗാളി പയ്യൻമാരും. കത്തിച്ചുവിട്ടാലും ബസ് പൊയിനാച്ചിയിലെത്താൻ മിനിമം പത്തിരുപത് മിനുട്ടെങ്കിലും എടുക്കും.

അതുവരെ നമുക്ക് കലന്തൻ ഹാജിയെപ്പറ്റി സംസാരിക്കാം.

ഇങ്ങനെയാണ് ബിരിയാണിയുടെ ആഖ്യാനം തുടങ്ങുന്നത്. ബിരിയാണിയുടെ പ്രവാസവായനയിൽ കലന്തൻ ഹാജിയെക്കുറിച്ച് വിശദമായിത്തന്നെ സംസാരിക്കേണ്ടിയിരിക്കുന്നു. പണ്ടു തളങ്കരയിൽനിന്ന് ദുബായ് വരെ ഉരു ഓടിച്ചുപോയ പാർട്ടിയാണ്. കഴിഞ്ഞ ജനുവരിയിൽ എൺപത്തിയാറായി. ജീവിച്ചിരിക്കുന്ന നാലു ഭാര്യമാരിൽ കുഞ്ഞീബിയെ മറന്നുപോയി എന്നല്ലാതെ ഹാജിയുടെ ഓർമ്മശക്തിക്ക് വേറെ ഒരു കുഴപ്പോമില്ല. കലന്തന് നാലല്ല നാല്പത് ഭാര്യമാരെ പോറ്റാനുള്ള കഴിവുണ്ടെന്ന് നാട്ടുകാർക്കറിയാം.

(നാട്ടുകാർക്കറിയാം?)

കലന്തൻഹാജിയുടെ കാര്യത്തിൽ നാട്ടുകാരുടെ അറിവിനൊരു കുഴപ്പവുമില്ലെന്ന് കഥാകൃത്ത് കൃത്യമായി വിവരിക്കുന്നു. കാരണം ഹാജിക്കാന് ആമിനയിൽ ഉണ്ടായ മകൾ റൂബിയ. റൂബിയയുടെ മകൻ റിസ്വാൻ. അമേരിക്കയിൽ കാർഡിയാക്ക് സർജനാണ്. അവന്റെ നിക്കാഹ് കഴിഞ്ഞയാഴ്ച ബാംഗ്ലൂരിൽ വച്ചായിരുന്നു.

ഒരു സൽക്കാരമെങ്കിലും നടത്തി നാട്ടുകാർക്കിത്തിരി ബിരിയാണി കൊടുക്കണമെന്ന് ബല്ലുപ്പാപ്പക്ക് ഒരു പൂതി. എൺപത്താറായില്ലേ, ഇനി ആ ഹാജത്ത് നടക്കാതെ മൂപ്പര് മയ്യത്തായാൽ പിന്നെ അത് മനസ്സി ലെന്നും ഒരു ബേജാറായി കിടക്കുമെന്ന് ഉമ്മ പറഞ്ഞതുകൊണ്ട് റിസ്‌വാൻ സമ്മതിച്ചു. ഇന്ന് വൈകുന്നേരം ആറിനും ഒൻപതിനും ഇട യിലാണ് റിസപ്ഷൻ.

കലന്തൻ ഹാജി ആളൊരു പ്രമാണിയാണെന്ന കാര്യത്തിൽ നാട്ടു കാർക്കല്ല നമ്മൾ വായനക്കാർക്കും ഇനി തർക്കമില്ല. അതുകൊണ്ട് തന്നെ കലന്തൻ ഹാജിയുടെ സൽക്കാരം പൊടിപൊടിക്കുകയും ചെയ്യും. ആഡംബര വിരുന്നാണൊരുക്കിയിട്ടുള്ളത്. ഹൈദരാബാദിൽനിന്നും അബുദാബിയിൽ നിന്നുമൊക്കെ ആളെ കൊണ്ടുവന്നിട്ടാണ് ബിരിയാ ണിയും കുഴിമന്തിയുമൊക്കെ ഉണ്ടാക്കിയതെന്ന് ഹസൈനാർച്ച എന്ന കഥാപാത്രം പറയുന്നുണ്ട്.

“ഈദ് ഈടത്തെ ലോക്കല് ഇച്ചാമ്മാരെ മംഗലത്തിന് കിട്ടുന്ന ചല്ല്പുല്ല് ബിരിയാണിയല്ല. ഒന്നാംതരം ബസ്മതി അരീന്റെ ബിരിയാ ണിയാ. പഞ്ചാബ്ന്ന് ഒരു ലോഡ് അങ്ങനെതന്നെ ഇറക്കി.”

അതിൻപ്രകാരം ഉഗ്രനൊരു ആഡംബര വിരുന്നിന് ശേഷം അവശേ ഷിക്കുന്ന ബിരിയാണിയുടെ അവശിഷ്ടങ്ങൾ കുഴിച്ചുമൂടാനുള്ള കുഴി യെടുക്കാനാണ് ഗോപാൽ യാദവ് ഹാജിയുടെ പുരയിടത്തിലെത്തിയ ത്. ഗോപാൽ യാദവിനെ പണിക്ക് വിളിക്കുമ്പോൾ ഇടനിലക്കാരൻ പറയുന്നതിങ്ങനെയാണ്.

‘ഇരുന്നൂറ്റമ്പതുർപ്യ തരും. റെഡിയാണോ? ഗോപാൽ യാദവിന്റെ മുഖത്തുപോലും നോക്കാതെ ഹസൈനാർച്ച പറഞ്ഞു.

“സാബ്... മുന്നൂറ്റമ്പത് കൊടുക്ക് സാബ്...”

“എടോ മലയാളിക്ക് 600, തമിഴന് 500, ബംഗാളിക്ക് 350, ബീഹാ റിക്ക് 250 അതാണ് ഈടത്തെ ഒരു റേറ്റ്. നാലഞ്ചു മണിക്കൂറിന്റെ പണി യേയുള്ളൂ. മണിക്കൂറിന് അമ്പതില് ജാസ്തി തരാൻ ഞമ്മളെക്കൊണ്ടാ വേല... പറ്റ്യോ... ഇല്ല്യോ? അദ്പറ...”

കലന്തൻ ഹാജിയുടെ പുരയിടത്തിൽ എത്തിയപ്പോൾ വന്ന ബസ്മതി അരിയുടെ മണം യാദവിനെ ഓർമ്മകളിലേക്ക് സഞ്ചരിക്കാൻ പ്രേരിപ്പി ച്ചു. ഗോപാൽ യാദവിന്റെ ഭാര്യ മാതംഗി, ലാൽ മാത്തിയിൽ ഷുക്കൂർ മിയയുടെ കടയിൽ വച്ചാണ് യാദവിനെ ആദ്യമായി ബസ്മതി അരി കാണിച്ചുകൊടുക്കുന്നത്. അവൾക്കന്ന് ആറാംമാസമായിരുന്നു. തങ്ങളെ പ്പോലുള്ളവർക്ക് അപ്രാപ്യമായ ബസ്മതിയുടെ വെറും അൻപതുഗ്രാം തൂക്കിവാങ്ങിയതും അതിന്റെ ഗന്ധം ആസ്വദിച്ചും വായിലിട്ട് ചവച്ചും

രസിച്ചും അവൾ നടന്നതും അയാൾ ഓർമ്മിച്ചു.

ഒടുവിൽ കലന്തൻ ഹാജിയുടെ കൊച്ചുമകൻ സിനാന്റെ നിർദ്ദേശ പ്രകാരം ഒരാൾ പൊക്കവും ആഴവുമുള്ള കുഴിയിൽ ബാക്കിവന്ന ബസ്മതി അരിയുടെ ബിരിയാണി വെട്ടിമൂടുമ്പോൾ ഭക്ഷണമില്ലാതെ മരിച്ച സ്വന്തം മകളുടെ മൃതദേഹം മണ്ണിട്ടുമൂടുന്ന അനുഭവമാണയാൾക്ക്.

"ഗോപാൽ യാദവ് ഒരു കൈക്കോട്ട് മണ്ണ്കൂടി ബസ്മതിക്കുമേൽ കൊത്തിയിട്ടു. പിന്നെ കുറേ ശ്വാസം ഉള്ളിലേക്ക് വലിച്ചെടുത്തു."

വിശപ്പിന്റെ രാഷ്ട്രീയമാണ് സന്തോഷ് ഏച്ചിക്കാനം പറഞ്ഞത്. വിശപ്പടക്കാൻ പാടുപെടുന്ന ബീഹാറിലെയും ബംഗാളിലെയും അരികുവൽക്കരിക്കപ്പെട്ട മനുഷ്യരെക്കുറിച്ച്, അവരുടെ ദൈന്യകഥ. ഈ കഥയിൽ മലയാളിയായ പ്രമാണിയുടെ വീട്ടിൽ ബാക്കിവന്ന ബിരിയാണി കുഴിച്ചുമൂടാനാണ് ബീഹാറുകാരൻ പ്രവാസി വരുന്നത്.

കുടിയേറ്റത്തിന്റെ ആദ്യകാലങ്ങളിൽ മലയാളിയുടെ പ്രവാസത്തിന് ദാരിദ്ര്യം ഒരു ഘടകമായിരുന്നു. ഗോപാൽ യാദവിനെപ്പോലെ, ഭക്ഷണമില്ലാതെ മരിക്കേണ്ടിവന്ന മക്കളുടെ മൃതദേഹത്തിൽ മണ്ണിട്ടുമൂടിയ ഏതെങ്കിലും ഹതഭാഗ്യനായ മലയാളി പ്രവാസിയുണ്ടോയെന്ന് ആർക്കറിയാം. എന്നാൽ കഴിഞ്ഞ മൂന്നുനാല് ദശാബ്ദത്തിന്റെ മലയാളി പ്രവാസചരിത്രത്തിൽ ഇത്രമേൽ ദാരിദ്ര്യം പറയാനില്ല. നമ്മുടെ ആവശ്യങ്ങൾ വർദ്ധിച്ചുവന്നതോടെ പ്രവാസം ഒരു അനിവാര്യതയായി എന്നല്ലാതെ. പത്താംക്ലാസ് പാസായാലും ഇല്ലെങ്കിലും 18 തികയുമ്പോൾ നേരെ ഗൾഫിലേക്ക് പോന്നേക്ക് എന്ന ഉറപ്പ് ബന്ധുക്കളിൽനിന്ന് കിട്ടിയതോടെ പലർക്കും ഗൾഫ് ഗ്യാരന്റീഡ് ലൈഫ് സെറ്റിൽമെന്റ് പ്ലേസായി മാറി. കഫ്റ്റീരിയകളിലും റെസ്റ്റോറന്റുകളിലും ഇങ്ങനെ 'പയ്യൻമാർ'ക്ക് തൊഴിലായി. അതോടെ വീട്ടിൽ പ്രായമായ അച്ഛനുമമ്മയ്ക്കും ആരും തുണയില്ലാതായി. ഒരത്യാവശ്യ പണിക്ക് ആളെ കിട്ടാതായി. ആ വിടവിലേക്ക് ബംഗാളികളും ബീഹാറികളും വന്നെത്തി. ഇപ്പോഴത് കാൽക്കോടിക്ക് മേലെയായി.

ബിരിയാണി കഥയിലെ കലന്തൻ ഹാജി ഗൾഫിൽനിന്ന് സമ്പാദിച്ച പണംകൊണ്ടാണ് പ്രമാണിയായത്. ആ പ്രമാണിയുടെ വീട്ടിൽ കുഴിയെടുക്കാൻ വന്നയാളാണ് ഗോപാൽയാദവ്. ഗൾഫിൽ വന്ന് അറബിവീട്ടിൽ ഡ്രൈവറായും കുശിനിക്കാരനായും തോട്ടക്കാരനായും നിൽക്കുന്ന മലയാളിയുണ്ട്. അതല്ലെങ്കിൽ അറബിയുടെ കൃഷിത്തോട്ടത്തിൽ ആടിനെയും പശുവിനെയും പരിപാലിച്ചും പച്ചക്കറി കൃഷി നടത്തിയും ഈന്തപ്പഴം പറിച്ചുണക്കിയും മാസാമാസം ശമ്പളം വാങ്ങുന്ന മലയാളികളുണ്ട്. അത്തരം കഥകളിലൊന്നാണ് നജീബിന്റെ കഥ.

ഗോപാൽ യാദവിന്റെ കഥയേക്കാൾ ഭീകരമായിരുന്നു നജീബിന്റെ കഥ. അതുപക്ഷേ കെട്ടുകഥയായി പലർക്കും തോന്നി. കാരണം ബെന്യാമിൻ പറഞ്ഞതുപോലെ നമ്മളനുഭവിക്കാത്ത കഥകൾ നമുക്ക് കെട്ടുകഥയായേ തോന്നൂ. പ്രവാസത്തിന്റെ ദുര്യോഗമാണത്. "നിനക്കെന്ത് കുറവ്, നീയങ്ങ് ഗൾഫിലല്ലേ."

ആഡംബര സൽക്കാരം കഴിഞ്ഞ് ബാക്കിവന്ന ബിരിയാണി കുഴിച്ചു മൂടാൻ ആളെ അന്വേഷിച്ചു നടന്ന ഇടനിലക്കാരൻ ഗോപാൽ യാദവിനോട് വിലപേശുന്നത് നോക്കൂ.

മലയാളിക്ക് 600

തമിഴന് 500

ബംഗാളിക്ക് 350

ബീഹാറിക്ക് 250

ഇങ്ങനെയാണത്രേ റേറ്റ്. ആര് നിശ്ചയിച്ച റേറ്റ്? എന്തിന്റെ അടിസ്ഥാനത്തിൽ നിശ്ചയിച്ച റേറ്റ്? ചോദ്യം ചെയ്യാൻ ബീഹാറി തയ്യാറാവില്ല. ഗോപാൽ യാദവ് ആ പറഞ്ഞ തുകയ്ക്ക് കുഴിവെട്ടാൻ സമ്മതിച്ചു.

ഇടനിലക്കാരനായ മലയാളിക്കുമറിയാം, ഈ പണമൊക്കെ ഒഴുകിവന്ന ഗൾഫിൽ ഇതുപോലെ വിലപേശലിന് വിധേയനായി തൊഴിലടുക്കുന്നവനാണ് പ്രവാസി മലയാളി എന്ന്.

വെള്ളക്കാരനും ഇന്ത്യക്കാരനും ഒരേ പണി ചെയ്താലും

വെള്ളക്കാരന് 60,000

ഇന്ത്യക്കാരന് 6,000

അതിൽത്തന്നെ അമേരിക്കക്കാരൻ, ബ്രിട്ടീഷുകാരൻ, ആസ്ട്രേലിയക്കാരൻ, ഈജിപ്ഷ്യൻ, ലെബനി... ഇങ്ങനെ തരംതിരിച്ച് ഇന്ത്യക്കാരനിലെത്തുമ്പോൾ (അവരിൽതന്നെ തന്നെ ഭൂരിഭാഗവും മലയാളി) റേറ്റങ്ങ് താഴും.

ഗോപാൽ യാദവിനോട് ഇടനിലക്കാരൻ പറയുന്നുണ്ടല്ലോ

'ഇദാണ് ഈടത്തെ ഒരു റേറ്റ്. പറ്റോ... ഇല്ല്യോ...? അദ് പറ.'

മലയാളി പറയും 'പറ്റും'.

കലന്തൻ ഹാജിയുടെ പണിക്ക് കൊട്ടേഷനെടുത്ത ഇടനിലക്കാരൻ കുഴിവെട്ടിയതിൽനിന്നും നോക്കുകൂലിയായി ഒരു മുന്നൂറെങ്കിലും കൈവശപ്പെടുത്തിയിട്ടുണ്ടാകും, തീർച്ച.

ഗൾഫിൽ ലേബർ കോൺട്രാക്ടിങ് കമ്പനികൾ നടത്തി തൊഴിലാളികളെ ചൂഷണം ചെയ്തവരിൽ ഭൂരിഭാഗവും മലയാളികളാണ് എന്നതും പൊള്ളുന്ന യാഥാർത്ഥ്യമാണ്.

ഗോപാൽ യാദവിന് ബസ്മതി അരിയുടെ ബിരിയാണി വെട്ടിമൂടിയ

പ്പോൾ ഭക്ഷണമില്ലാതെ മരിച്ച സ്വന്തം മകളുടെ മൃതദേഹം മണ്ണിട്ടുമൂടുന്ന അനുഭവം ഉണ്ടാവുകയാണ്.

ഉള്ളവനും ഇല്ലാത്തവനും തമ്മിലുള്ള അന്തരത്തിന്റെ കഥ കൂടിയാണ് ബിരിയാണി. ലോകം അത്തരത്തിലൊരു അസമത്വത്തിലേക്ക് വളർന്നുകൊണ്ടേയിരിക്കുന്നുവെന്ന് കലന്തൻ ഹാജിയിലൂടെയും ഗോപാൽ യാദവിലൂടെയും നമ്മൾ വായിച്ച് അനുഭവിക്കുന്നു.

ഒരു നേരത്തെ അന്നത്തിന് ഗതിയില്ലാത്തവന് ഒരാൾപൊക്കത്തിലും ആഴത്തിലും ഉള്ള കുഴിയിൽ വിശിഷ്ടമായ ഭക്ഷണം കുഴിച്ചുമൂടേണ്ടി വരുന്നു. ആഡംബര വിരുന്നിന്റെ ബാക്കിപത്രം.

ഗൾഫിൽ ഫൈവ്സ്റ്റാർ, സെവൻസ്റ്റാർ ഹോട്ടലുകളിൽ ഹൗസ്കീപ്പിങ്ങ് ജോലി ചെയ്യുന്നവരിൽ കൂടുതലും മലയാളികളും ഫിലിപ്പീനികളും ആഫ്രിക്കക്കാരുമാണ്. ദുബായിൽ അത്തരമൊരു സെവൻസ്റ്റാർ ഹോട്ടലിൽ ഹൗസ് കീപ്പിങ്ങ് അസിസ്റ്റന്റായ ചെറുപ്പക്കാരൻ ഒരിക്കൽ പറഞ്ഞതോർക്കുന്നു. നാലായിരം ദിർഹവും എണ്ണായിരം ദിർഹവുമൊക്കെയാണ് ഒരുദിവസത്തെ റൂം റെന്റ്. അങ്ങിനെയെങ്കിൽ എന്റെ ഭാര്യയെയും കൊച്ചിനെയും കൊണ്ട് ഇതുപോലൊരു റൂമിൽ താമസിക്കാൻ പറ്റുമോ?

മോഹങ്ങൾ
സ്വപ്നങ്ങൾ
ദൈന്യതകൾ
ഓരോന്നും ഓരോ തരത്തിൽ...
അന്നകരിനീനയിൽ ലിയോ ടോൾസ്റ്റോയി എഴുതുന്നുണ്ട്.

സന്തുഷ്ടഭവനങ്ങളെല്ലാം
സന്തോഷിക്കുന്നത് ഒരേ മട്ടിലാണ്
എന്നാൽ ദുഃഖിക്കുന്ന ഭവനങ്ങൾ
ഓരോന്നും അവരവരുടെ രീതിയിൽ ദുഃഖിക്കുന്നു.

മനുഷ്യജീവിതത്തിലെ സുഖദുഃഖങ്ങളെ സംബന്ധിക്കുന്ന നിത്യസത്യം.

ഹൗസ്കീപ്പിങ്ങ് തൊഴിലാളിക്ക് തന്റെ സ്വപ്നം യാഥാർത്ഥ്യമാക്കാൻ പരിശ്രമിച്ചാൽ മതി. അത് നടത്താവുന്നതേയുള്ളൂ. ഗൾഫ് പ്രവാസം നൽകുന്ന സാധ്യതയാണത്. പക്ഷേ ഗോപാൽ യാദവിനെപ്പോലൊരാൾക്ക് നഷ്ടപ്പെട്ടത് തിരികെ കിട്ടില്ല. ദാരിദ്ര്യത്തിന്റെ അപരിഹാര്യമായ ദുരന്തമാണ് മരണം. അതാണ് ഗോപാൽ യാദവിന്റെ മകൾ ബസ്മതിക്ക് സംഭവിച്ചത്.

അതുപോലെ ഇന്നും എത്രയോ ഗോപാൽ യാദവുമാർ നമ്മുടെ ഇന്ത്യ

യിലെ വിവിധ സംസ്ഥാനങ്ങളിലുണ്ട്. ഓരോരുത്തർക്കും ഓരോ ദുഃഖാനുഭവം. അതിന്റെ ആഴങ്ങളിലേക്ക് ഇറങ്ങിച്ചെല്ലാൻ മറ്റൊരാൾക്കും കഴിയില്ല. പക്ഷേ ഒന്നുറപ്പാണ്, ദാരിദ്ര്യത്തിന്റെ ഇരുൾകയത്തിൽനിന്ന് കരകയറാനാണ് കാൽക്കോടിയിലധികം കുടിയേറ്റ തൊഴിലാളികൾ കേരളത്തിലേക്ക് പെട്ടിയും കിടക്കയുമായി വന്നത്. ഗൾഫ് പ്രവാസം നൽകിയ സമ്പത്തിന്റെ പിൻബലത്തിൽ ഒരിടത്ത് തൊഴിലാളിയായിരിക്കുമ്പോൾത്തന്നെ മറ്റൊരിടത്ത് മുതലാളിയായിരിക്കുന്നതിന്റെ 'സുഖം' ആസ്വദിച്ച മലയാളി ഈ കുടിയേറ്റ തൊഴിലാളികളെ അടിമകളായി കാണരുത്. അവരെ ചൂഷണം ചെയ്ത് കീശ വീർപ്പിക്കാൻ നോക്കുന്നത് മഹാപാതകമാണ്. കാരണം ഗോപാൽ യാദവിനെപ്പോലുള്ള പ്രവാസി തൊഴിലാളികൾക്ക് കൂലിയായി കൊടുക്കുന്ന പണം വരുന്നത് മറ്റൊരു പ്രവാസം വഴിയാണ്. അത് സുഖലോലുപതയുടെ പ്രവാസമാണെന്ന് തെറ്റിദ്ധരിക്കുന്നിടത്താണ് നമ്മൾ ധൂർത്തന്മാരും മനുഷ്യത്വമില്ലാത്തവരുമായി മാറുന്നത്.

വി. മുസഫർ അഹമ്മദിന്റെ ചെന്നായടക്കം എന്ന കഥയിൽ മലയാളിയുടെ ഗൾഫ് പ്രവാസത്തിന്റെ അധികമാരും പരിചയിക്കാത്ത ഒരു കാഴ്ച അവതരിപ്പിക്കുന്നുണ്ട്. ചെന്നായക്കൂട്ടത്തെ തുരത്താൻ വേണ്ടി ഒരു ചെന്നായയെ കൊന്ന് കെട്ടിത്തൂക്കുന്ന രീതി ചില മരുഭൂപ്രദേശങ്ങളിലുണ്ട്. അതിന്റെ പശ്ചാത്തലത്തിൽ എഴുതിയ കഥയിൽ മനുഷ്യന്റെ ക്ലേശകരമായ അവസ്ഥയാണ് കാണിക്കുന്നത്. അതായത് ചെന്നായക്കൂട്ടത്തെ തുരത്തുകയെന്നതാണ് അവന്റെ തൊഴിൽ. അതിന് ഒരു ചെന്നായയെ കൊന്ന് കെട്ടിത്തൂക്കി അതിന് കാവലിരിക്കണം. അവിടെയിരുന്ന് തന്നെയാണ് അവൻ ഭക്ഷണം കഴിക്കുന്നത്. അതിന് കിട്ടുന്ന കൂലിയാണ് ഡ്രാഫ്റ്റായും ബാങ്ക് ട്രാൻസ്ഫറായും അവന്റെ കുടുംബത്തിലെത്തുന്നത്. പക്ഷേ, കിട്ടുന്നവർ അറിയാറില്ല. ഇങ്ങനെ പ്രവാസത്തിന്റെ ചരിത്രമെടുത്താൽ അടിത്തട്ടിൽ ജീവിച്ച പല മനുഷ്യരുടെയും കഥ നമുക്ക് അറിയില്ല. അങ്ങനെ എന്തെങ്കിലും കഥ ആരെങ്കിലും പറഞ്ഞാൽ പോലും പാവം ആടുജിവിതങ്ങൾ എന്ന് സാമാന്യവത്ക്കരിച്ച് പരിഹസിക്കും.

ആടുജീവിതത്തിനൊക്കെ മുമ്പ് അബുദാബിയിലുള്ള ഒരു എഴുത്തുകാരൻ കോയയുടെ ചെറിയ വസ്തുക്കൾ എന്നൊരു കഥയെഴുതിയതായി കുടിയേറ്റക്കാരന്റെ വീട് എന്ന കൃതിയിൽ മുസഫർ അഹമ്മദ് എഴുതിയിട്ടുണ്ട്. അറബിയിൽ എഴുതിയ കഥ. ഒരു ഓഫീസിൽ ഉയർന്ന പോസ്റ്റിൽ ജോലി ചെയ്യുന്ന അറബിയുടെ സഹായിയായി ജോലി ചെയ്യുന്ന മലയാളിയെക്കുറിച്ചാണ് കഥ. എഴുതിയത് ഒരു അറബിയാ

ണ്. കോയ അവധിക്ക് നാട്ടിൽ വരുന്നു. ലീവിന് ശേഷം തിരിച്ചുപോകുമ്പോൾ അയാളുടെ ഭാര്യ ഗർഭിണിയാണ്. കോയ ഗൾഫിലെത്തി മാസങ്ങൾ കഴിഞ്ഞപ്പോൾ ഭാര്യ പ്രസവിച്ചു.ആ കുഞ്ഞിന് അബുദാബിയിൽനിന്ന് വസ്ത്രങ്ങൾ വാങ്ങിക്കൊടുക്കണം എന്നയാൾ ആഗ്രഹിക്കുന്നു. കൈയിലാണെങ്കിൽ പണമില്ല. മുതലാളിയായ അറബിയുടെ സഹായത്താൽ അയാൾ ഡ്രസ് വാങ്ങി. ഇനി അത് അയക്കണമല്ലോ. പോസ്റ്റോഫീസ് വഴി അയക്കാൻ എട്ട് ദിർഹം വേണം. അതുമില്ല അയാളുടെ കൈയിൽ. പരിചയക്കാരോട് പലരോടും ചോദിച്ചു. ആർക്കും അയാളെ സഹായിക്കാൻ കഴിഞ്ഞില്ല. അവസാനം തന്റെ കുഞ്ഞിന് വാങ്ങിച്ച ഡ്രസ് അയക്കാൻ കഴിയാതെ തെരുവിലിരുന്ന് അയാൾ കരയുന്നു.

അതാണ് കഥാന്ത്യം.

മലയാളി വായിച്ചിട്ടില്ലാത്ത കഥയാണ്. വായിച്ചാലും മലയാളിക്കതിന്റെ ഉള്ള് കാണാൻ പറ്റില്ല. അറബി എഴുത്തുകാരൻ നോക്കിക്കണ്ട ഈ മലയാളി ജീവിതാനുഭവം നാട്ടിലിരിക്കുന്ന ഒരാളും സ്വീകരിക്കാനും പോകുന്നില്ല. അതിന്റെ കാരണം ഗൾഫിനെക്കുറിച്ചുള്ള പൊതുമാനദണ്ഡത്തിനകത്ത് ഇതൊന്നും ചേർന്നുനിൽക്കില്ല എന്നതുതന്നെ.

ഗോപാൽ യാദവിന്റെയും ഭാര്യ മാതംഗിയുടെയും മകൾ ബസ്മതിയുടെയും കണ്ണീർ നമ്മുടെയും കണ്ണീരായി മാറും. കാരണം ബീഹാറും ബംഗാളും നമുക്കറിയാം. ഒരിക്കലും കണ്ടിട്ടില്ലെങ്കിൽപ്പോലും അവിടങ്ങളിലെ ദാരിദ്ര്യത്തെക്കുറിച്ചറിയാം. അതുപോലെയല്ല ഗൾഫിനെക്കുറിച്ചുള്ള സങ്കല്പം. അത് പൊന്നുപൂക്കുന്ന ഇടമാണെന്ന വിശ്വാസം ഹനിക്കുന്ന ഒരുകഥയും നിൽക്കില്ല. ആടുജീവിതമൊക്കെ വല്ലപ്പോഴുമൊരിക്കൽ സംഭവിക്കുന്ന പ്രതിഭാസമാണെന്ന് മാത്രമേ അവർ വിശ്വസിക്കുകയുള്ളൂ. കാരണം ഗൾഫെന്ന പൊതുബോധം ഇപ്പോഴും അവസരങ്ങളുടെ പറുദീസയാണ്. പണമുണ്ടാക്കാൻ പറ്റിയ നാടാണ്. ലൈഫ് സെറ്റാക്കാനുള്ള ഒരു പിടിവള്ളിയാണ്.

'ബിരിയാണി'യിൽ സന്തോഷ് ഏച്ചിക്കാനം ഇങ്ങനെ എഴുതുന്നുണ്ടല്ലോ, അതുതന്നെയാണ് ഓരോ ഗൾഫ് പ്രവാസിയും സ്വയം പറഞ്ഞ് ആശ്വസിക്കുന്നത്.

"നമ്മൾ ഒരാളോട് നമ്മളുടെ വേവലാതികൾ പറയുമ്പോ കേൾക്കുന്നയാൾ അതേ തോതിലല്ലെങ്കിലും അങ്ങനെ ചില വേദനകളിലൂടെ ചെറുതായിട്ടൊന്ന് കടന്നുപോയിരിക്കുകയെങ്കിലും വേണം. അല്ലാത്തവരോട് നമ്മളത് പറയരുത്. പറഞ്ഞാൽ നമ്മൾ സ്വയം ഒരു കുറ്റവാളിയോ കോമാളിയോ ആയിത്തീരും.

ഞാനൊന്നു ചോദിക്കുന്നു
ഈ ലോകത്തിൽ എന്തിനു സമ്പാദി
ക്കുന്നു
ഒന്നുമില്ലെങ്കിലും
തമ്മിൽ കണ്ടുകൊണ്ട്
നമ്മൾ രണ്ടും ഒരേ പാത്രത്തിൽ
ഉണ്ണാമല്ലോ
ഒരു പായ് വിരിച്ചൊന്നിച്ചു-
റങ്ങാമല്ലോ...

അടിമകൾ ഉടമകൾ

ഗ്രീക്ക് ഇതിഹാസകാവ്യമായ ഒഡീസ്സിയിൽ ലോട്ടസ് തീനികളെക്കുറിച്ച് ആദികവി ഹോമർ പരാമർശിക്കുന്നുണ്ട്. അതിനെ ആധാരമാക്കിയാണ് ആൽഫ്രഡ് ലോഡ് ടെന്നിസൺ ലോട്ടസ് ഈറ്റേഴ്സ് എന്ന കവിത എഴുതുന്നത്. ഗ്രീക്ക് ഇതിഹാസ നായകൻ യൂളിസിസ് രാജ്യരക്ഷയ്ക്കായി വർഷങ്ങൾ നീണ്ട യുദ്ധം ചെയ്ത് സർവ്വതിലും വിജയിച്ച് ആമോദത്തോടെ തന്റെ സൈനികരുമായി കപ്പലിൽ തിരികെ നാട്ടിലേക്ക് വരുന്നതാണ് സന്ദർഭം. ദുർഘടം പിടിച്ചതായിരുന്നു ആ യാത്ര. വഴിയിൽ കാത്തിരുന്നതൊക്കെ വലിയ പ്രതിസന്ധിയും. എന്നാൽ അവയെയൊക്കെ ധീരമായി നേരിട്ട് യൂളിസിസും സംഘവും യാത്ര തുടർന്നു.

നാളുകൾ നീണ്ട യാത്രയ്ക്കൊടുവിൽ അവർ ഒരു പച്ചത്തുരുത്ത് കണ്ടു. ഭക്ഷണത്തിനും വിശ്രമത്തിനുമുള്ള ഇടത്താവളമായി കരുതി അവർ ആ തുരുത്തിലിറങ്ങി. ടെന്നിസൺ തന്റെ കവിത തുടങ്ങുന്നത് ഈ ഭാഗത്തിലൂടെയാണ്.

“Courage he said
And pointed toward the land
This mounting wave will role
Us shoreward soon”

യുദ്ധത്താലും കടൽയാത്രയ്ക്കിടയിലുണ്ടായ പ്രതിസന്ധികളാലും ക്ഷീണിതരായ തന്റെ ഭടന്മാരിൽ ആത്മവിശ്വാസം വർദ്ധിപ്പിക്കുവാനാണ് യൂളിസിസ് പറഞ്ഞത്.

ധീരരായിരിക്കൂ, നോക്കൂ നമ്മൾ കരയ്ക്കടുത്തിരിക്കുന്നു. ക്ഷീണവും തളർച്ചയും അകറ്റാൻ നമുക്കൊരിടം. ഭക്ഷണത്തിനും വിശ്രമത്തിനും ഒരിടം.

പക്ഷേ ആ ഇടം ഒരു കെണിയായിരുന്നു എന്ന് തിരിച്ചറിയാൻ അവർ വൈകിപ്പോയിരുന്നു.

വിശന്നുവലഞ്ഞ ഭടന്മാർ ആ തുരുത്തിൽ നിന്ന് കിട്ടിയ പഴങ്ങളെല്ലാം ഭക്ഷിച്ചു. അക്കൂട്ടത്തിൽ അപൂർവ്വവും മനോഹരവുമായ പഴങ്ങളുമുണ്ടായിരുന്നു. അവയെല്ലാം ആർത്തിയോടെ കഴിച്ച യൂളിസിസും കൂട്ടരും

യഥാർത്ഥത്തിൽ മറ്റൊരു വിചിത്രലോകത്തിലേക്ക് എടുത്തെറിയപ്പെടുകയായിരുന്നു.

"His voices was thin
As voices from the grave
And deep a sleep he seemed
Yet all awake."

ശബ്ദം പുറത്തുവരാതായി. എല്ലാവരും ഉണർന്നിരിക്കുന്നതുപോലെ തോന്നിച്ചുവെങ്കിലും ഗാഢനിദ്രയിലായിരുന്നു. ലഹരിയുടെ മായിക ലോകം അവരെ ആ ദ്വീപിൽ തളച്ചിട്ടു. നാടിനെയും വീടിനെയും അവർക്കായി കാത്തിരിക്കുന്നവരെയും തങ്ങളെത്തന്നെയും മറന്ന് അവരാ ദ്വീപിൽ കഴിഞ്ഞു. ആ ലോട്ടോസ് പഴങ്ങളിലടങ്ങിയിരുന്ന മയക്കുമരുന്ന് വർഷങ്ങളോളം അവരെ ആ ദ്വീപിൽ തളച്ചിട്ടു.

കഥാന്ത്യത്തിൽ പുതിയ ജീവിതത്തിലേക്ക്, സ്നേഹിക്കുന്നവരുടെ സാമീപ്യത്തിലേക്ക്, മാതൃമണ്ണിലേക്ക് ഒക്കെ യൂളിസിസും കൂട്ടരും തിരിച്ചെത്തുന്നുണ്ട്. നന്മയുടെ പുതുവെളിച്ചം അവർക്കുണ്ടാവുന്നു.

"The lights begin to twinkle
from the rocks
The long day wanes; the slow'
moon climbs: the deep
moans round with many voices
Come my friends
"T is not too late to seek a newer world"

ലഹരി നൽകിയ ഉന്മാദത്തിൽനിന്ന് ഗാഢനിദ്രയിൽ നിന്ന് യൂളിസിസിനെയും കൂട്ടരെയും ഉണർത്തിയത് ഒരു ദൈവവിളിയായിരുന്നു. എന്നാൽ ഒരു വിളിക്കും ഉണർത്താൻ കഴിയാത്തവിധം ലഹരിയിൽ മയങ്ങിപ്പോയ ലോട്ടോസ് തീനികളെക്കുറിച്ച്; നമ്മുടെ കുട്ടികളെക്കുറിച്ച് മനസ്സിലാക്കുകയും ഗൗരവമുള്ള വിഷയമാണെന്ന് കണ്ട് തിരുത്തൽ നടപടികൾ ഉണ്ടാവുകയും വേണം. 2012ലാണ് ആർ ശ്രീലേഖ ഐ.പി.എസ്. ലോട്ടോസ് തീനികൾ എന്ന പേരിൽ മയക്കുമരുന്നിനടിമയായ മനു എന്ന കഥാപാത്രത്തെ കേന്ദ്രമാക്കി നോവൽ പുറത്തിറക്കിയത്. അന്ന് ആർ. ശ്രീലേഖ പറഞ്ഞത് ഏതാണ്ട് 14 വർഷത്തോളമെടുത്ത് പൂർത്തിയാക്കിയ നോവലാണെന്നായിരുന്നു. അതായത് കേരളത്തിലെ സ്കൂളുകളിലും കോളേജുകളിലും മയക്കുമരുന്നിന്റെ ഉപയോഗം വ്യാപകമായി തുടങ്ങിയ കാലം മുതൽ നിരവധി ബോധവൽക്കരണങ്ങൾക്ക് മുൻകൈ

യെടുത്ത ഒരു പോലീസ് ഓഫീസർ തന്റെ കൺമുന്നിൽ കണ്ട പല കാഴ്ചകളെയും അനാവരണം ചെയ്തുകൊണ്ടാണ് അത്തരമൊരു കൃതി എഴുതിയത്.

കഴിഞ്ഞ രണ്ടു ദശാബ്ദത്തിനിടയിൽ യുവാക്കൾക്കിടയിൽ മയക്കു മരുന്ന് ഉപയോഗം വർദ്ധിച്ചിട്ടുണ്ട്.

ഇതിൽ പിടിക്കപ്പെടുന്നവരിൽ ഭൂരിഭാഗം പേരുടെയും അച്ഛൻ വിദേ ശത്തായിരിക്കും. അതോടെ പഴിമുഴുവൻ അച്ഛനിൽ ചാർത്തിക്കെട്ടും. അവിടെനിന്ന് പണം സമ്പാദിച്ചുകൂട്ടുമ്പോൾ ഇവിടെ മകൻ ചെയ്യുന്ന തോന്ന്യാസങ്ങൾ അറിയില്ലല്ലോ. നിങ്ങളെന്തിനിങ്ങനെ പണമുണ്ടാക്കു ന്നു, ആദ്യം മക്കളെ നല്ലവണ്ണം വളർത്താൻ നോക്കൂ" ഈ ശകാരവാ ക്കുകളാണ് കേൾക്കേണ്ടിവരിക.

രണ്ടു കാര്യങ്ങളാണ് ഈ ശകാരത്തിനിടയിലും തെളിഞ്ഞുവരുന്ന ത്. ഒന്ന്, വിദേശത്ത് ജോലി ചെയ്യുന്ന പ്രത്യേകിച്ച് ഗൾഫിൽ ജോലി ചെയ്യുന്ന ആൾ പണം സമ്പാദിച്ചുകൂട്ടുകയാണ് എന്ന ധാരണ.

രണ്ട്, എത്ര പണമുണ്ടാക്കിയിട്ടും മതി വരാതെ, ആർത്തിപൂണ്ട് വീണ്ടും വീണ്ടും വാരിക്കൂട്ടുന്നതിനിടയിൽ കുടുംബത്തെയും കുട്ടിക ളെയും മറക്കുന്നുവെന്ന ധ്വനി.

ഒരർത്ഥത്തിൽ ഈ ധാരണകളെ തിരുത്താൻ പ്രവാസിക്കുമായിട്ടി ല്ല. തുച്ഛമായ കാശിന് ഒരുഖുബ്ബൂസും തൈരും കഴിച്ച് വിശപ്പടക്കി ശേഖ രിക്കുന്ന തുക നാട്ടിലേക്ക് അയക്കുമ്പോൾ അവിടെയുള്ളവരുടെ സുഖ തൃഷ്ണ ശമിക്കട്ടെയെന്ന് കരുതുന്നത് അപരാധമല്ല. അതേ സമയം മാസാമാസം ഡ്രാഫ്റ്റായി എത്തുന്നതോ അക്കൗണ്ടിലേക്ക് വന്നുവീഴു ന്നതോ ആയ പണം കുലുക്കി വീഴ്ത്തുന്നതല്ല എന്നും പലതരം സുഖ ഭോഗവസ്തുക്കൾ നിരത്തിവച്ച് മാടിവിളിച്ചിട്ടും ആ മായക്കമ്പോളത്തി ലൊന്നും മയങ്ങിവീഴാതെ തന്റെ കുടുംബം സുഭിക്ഷമായി കഴിയട്ടെ എന്നും ചിന്തിക്കുന്നവരാണ് ബഹുഭൂരിപക്ഷം പ്രവാസികളെന്നും നാട്ടി ലുള്ളവർ ഇനിയെങ്കിലും തിരിച്ചറിയണം. കുടുംബത്തിന്റെ പരിധിയി ല്ലാത്ത ഭൗതികാവശ്യങ്ങൾക്ക് വേണ്ടി ജീവിതാവസാനം വരെ പ്രവാ സിയായി കഴിയേണ്ടിവന്നവർ തെളിച്ചിട്ട പാതകളിൽ ഇന്നും പുല്ല് വളർന്നിട്ടില്ല. ആ പാതകളിലൂടെ തന്നെയാണ് പുതിയകാല പ്രവാസവും സഞ്ചരിക്കുന്നത്.

അത്യാവശ്യം വലിയൊരു വീട്, കുടുംബത്തിന് സഞ്ചരിക്കാനൊരു കാറ്, ഏറ്റവും ലേറ്റസ്റ്റ് മോഡൽ ഫോൺ, മക്കളുടെ വിദ്യാഭ്യാസം, ട്യൂഷൻ, ഫാസ്റ്റ്ഫുഡ്, ഷോപ്പിങ്ങ്... മക്കൾക്ക് ട്രെന്റിങ് ബൈക്ക്, മക

ളുടെ വിവാഹം ഇങ്ങനെ ആവശ്യങ്ങളുടെ പട്ടിക നീളുന്നതിനനുസരിച്ച് പ്രവാസത്തിന്റെ കാലാവധിയും നീളും. ഇതിനിടയിലാണ് മക്കളെ കരുതലോടെ വളർത്താനറിയാത്ത തന്ത എന്ന പരിഹാസം കൂടി കേൾക്കേണ്ടിവരുന്നത്. കൊറോണക്ക് മുമ്പ്, മലയാള മനോരമ പത്രത്തിൽ കൊച്ചിയിൽ നിന്നൊരു വാർത്ത റിപ്പോർട്ട് ചെയ്തത് വിചിത്രമായ ഒരു തലക്കെട്ടോട് കൂടിയായിരുന്നു. 'മുറിയിൽ ഉറങ്ങിയ മകൻ വാട്ടർ ടാങ്കിന് മുകളിൽ' എന്നായിരുന്നു തലക്കെട്ട്.

രാത്രി ഏറെ വൈകി വീട്ടിൽ വന്ന് കയറിക്കിടന്ന മകനെ പുലർച്ചെ കാണാഞ്ഞ് മാതാപിതാക്കൾ വല്ലാതെ പരിഭ്രാന്തരായി. അന്വേഷണത്തിനൊടുവിൽ കണ്ടെത്തുന്നത് വീടിന് മുകളിലെ വാട്ടർ ടാങ്കിനു മുകളിൽ ചുരുണ്ടുകൂടി കിടക്കുന്ന നിലയിൽ. വന്ന് കിടക്കുമ്പോഴേ അവൻ ലഹരിയിലായിരുന്നുവെന്ന് അവർക്ക് മനസ്സിലായി. കുറച്ച് ദിവസമായി വൈകിവരുന്നതും മദ്യപിക്കുന്നതും തിരിച്ചറിഞ്ഞിരുന്നു. തലേദിവസം അവൻ ചില കൂട്ടുകാർക്കൊപ്പം രാത്രി ലഹരി ആഘോഷത്തിലായിരുന്നെന്നും മനസ്സിലാക്കി. അതുകൊണ്ടുതന്നെ കാര്യമായ ചോദ്യം ചെയ്യലിന് നിൽക്കാതെ നേരെ കൗൺസിലറുടെ അടുത്തെത്തിച്ചു. തുടർ ചികിത്സയ്ക്ക് വേണ്ടത് ചെയ്തു. വടുതല സ്വദേശിയായ പത്താംക്ലാസുകാരനായ വിദ്യാർത്ഥിയാണ് ലഹരിമാഫിയയുടെ വലയിൽപ്പെട്ടത് എന്ന് വായിക്കുമ്പോൾ ഉള്ളൊന്ന് പിടയും, എത്ര ചെറിയ പ്രായത്തിലാണ് നമ്മുടെ കുട്ടികൾ ലോട്ടോസ് തീനികളാകുന്നത് എന്നോർത്ത്. ഒരിക്കൽ ഇതിന്റെ മാജിക്കൽ എഫക്ടിൽ പെട്ടുപോയാൽ അതിൽനിന്ന് പുറത്തു കടക്കുക സാധ്യമല്ല. സാധാരണഗതിയിൽ സ്വന്തം കുട്ടി ഇത്തരം കെണിയിൽപെട്ടുപോയാൽ പോലീസിൽ പരാതിപ്പെടാനോ കൗൺസലിങ്ങ് നടത്താനോ രക്ഷിതാക്കൾ മടിക്കും. പുറംലോകമറിഞ്ഞാൽ നാണക്കേടാവും എന്ന് കരുതി എല്ലാം മൂടിവയ്ക്കും. ഒന്നു ശാസിച്ചുകഴിഞ്ഞാൽ എല്ലാം നേരെയാകും എന്ന് വിചാരിക്കുന്നിടത്ത് കുഴപ്പങ്ങൾ തുടങ്ങും എന്ന് രക്ഷിതാക്കൾ മനസ്സിലാക്കണം. പ്രത്യേകിച്ച് പ്രവാസി കുടുംബങ്ങളിൽ വിദേശത്ത് കഴിയുന്ന അച്ഛനിക്കാര്യങ്ങളൊന്നും അറിയരുതെന്ന് കരുതി സകലതും മൂടിവയ്ക്കാൻ പലരും ശ്രമിക്കാറുണ്ട്.

ഞാനൊന്നുമറിഞ്ഞില്ല സാറേ, എന്നോടൊന്നും പറഞ്ഞിരുന്നില്ല എന്ന് കരഞ്ഞു പറഞ്ഞ ഒരു പ്രവാസിയെ ഓർമ്മവരുന്നു.

"ഒറ്റമകനാണ്. ലാളിച്ചുതന്നെയാണ് വളർത്തിയത്. പറയുന്നതെല്ലാം വാങ്ങിക്കൊടുത്തു. അവന്റെ അമ്മയെ ഒട്ടും വകവയ്ക്കില്ല. കുട്ടിയല്ലേയെന്നു കരുതി അവൾ പലതും ക്ഷമിച്ചു. ചിലതൊക്കെ കണ്ടില്ലെന്ന്

നടിച്ചു. പിന്നീട് കൂട്ടുകാരുമൊത്ത് പലയിടങ്ങളിൽ കയറിയിറങ്ങി വീടെത്തുമ്പോൾ നേരം വൈകും. എവിടെപ്പോയി എന്നു ചോദിച്ചാൽ അതവന് ഇഷ്ടപ്പെട്ടില്ല. ഒച്ചയെടുത്ത് സംസാരിക്കും. ഇതൊന്നും അവളെന്നോട് പറഞ്ഞില്ല. എല്ലാം എന്നെ ഒളിപ്പിച്ചുവച്ചു. ഞാൻ വിളിക്കുമ്പോൾ എല്ലാം സാധാരണപോലെയാണെന്ന് തോന്നി.

ഒരുദിവസം എത്ര വിളിച്ചിട്ടും ഫോണെടുക്കാതെയായപ്പോൾ ആധിയായി. സാധാരണ സംഭവിക്കാത്തതാണ്. അമ്മയുടെയും മകന്റെയും ഫോണിൽ മാറിമാറി വിളിച്ചു. എവിടെയെങ്കിലും പോയതാണെന്ന് കരുതി കാത്തിരുന്നു. കുറേക്കഴിഞ്ഞ് വീണ്ടും വിളിച്ചു. അപ്പോഴും ഫോണെടുക്കുന്നില്ല. വല്ലാത്ത ടെൻഷൻ തോന്നി. അടുത്തു താമസിക്കുന്ന ബന്ധുവിനെ വിവരമറിയിച്ചു. ഒന്നുപോയി അന്വേഷിക്കാൻ പറഞ്ഞു."

ഇത്രയും വിവരിക്കുമ്പോൾ ഉള്ളിലൊതുക്കിവച്ച വിതുമ്പൽ ഒറ്റയടിക്ക് പുറത്തേക്ക് വന്നു. അയാളുടെ കണ്ണുകൾ നിറഞ്ഞൊഴുകി. ഒരു നിമിഷം കണ്ണുകളടച്ച് അയാൾ പ്രാർത്ഥിക്കുംപോലെ ഇരുന്നു. പിന്നെയൊരു പൊട്ടിക്കരച്ചിലായിരുന്നു.

"അവന്റെ അമ്മയെ അവൻ മുറിക്കുള്ളിൽ പൂട്ടിയിട്ടിരിക്കുകയായിരുന്നു. കൈകൾ പിറകിൽ കെട്ടിവച്ചിരുന്നു."

മുൻവശത്തെ വാതിൽ തുറന്നു കിടക്കുകയും വീട്ടിൽ ആരെയും കാണാതിരിക്കുകയും ചെയ്തപ്പോൾ ബന്ധു ഉറക്കെ വിളിച്ചു. അപ്പോഴാണ് മുറിക്കകത്തുനിന്ന് അവളുടെ മറുപടിയുണ്ടായത്.

അവൻ ഇടയ്ക്കിടയ്ക്ക് പണം ചോദിക്കുമായിരുന്നു. ആയിരവും രണ്ടായിരവുമൊക്കെ. ആദ്യമൊക്കെ പണം കിട്ടാതിരുന്നപ്പോൾ ഒച്ചവയ്ക്കുകയും കയ്യിൽ കിട്ടുന്നത് എറിഞ്ഞുപൊട്ടിക്കുകയുമായിരുന്നു. പിന്നീട് സ്വഭാവം മാറിത്തുടങ്ങി. പിടിച്ചുതള്ളാനൊക്കെ തുടങ്ങി. വാസ്തവത്തിൽ അവൾക്ക് ഭയമായിരുന്നു. അച്ഛനോടു പറഞ്ഞാൽ പിന്നെ സ്വൈര്യം തരില്ല എന്നൊക്കെ പറഞ്ഞ് ഭീഷണിയായിരുന്നുവെന്ന്. ചില നേരങ്ങളിൽ അമ്മയോട് അമിതമായി സ്നേഹം പ്രകടിപ്പിക്കും. സോറി പറയും. അവൻ ലഹരിക്ക് അടിമയാണെന്ന് അവൾ അറിഞ്ഞില്ല.

അന്ന് ഇതുപോലെ പണം ചോദിച്ചു. അവൾ തരില്ലെന്ന് പറഞ്ഞ് കയർത്ത് സംസാരിച്ചപ്പോഴാണ് കൈ കെട്ടിയിട്ട് കഴുത്തിൽ കിടന്ന മാലയും പൊട്ടിച്ച് മുറിയും പൂട്ടി അവൻ പോയത്.

ഒന്നേ ഉള്ളുവെന്ന് കരുതി സ്നേഹിച്ചും ലാളിച്ചും ഞങ്ങൾ വഷളാക്കിയതാണ് സാർ. തെറ്റ് ഞങ്ങളുടേതാ - അല്ല എന്റെ തെറ്റാ...

കുടുംബത്തിന് വേണ്ടി സമ്പാദിക്കാൻ, മകന് ആവശ്യമുള്ളതൊക്കെ

വാങ്ങിക്കൊടുക്കാൻ, അവന് നല്ല വിദ്യാഭ്യാസം കൊടുക്കാൻ വർഷത്തിൽ പതിനൊന്നുമാസവും ഞാനിവിടെ പണിയെടുക്കുന്നു. ഒരു ഫോൺകോളിൽ ഒന്നോ രണ്ടോ വാചകങ്ങളിൽ വിശേഷം പറയുന്ന മകൻ.

എന്ത് ആത്മബന്ധമാണ് അച്ഛനും മകനും തമ്മിൽ?

കുട്ടികൾക്ക് വഴിതെറ്റിപ്പോകാൻ ഒരുപാട് അവസരങ്ങളുണ്ട് -അതിലേക്ക് അവരുടെ ശ്രദ്ധ പതിയാതിരിക്കാൻ രക്ഷിതാക്കൾക്കും ചുമതലയുണ്ട്.

എന്നിട്ട് മകനിപ്പോൾ എവിടെയുണ്ട്?

എന്റെ ചോദ്യം കേട്ട് അയാൾ കണ്ണുകൾ തുടച്ചു. കവിളിലെ നനവ് ഇരുകൈപ്പത്തികളും കൊണ്ട് വടിച്ചെടുത്തു.

ഒരു സൈക്യാട്രിസ്റ്റിന്റെ അടുത്ത് കൗൺസലിങ്ങിലാണ്. ഞാൻ ചെന്ന ശേഷം ബാക്കിയെന്താന്ന് വച്ചാൽ നോക്കാം.

അയാൾ പ്രവാസം അവസാനിപ്പിച്ച് നാട്ടിൽ പോകാൻ തിരുമാനിച്ചിരുന്നു.

"ഞാനിത്രയും പറഞ്ഞത് സാറ് എപ്പോഴെങ്കിലും ഇത്തരം വിഷയങ്ങൾ റേഡിയോയിൽ പറയുമ്പോൾ എന്റെ ഈ അനുഭവം എല്ലാ പ്രവാസി രക്ഷിതാക്കൾക്കുമുള്ള ഒരു ഓർമ്മപ്പെടുത്തലായി പറയാൻ കൂടിയാ. വർഷത്തിൽ ഒരുമാസം കുടുംബത്തോടൊപ്പം കഴിഞ്ഞിട്ട് വീണ്ടും പതിനൊന്ന് മാസം കഷ്ടപ്പെടുന്നത് കുടുംബത്തിന്റെ നല്ലതിനല്ലേ, എല്ലാം അവസാനിപ്പിച്ച് തിരികെ ചെല്ലുമ്പോൾ ശാന്തിയും സമാധാനവുമുള്ള ഒരു കുടുംബജീവിതമെങ്കിലും ബാക്കിയുണ്ടാകുമെന്നല്ലേ നമ്മളൊക്കെ ചിന്തിക്കുന്നത്. അതുംകൂടി പ്രതീക്ഷിക്കാനില്ലെങ്കിൽ പിന്നെന്തിനാണ് സർ, പ്രവാസിയായി ഇങ്ങനെ കഴിയുന്നത്?

തെറ്റിലേക്ക് നിരന്തരം മതിൽചാടിയ ഒരു ശിഷ്യന്റെ കഥയുണ്ട് ബുദ്ധകഥയിൽ. ഒരു പാതിരാവിൽ അവൻ മതിലുചാടുന്നത് ഗുരു കണ്ടു. ചെറിയൊരു മരക്കൊമ്പ് ചാരിവെച്ച് അതിൽ ചവിട്ടിയാണ് മതിലിനപ്പുറമെത്തുന്നത്. ഗുരു ആ മരക്കൊമ്പ് എടുത്തുമാറ്റി. നേരം വെളുക്കാൻ നേരം ശിഷ്യൻ തിരിച്ചെത്തി. പതിവുപോലെ മരക്കൊമ്പിൽ ചവിട്ടി തിരികെയിറങ്ങാൻ നോക്കി. ചവിട്ടിയപ്പോൾ അത് മരക്കൊമ്പല്ല. മരക്കൊമ്പിന് പകരം അവിടെ ചാരിനിന്നത് ഗുരുവായിരുന്നു. ഗുരുവിന്റെ മുതുകിൽ ചവിട്ടിയാണ് അവൻ താഴെയെത്തിയത്. അവൻ ഭയന്നുവിറച്ചുപോയി. ഗുരുനാഥൻ കരുണയോടെ അവന്റെ തോളിൽ തട്ടി - തെറ്റ് ആവർത്തിക്കാതിരിക്കാൻ ഇതിൽപ്പരം ശിക്ഷ മറ്റെന്തുണ്ട്.

പല തെറ്റുകളിലേക്കും വഴുതിപ്പോകാൻ സാധ്യതയുള്ള കാലമാണിത്. അതിനുള്ള സാധ്യതകളും ധാരാളമുണ്ട്. ആരും നോക്കാനില്ല, ആരും ശ്രദ്ധിക്കുന്നില്ലയെന്ന് കരുതി ലഹരിയിലേക്കും, അതുവഴി കുറ്റകൃത്യങ്ങളിലേക്കും തെന്നിപ്പോകുന്ന ധാരാളം കുട്ടികളുടെ കഥ നിത്യേന നമ്മൾ കേൾക്കുന്നുണ്ട്.

മക്കൾക്കുവേണ്ടിയാണ് ശരാശരി മലയാളി അവന്റെ ജീവിതം ജീവിക്കുന്നത്. അതുകൊണ്ട് അവരുടെ ആഗ്രഹങ്ങൾക്കൊന്നും നോ പറയാറില്ലായെന്ന് അഭിമാനത്തോടെ പറയുന്ന രക്ഷിതാക്കളെയും കാണാറുണ്ട്. ആവശ്യത്തിനെല്ലാം വേണം. അത്യാവശ്യമല്ലാത്തതിന് 'നോ' തന്നെ പറയണം. സ്മാർട്ട് ഫോൺ വാങ്ങിക്കൊടുക്കാത്തതിന്, സ്പോർട്സ് ബൈക്ക് വാങ്ങിക്കൊടുക്കാത്തതിന് വീടുവിട്ടിറങ്ങിപ്പോയ കുട്ടികളെക്കുറിച്ച്, ആത്മഹത്യ ചെയ്ത മക്കളെക്കുറിച്ച് എത്രയെത്ര വാർത്തകൾ കേൾക്കുന്നു. മക്കൾക്ക് മികച്ച വിദ്യാഭ്യാസത്തിനായി മുന്തിയ കാമ്പസുകൾ അന്വേഷിക്കുന്ന തിരക്കിനിടയിൽ ജീവിതമെന്തെന്ന് പഠിക്കാനുള്ള മികച്ച അവസരം അവരവരുടെ ഭവനങ്ങളിൽ നൽകാൻ രക്ഷിതാക്കൾ മറക്കരുത്.

ഒന്നിനും അടിമയായി ജീവിക്കരുത് എന്നാണ് കുട്ടികളോട് പറയാനുള്ളത്. അതിന് വേണ്ടത് സ്വന്തം ചിന്തകളുടെ ഉടമയാകുക എന്നതാണ്. പല ശീലങ്ങളും ആരംഭിക്കുന്നത് മറ്റു പലരുടെയും പ്രലോഭനത്തിനോ നിർബന്ധത്തിനോ വഴങ്ങിയാവും. അത് തുടരണമോ വേണ്ടയോ എന്നത് സ്വയം തീരുമാനമാണ്.

ലഹരി നൽകിയ ഉന്മാദത്തിൽനിന്ന് യുളിസിസിനെയും കൂട്ടരെയും ഉണർത്താൻ ഒരു ദൈവവിളിയുണ്ടായി. ജീവിതം ഒരു കഥയല്ലാത്തതുകൊണ്ട് ചിലപ്പോഴൊക്കെ ഒരു വിളിക്കും ഉണർത്താൻ കഴിയാതെപോയ ലഹരിക്ക് അടിമപ്പെട്ട ജീവിതങ്ങളെക്കുറിച്ച് കേൾക്കേണ്ടിവന്നിട്ടുണ്ട്. അതേക്കുറിച്ചോർത്ത് നെഞ്ചു പൊട്ടിക്കരയുന്ന അച്ഛനമ്മമാരെയും.

അതുകൊണ്ട് പ്രിയപ്പെട്ടവരെ സ്നേഹിച്ചും അവർ നൽകുന്ന സ്നേഹം ആസ്വദിച്ചും ജീവിക്കുക. അതിനപ്പുറം മറ്റൊരു ലഹരിയും ഭൂമിയിലില്ല.

ടെന്നിസൻ തന്റെ കവിത അവസാനിപ്പിക്കുന്നത് ഈ വരികളിലൂടെയാണ്.

But strong in will
To Strive
To Seek

To Find
and not
To Yield

തന്നിൽ നിക്ഷിപ്തമായ സാധ്യതയെ അന്വേഷിച്ചു കണ്ടെത്തി, നൂറായിരം പ്രതിബന്ധങ്ങളെ തട്ടിനീക്കി കീഴടങ്ങാതെ, ജീവിതസാഫല്യം കൈവരിക്കുക.

എസ്.എ. ജമാലിന്റെ ദുബായ്
കത്ത്

ഒരു കാലത്തെ അതിപ്രശസ്ത
പാട്ടുകൾ

ഹൃദയം നുറുങ്ങിയ മനുഷ്യർ
അതേറ്റുപാടി.

അബുദാബിയിലുള്ളോരെഴു
ത്തുപെട്ടി

അന്നു തുറന്നപ്പോൾ കത്തു
കിട്ടീ

എൻ പ്രിയ നീ നിന്റെ ഹൃദയം
പൊട്ടി

എഴുതിയ കത്തു ഞാൻ കണ്ടു
ഞെട്ടീ...

ആരും കാത്തിരിക്കാത്തവർ

ഇതൊരു കഥാഖ്യാനമാണ്. ഗർഭസ്ഥശിശുവിന്റെ മനോവിചാരങ്ങളുടെ കഥ. 'അമ്മയുടെ ഉദരത്തിലെ രക്തത്തിലും ജലത്തിലും കുളിച്ചു കിടക്കുന്ന കുഞ്ഞ് സ്രഷ്ടാവിനോട് ചില സംശയങ്ങൾ ചോദിച്ചു.'

അല്ലയോ സ്രഷ്ടാവേ, അങ്ങെന്നെ ഉടൻ ഭൂമിയിലേക്ക് പറഞ്ഞയക്കുമെന്ന് അവർ പറയുന്നു. എനിക്കത് വിശ്വസിക്കാനായില്ല. എന്റെ ഈ ചെറിയ രൂപത്തിൽ എനിക്കെങ്ങനെ ഭൂമിയിൽ കഴിയാനാകും? അവർ പറഞ്ഞത് സത്യമാണോ?

നീ ഒന്നുകൊണ്ടും വിഷമിക്കേണ്ടതില്ല, സ്രഷ്ടാവ് മറുപടിയായി പറഞ്ഞുതുടങ്ങി. എന്റെതന്നെ സൃഷ്ടിയിലുള്ള അനേകം മാലാഖമാരിലൊന്ന് നിനക്ക് വേണ്ടി കരുതലോടെ കാത്തിരിക്കുന്നുണ്ട്. നിനക്കു വേണ്ടി മാത്രമാണ് ആ മാലാഖ ജീവിക്കുന്നത് തന്നെ. നിന്റെ പിറവിയും കാത്ത് അവർ കണ്ണിലെണ്ണയൊഴിച്ച് കാത്തിരിക്കുന്നു, പ്രിയപ്പെട്ട നിന്റെ പിറവിക്കായി.

ഉദരത്തിൽ കിടന്ന് തുള്ളിക്കളിച്ച് കുഞ്ഞ് വീണ്ടും ചോദിച്ചു.

ഞാനിവിടെ ആഹ്ലാദത്തിലാണല്ലോ കഴിയുന്നത്. എനിക്കൊന്നിനും കുറവില്ലല്ലോ. ഞാനിവിടെത്തന്നെ കഴിഞ്ഞാൽ പോരേ.

അതെങ്ങനെ സാധിക്കും. നിന്നെയും കാത്തിരിയ്ക്കുന്ന മാലാഖയ്ക്ക് അത് സങ്കടമാവില്ലേ, നിന്നെ താരാട്ടുപാടിയുറക്കാനും ഓമനിക്കാനും അവർ കൊതിയോടെ നോക്കിയിരിക്കുകയല്ലേ? അവരുടെ സ്നേഹത്തണലിൽ നിനക്ക് കൂടുതൽ സന്തോഷമേയുണ്ടാവൂ.

അതിന് എനിക്ക് ആവരുടെ ഭാഷ അറിയില്ലല്ലോ, അവർ പറയുന്നത് ഞാനെങ്ങനെ മനസ്സിലാക്കും.

കുഞ്ഞിന് വീണ്ടും സംശയം. സ്രഷ്ടാവ് ചിരിച്ചുകൊണ്ട് പറഞ്ഞു.

അത് സ്നേഹത്തിന്റെ ഭാഷയാണ്. അതാർക്കും മനസ്സിലാകും. തേനൂറുന്ന ഭാഷ ഹൃദയംകൊണ്ട് സംസാരിക്കുന്നതാണ്. നിനക്കെന്നല്ല ആർക്കുമത് മനസ്സിലാകാതെ പോകില്ല.

എന്നിട്ടും കുഞ്ഞിന്റെ സംശയങ്ങൾ അവസാനിച്ചില്ല. എല്ലാത്തിനും സ്രഷ്ടാവ് ഉത്തരം നൽകിക്കഴിഞ്ഞപ്പോൾ കുഞ്ഞ് കൗതുകത്തോടെ

പറഞ്ഞു.

ഇത്രയും ഒക്കെ കേട്ടപ്പോൾ എനിക്ക് ആ മാലാഖയെ കാണാൻ കൊതിയാവുന്നു. ആരാണവർ, എന്താണവരുടെ പേര്? കുഞ്ഞിന് ആകാംക്ഷ അടക്കാൻ കഴിഞ്ഞില്ല. സ്രഷ്ടാവ് പറഞ്ഞു.

പേരിന് വലിയ പ്രസക്തിയൊന്നുമില്ല. പക്ഷേ നിനക്കവരെ അമ്മ എന്ന് വിളിക്കാം.

അമ്മയും കുഞ്ഞും തമ്മിലുള്ള ഒരയഥാർത്ഥ കഥയാണിതെങ്കിലും കഥയുടെ ഉള്ളടക്കം നമ്മുടെ ജൈവികലോകക്രമത്തിൽ മാതാവിന്റെ മഹത്വവും മാതൃശിശുബന്ധത്തിന്റെ പവിത്രതയും വിളിച്ചോതുന്നു.

കോവിഡ്കാല പ്രവാസത്തിൽ ഗർഭിണികൾ അനുഭവിച്ച നരകയാതനകൾ അതിതീവ്രമായിരുന്നു. ഏറെ സന്തോഷത്തോടെയും അതിലേറെ കരുതലോടെയും കഴിയേണ്ട നാളുകളാണ് ഗർഭകാലം. അമ്മയാവാൻ തയ്യാറെടുക്കുന്നവർ ഭക്ഷണകാര്യത്തിലും ജീവിതശൈലിയിലുമെല്ലാം ഏറെ ശ്രദ്ധ ചെലുത്തേണ്ട സമയം കൂടിയാണത്. ഗർഭിണികൾക്ക് സന്തോഷം നൽകാൻ കുടുംബാംഗങ്ങൾ പ്രത്യേകം ശ്രദ്ധിക്കണമെന്നാണ് പൊതുവെ പറയാറ്. ഭർത്താവിന്റെ ശ്രദ്ധയും പരിചരണവും അവർ പ്രത്യേകം ആഗ്രഹിക്കുന്ന സമയം കൂടിയാണ്. എന്നാൽ പ്രവാസലോകത്ത് കുടുംബാംഗങ്ങളിൽ നിന്നൊക്കെ അകന്നുമാറി കഴിയുന്ന ഗർഭിണികൾക്ക് പൊതുവെ സഹായത്തിന് ചിലപ്പോൾ സുഹൃത്തുക്കളോ തൊട്ടടുത്ത ഫ്ളാറ്റിലുള്ളവരോ ഒക്കെയാവും കൂട്ടായി ഉണ്ടാവുക. മാനസികാരോഗ്യത്തിന് വലിയ പ്രാധാന്യം നൽകേണ്ട സമയം കൂടിയാണത്. എന്നാൽ കോവിഡിന്റെ ഒന്നാം തരംഗത്തിൽ പ്രവാസലോകത്ത് നിന്ന് ആശങ്കയോടെ കേട്ട വിഷയങ്ങളിൽ ഒന്ന് ഗർഭിണികളുമായി ബന്ധപ്പെട്ടതായിരുന്നു. രോഗത്തെക്കുറിച്ചുള്ള ഭയം മാനസികാരോഗ്യത്തെ സാരമായി ബാധിച്ച നിരവധി സ്ത്രീകളുടെ അവസ്ഥ അവരെ പരിചരിച്ച ഗൈനക്കോളജിസ്റ്റുകൾ പങ്കുവയ്ക്കുകയുണ്ടായി. ഖിസൈസിലെ ഹെൽത്ത് ഹബ് ക്ലിനിക്കിലെ ഗൈനക്കോളജിസ്റ്റ് ഡോ. ശ്രീലത പറഞ്ഞ ഒരു ഗർഭിണിയുടെ അവസ്ഥ ഒറ്റപ്പെട്ടതായിരുന്നില്ല. അഞ്ചുമാസം ഗർഭിണിയായ കോഴിക്കോട്ട് സ്വദേശിനി റെഗുലർ ചെക്കപ്പൊക്കെ കഴിഞ്ഞ് നാട്ടിലേക്ക് പോകുന്നതിന് ടിക്കറ്റൊക്കെ തരപ്പെടുത്തി കഴിഞ്ഞതായിരുന്നു. നാട്ടിലേക്ക് പോകാൻ തീരുമാനിച്ചതിന്റെ കാരണം ഭർത്താവിന് കോവിഡിന്റെ പശ്ചാത്തലത്തിൽ സാലറി കട്ടുണ്ടായി. വരുമാനത്തിൽ അത് വലിയൊരു കുറവ് തന്നെയായിരുന്നു. ആ സാഹചര്യത്തിൽ കുടുംബത്തിനെ കൂടെ നിർത്തുക പ്രയാസമാ

ണെന്ന് തോന്നിയതിനാലാണ് അങ്ങനെയൊരു തീരുമാനമെടുത്തത്. മൂന്നു കുട്ടികളുണ്ട്. മൂവരും ഷാർജയിലെ ഒരു സ്കൂളിൽ പഠിക്കുന്നു. നാട്ടിലേക്ക് പോകാൻ തയ്യാറെടുത്തതോടെ കുട്ടികളുടെ സ്കൂളിൽനിന്ന് ടി.സി. വാങ്ങി നാട്ടിലെ സ്കൂളിൽ അഡ്മിഷൻ പറഞ്ഞുറപ്പിച്ചു. ആദ്യ ഗഡു ഫീസും നൽകി. താമസിച്ചിരുന്ന ഫ്ളാറ്റൊഴിഞ്ഞ് താമസം ഒരു സുഹൃത്തിനൊപ്പമായി. കാരണം പിറ്റേമാസം ഫ്ളാറ്റിന്റെ വാടകക്കരാർ പുതുക്കേണ്ട സമയമാണ്. കുടുംബമില്ലാതെ അത്രയും വലിയ ഫ്ളാറ്റിന്റെ ആവശ്യമില്ലാത്തതിനാൽ ഫ്ളാറ്റ് ഒഴിയുകയായിരുന്നു. ഒടുവിൽ എല്ലാം തീരുമാനിച്ച് ഡോക്ടറുടെ പക്കൽനിന്നും ട്രാവൽ ഫിറ്റ്നസ് സർട്ടിഫിക്കറ്റും വാങ്ങി യാത്രയൊക്കെപ്പറഞ്ഞു പോയി. കോവിഡിന്റെ പശ്ചാത്തലത്തിലുള്ള യാത്രയെക്കുറിച്ചും തുടർന്നങ്ങോട്ടുള്ള ദിവസങ്ങളിലുണ്ടായേക്കാവുന്ന രോഗഭീതിയെപ്പറ്റിയും പ്രസവത്തിന്റെ സങ്കീർണ്ണതകളെക്കുറിച്ചുമൊക്കെ വല്ലാത്ത പിരിമുറുക്കം അനുഭവിക്കുന്നുണ്ടെന്ന് തുറന്നുപറഞ്ഞ ആ പ്രവാസി വനിത ആശ്വസിച്ചത് സ്വന്തം തറവാട്ടിലേക്കാണല്ലോ പോകുന്നത് എന്ന് പറഞ്ഞായിരുന്നു. അത് ഓർക്കുമ്പോൾ പോലും അവർക്ക് ലഭിച്ച സമാധാനം അത്രമേൽ വിവരണാതീതമായിരുന്നുവെന്ന് ഡോക്ടർ ഓർത്തെടുക്കുന്നു.

സ്നേഹം, സാന്ത്വനം അതാണല്ലോ നമ്മെ ജീവിക്കാൻ സഹായിക്കുന്നത്. വേദനിക്കുന്നവൻ ദൂരെനിന്ന് ആശ്വാസം പ്രതീക്ഷിക്കുന്നു. അത് താൻ പിറന്ന ഭവനത്തിൽ നിന്നാവാം, തന്റെ പ്രിയപ്പെട്ടവരുടെ സാമീപ്യത്തിൽ നിന്നാവാം.

ഒ.എൻ.വി.യുടെ പ്രവാസി എന്ന കവിതയിൽ പറയുന്നുണ്ടല്ലോ

പെയ്തിറങ്ങേണ-
മിനിയുമീ ഭൂമിയിൽ
പൈതലായ് വീണ്ടു-
മെനിക്കു പിറക്കുവാൻ
ജന്മഗേഹത്തിലേ-
ക്കുള്ള വഴിതേടി
യിന്നെൻ പ്രവാസിയാ-
ത്മാവു തേങ്ങുന്നു! എന്ന്.

ഈ പ്രവാസി വനിതയും കൊതിച്ചത് അത്തരത്തിലൊരു ആശ്വാസ സാമീപ്യമായിരുന്നു. കടുത്ത സമ്മർദ്ദങ്ങൾക്കിടയിലും ആ പ്രതീക്ഷയിലാണ് നാട്ടിലേക്ക് പോകാൻ തീരുമാനമെടുത്തത്. കോവിഡിന്റെ വ്യാപനത്തോടെ വിമാനസർവ്വീസുകളെല്ലാം നിർത്തിവെച്ച സമയത്ത് ഓരോ

രാജ്യവും വിവിധയിടങ്ങളിൽ കുടുങ്ങിയ തങ്ങളുടെ പൗരന്മാരെ തിരികെ കൊണ്ടുവരാൻ പ്രത്യേകവിമാനസർവ്വീസുകൾ നടത്താൻ തീരുമാനിക്കുകയായിരുന്നു. ഇന്ത്യയും വന്ദേഭാരത് മിഷൻ എന്നു പേരിട്ടുകൊണ്ടായിരുന്നു എയർ ഇന്ത്യയുടെ പ്രത്യേക വിമാനസർവ്വീസുകൾ ഗൾഫ് രാജ്യങ്ങളിൽ നിന്നടക്കം മുൻഗണനാക്രമത്തിൽ മടങ്ങാൻ ആഗ്രഹിച്ചവരെ കൊണ്ടുപോകാൻ തീരുമാനിച്ചത്. അതിൽ ഗർഭിണികളും പ്രായമേറിയവരും ഗുരുതര രോഗബാധിതരുമൊക്കെ മുൻഗണനാപ്പട്ടികയിൽ ഇടംപിടിച്ചിരുന്നു. അതിലൊരു വിമാനത്തിലാണ് ഈ പ്രവാസി വീട്ടമ്മയും അവരുടെ കുട്ടികളും നാട്ടിലേക്ക് പോകാൻ തീരുമാനിച്ചിരുന്നത്. ഗർഭിണിയെന്ന നിലയിൽ ട്രാവൽ ഫിറ്റ്നസ് സർട്ടിഫിക്കറ്റും വാങ്ങി ഡോക്ടറോട് യാത്രയും പറഞ്ഞ് പോയവർ, പക്ഷേ മൂന്നാംദിനം വീണ്ടും ഡോക്ടറെ കാണാനെത്തി. വിളറിയ മുഖവും പ്രതീക്ഷകളെല്ലാം അസ്തമിച്ച് തിളക്കമില്ലാത്ത കണ്ണുകളുമായി തന്റെ മുന്നിൽ വന്ന ആ സ്ത്രീയോട് ഡോക്ടർ കാര്യം തിരക്കി.

"ഇല്ല, ഡോക്ടറേ, നാട്ടിലേക്ക് പോകുന്നില്ല." ഗദ്ഗദത്തോടെയുള്ള മറുപടി.

"എന്താ പോകണ്ടാന്ന് വച്ചത്?"

ഡോക്ടറുടെ മുഖത്ത് നോക്കാതെ, തന്റെ കണ്ണുകൾ ഈറനണിയുന്നത് മായ്ക്കാനെന്നവണ്ണം അവർ മറ്റൊരു വശത്തേക്ക് നോക്കിപ്പറഞ്ഞു.

"ഇപ്പോഴത്തെ അവസ്ഥയിൽ അങ്ങോട്ട് ചെല്ലണ്ടാന്ന്. ഇനി നമ്മള്കാരണം എന്തെങ്കിലും ബുദ്ധിമുട്ടുണ്ടായാൽ ഫാമിലിയെ മൊത്തം ടാർഗറ്റ് ചെയ്യും. അതുകൊണ്ട് വരണ്ടാന്ന്... പക്ഷേ ഡോക്ടറെ ഞങ്ങളുടെ പ്രശ്നം എന്താന്ന് വച്ചാൽ ഇൻഷുറൻസില്ല. ഇവിടെയാണ് ഡെലിവറിയെങ്കിൽ ഇപ്പോഴത്തെ സാഹചര്യത്തിൽ ആകെ..." സങ്കടം സഹിക്കവയ്യാതെ വിതുമ്പിക്കരയുകയായിരുന്നു അവർ.

കഴിയാവുന്നതൊക്കെ പറഞ്ഞ് ഡോക്ടർ അവരെ ആശ്വസിപ്പിച്ചു. പക്ഷേ ഡോക്ടർ തന്നെ പറയുന്നുണ്ട് എന്തു പറഞ്ഞാണ് അവരെ സമാധാനപ്പെടുത്താൻ കഴിയുന്നത്. കോസ്റ്റ് എഫക്ടീവായ ഡെലിവറി പ്ലാൻ ചെയ്യാൻ സഹായിക്കാം. പക്ഷേ ഇനിയും അവൾക്കും മക്കൾക്കും താമസിക്കാൻ വീണ്ടും ഫ്ളാറ്റെടുക്കണം. കുട്ടികളുടെ ടി.സി. സഹിതം വാങ്ങിയതാണ്. അതിനൊരു പരിഹാരം കാണണം. ഇങ്ങനെ എന്തൊക്കെ ബാക്ക്ഗ്രൗണ്ട് വർക്കുകൾ കഴിഞ്ഞിട്ടാണ് പ്രവാസി നാട്ടിലേക്ക് ആശ്വാസം തേടി വിമാനം കയറുന്നത്. അവിടെയിരിക്കുന്നവരെ സംബന്ധിച്ച് കൊറോണക്കാലത്ത് പ്രവാസികൾ കൂട്ടത്തോടെ എന്തിന് നാട്ടി

ലേക്ക് രോഗവാഹകരായി എത്തുന്നുവെന്ന ചിന്ത മാത്രമാണ്.

സച്ചിദാനന്ദൻ പരിഭാഷപ്പെടുത്തിയ അഫ്സൽ അഹ്മി സൈദിന്റെ ആരും കാത്തിരിക്കാത്തവർ എന്നൊരു കവിതയിലെ വരികൾ നോക്കൂ

'ആരും കാത്തിരിക്കാത്തവർ
ഒടുവിലത്തെ കതക് അടയുംവരെ
പിന്തിരിയരുത്.
ആരും കാത്തിരിക്കാത്തവർ
മനോഹരമായ ഇടനാഴിയിലൂടെ
പരിഭ്രാന്തരായി ഇര തേടി നടക്കരുത്
വഴി വിജനമാവുംവരെ
ആരും കാത്തിരിക്കാത്തവർ
മുഴുവൻ തീർത്ഥയാത്രയിൽ നിന്ന്
രക്തം പുരണ്ട കാല്
അറുത്തു മാറ്ററുത്
ആരും കാത്തിരിക്കാത്തവർ
ഒരു പൂച്ചെണ്ടിന്റെ ഒരാഴ്ചയുടെ
തീയതിയുടെ മണിക്കൂറിന്റെ
വില ചോദിക്കരുത്.

ഗർഭസ്ഥശിശുവിന്റെയും അമ്മയുടെയും അയഥാർത്ഥ കഥയാണ് ഈ ലേഖനത്തിന്റെ തുടക്കത്തിൽ സൂചിപ്പിച്ചതെങ്കിലും ഗർഭകാലം സന്തോഷത്തോടെയും കരുതലോടെയും കഴിയേണ്ട കാലമാണെന്ന യാഥാർത്ഥ്യത്തെ അവഗണിക്കാൻ ആർക്കും കഴിയില്ലല്ലോ. സംഘർഷ ഭരിതമായ മനസ്സുമായി ഭയവും ഉത്ക്കണ്ഠയും ഉള്ളിലൊതുക്കി നീറിപ്പുകയേണ്ടിവരുന്ന അവസ്ഥ, ആരും കാത്തിരിക്കാത്തവർ എന്ന തോന്നൽ സൂക്ഷിക്കുന്ന അനാഥത്വം അവയെല്ലാം ഭൂമിയിലേക്ക് പിറക്കാനിരിക്കുന്ന കുഞ്ഞിനെയും ബാധിക്കുന്നതാണല്ലോ. ഒ.എൻ.വി. എഴുതിയ പോലെ സ്വർഗ്ഗത്തിൽ നിന്ന് ബഹിഷ്കരിക്കപ്പെട്ടതിന്റെ നൊമ്പരം പേറുകയാണ് ഭൂമിയിൽ വന്നു പിറക്കുന്ന കുഞ്ഞ്.

"ചിരിക്കുന്നു നീ, പക്ഷേ
നിന്റെയുൾക്കണ്ണീരിന്റെ
തിളക്കമല്ലീ തെല്ലൊ-
ന്നൂറി നില്പതച്ചുണ്ടിൽ"

ഇത്തരത്തിൽ യാതനകളും വേദനകളും നിസ്സഹായതകളും അനുഭവിച്ച ഒട്ടനവധി ഗർഭിണികളുടെ പ്രതീകമായിരുന്നു ഈ വീട്ടമ്മ.

ഇതിന്റെയൊക്കെ പരിണതഫലം പ്രസവാനന്തരം ചില സ്ത്രീകളിലെങ്കിലും കാണപ്പെട്ടു. കോവിഡിന്റെ തേരുരുണ്ടപ്പോൾ ചതഞ്ഞരഞ്ഞ മനസ്സുമായി കഴിഞ്ഞവർ, ഫ്ളാറ്റിലെ നാലു ചുവരുകൾക്കുള്ളിൽ തീപിടിച്ചതുപോലെ അസ്വസ്ഥരായവർ, അവരുടെ നെടുവീർപ്പുകൾ, തേങ്ങലുകൾ അയാഥാർത്ഥമായിരുന്നില്ല. പ്രസവാനന്തരമുള്ള പോസ്റ്റ് പാർട്ടം ഡിപ്രഷൻ സാധാരണഗതിയിൽ അഞ്ചിലൊരാൾക്ക് സംഭവിക്കാം. ഇതിൽതന്നെ പോസ്റ്റ്പാർട്ടം പോസ്റ്റ് ട്രോമാറ്റിക് സ്ട്രെസ് ഡിസോർഡർ അഞ്ചുശതമാനത്തോളം അമ്മമാരിൽ കാണപ്പെടാറുണ്ട്. ഭയാശങ്കകളും പിരിമുറുക്കവും പേടിസ്വപ്നങ്ങളുമെല്ലാമായി വളരെയധികം അസ്വസ്ഥതയുണ്ടാവുന്ന അവസ്ഥ. അത് ആഴ്ചകളോളം നീണ്ടു നിൽക്കുകയും ചെയ്യും.

ഗർഭകാലത്ത് തലച്ചോറിലുണ്ടാകുന്ന പരിവർത്തനം, ഗർഭകാലത്തും പ്രസവശേഷവും സെക്സ് ഹോർമോണുകളിലെ ഈസ്ട്രജന്റെയും പ്രൊജസ്റ്ററോണിന്റെയും അളവിലുണ്ടാകുന്ന വ്യതിയാനം, ചുറ്റുപാടുകൾ സൃഷ്ടിക്കുന്ന സ്വാധീനം, കടന്നുപോയ ജീവിതാനുഭവങ്ങൾ നൽകിയ നെഗറ്റീവ് ചിന്തകൾ ഇതെല്ലാം വൈകാരികമായ മാറ്റങ്ങൾക്ക് കാരണമാണ്. ഇത് മാനസികവും ശാരീരികവുമായ പലവിധ പ്രശ്നങ്ങളിലേക്ക് നയിക്കുന്നു. ചെറുതും വലുതുമായ സമ്മർദ്ദങ്ങൾക്ക് പെട്ടെന്ന് വിധേയമാകും. ഈ മാനസികപ്രശ്നങ്ങളെ മറികടക്കാൻ ഏറ്റവും പ്രിയപ്പെട്ടവരുടെയും സമൂഹത്തിന്റെ തന്നെയും സഹായവും പരിഗണനയും വേണം. ഇത് കിട്ടാതെപോകുമ്പോഴുണ്ടാകുന്ന അവസ്ഥ ഭീതിയുളവാക്കുന്നതാണ്. പോസ്റ്റ് പാർട്ടം ഡിപ്രഷനെന്നും പോസ്റ്റ്പാർട്ടം സൈക്കോസിസെന്നുമൊക്കെ തിരിച്ചറിയാതെ കുറ്റപ്പെടുത്തൽ കേൾക്കേണ്ടിവരുന്ന എത്രയോ സ്ത്രീകളുണ്ട്. കുഞ്ഞിന്റെ സംരക്ഷണത്തെയും പരിചരണത്തെയും കുറിച്ചുള്ള ആധിയും പരിഭ്രമവുമൊക്കെയാണ് പോസ്റ്റ്പാർട്ടം ഡിപ്രഷനെങ്കിൽ പോസ്റ്റ് പാർട്ടം സൈക്കോസിസ് കുറച്ചുകൂടി തീവ്രമായ അവസ്ഥയാണ്. ആരൊക്കെ എന്തൊക്കെ ശ്രമിച്ചാലും തിരുത്താൻ കഴിയാത്ത വിധത്തിൽ. അകാരണമായ സംശയങ്ങൾ, അകാരണമായ ഭയം ഇവയൊക്കെ ബലപ്പെടുന്നതാണ് ഈ അവസ്ഥ. ഇതിൽ അസ്വാഭാവികമായ പെരുമാറ്റം പ്രകടിപ്പിക്കും; ഉൻമാദാവസ്ഥയിൽ പരസ്പരം ബന്ധമില്ലാതെ സംസാരിക്കും. മറ്റുള്ളവർ തന്നെയോ കുഞ്ഞിനെയോ ഉപദ്രവിക്കാൻ ശ്രമിക്കുന്നു എന്നുള്ള തോന്നൽ ഉളവാകും. ഈയവസ്ഥ വളരെ സങ്കീർണ്ണമാണ്. ജാഗ്രതയുണ്ടായില്ലെങ്കിൽ അമ്മയുടെയും കുഞ്ഞിന്റെയും ജീവൻതന്നെ അപകടത്തിലാവുന്ന അവ

സ്ഥ.

കൊറോണ വ്യാപനത്തിന്റെ ഒന്നാംതരംഗത്തിൽ ദുബായിലെ ഒരു വീട്ടമ്മയ്ക്ക് പ്രസവാനന്തരം സംഭവിച്ച പോസ്റ്റ്പാർട്ടം സൈക്കോസിസ് ഭയപ്പെടുത്തുന്ന ഒന്നായിരുന്നുവെന്ന് ഡോ. ശ്രീലത വിവരിക്കുന്നു.

നാട്ടിൽ പോയി പ്രസവിച്ച്, കുഞ്ഞിനൊരു ആറുമാസമൊക്കെ കഴിഞ്ഞശേഷം തിരികെ വരാമെന്ന് കരുതിയവരാണ് തന്റെ പേഷ്യന്റ് ലിസ്റ്റിലെ ഭൂരിഭാഗം ഗർഭിണികളും. എന്നാൽ കോവിഡ് വ്യാപകമാവുകയും ലോക്ഡൗൺ പ്രഖ്യാപിക്കുകയും ചെയ്തതോടെ ഈ സാധ്യതകളൊക്കെ ഇല്ലാതായി. ഇതോടെ പരിചരണം ആവശ്യമുള്ള സമയത്ത് ആരുടെയും സഹായമില്ലാതെ വല്ലാതെ ഒറ്റപ്പെടുന്ന അവസ്ഥ പലരുടെയും മാനസികാരോഗ്യത്തെ ബാധിച്ചു. കുഞ്ഞിന് ഉറക്കം കുറവായിരിക്കുകയും രാത്രിയും പകലുമൊന്നും അമ്മയ്ക്കുറങ്ങാൻ കഴിയാതിരിക്കുകയും ചെയ്യുമ്പോഴുണ്ടാകുന്ന സ്ട്രസ്, നല്ലൊരു സപ്പോർട്ട് സിസ്റ്റമില്ലാതെ കുഞ്ഞിനെ നോക്കാൻ ഒരാളുമില്ലാതെ അമ്മ അനുഭവിക്കുന്ന മാനസികാവസ്ഥ അതിതീവ്രമാണ്. ഇതിനിടയിൽ തനിക്കും കുഞ്ഞിനും കൊറോണ പിടിപെടുമോ എന്നുള്ള ഉത്കണ്ഠ കൂടിയുണ്ടായാലോ?

ഫ്രോയിഡിന്റെതന്നെ സിദ്ധാന്തപ്രകാരം ജീവിതശൈലികൾ വാസ്തവത്തിൽ നമ്മുടെ അതിജീവനത്തിന്റെ ഡ്രൈവിങ്ങ് ഫോഴ്സുകളാണ്. അതിൽ നല്ല ഭക്ഷണവും സ്നേഹവും കരുതലും പരിചരണവും പരിഗണനയും എല്ലാം ഉൾപ്പെടുന്നു. എന്നാൽ ഇതൊന്നും കിട്ടാതെ തികച്ചും ഒറ്റപ്പെട്ടുപോയി എന്ന ചിന്തയും അകാരണമായ ഭയവും ഒക്കെ മനുഷ്യനെ ഭ്രാന്തമായ അവസ്ഥയിലെത്തിക്കും.

"മുപ്പത്തിമൂന്ന് ആഴ്ചകളായപ്പോൾ നാട്ടിൽ പോകാമെന്നും അവിടെ പ്രസവിക്കാമെന്നും കരുതിയ ഒരു പേഷ്യന്റിന്റെ കാര്യം പറയാം. മാർച്ച് മാസത്തിലാണ് നാട്ടിൽ ലോക്ഡൗൺ പ്രഖ്യാപിച്ചത്. പേഷ്യന്റിന് പോകാൻ സാധിച്ചില്ല. തുടർന്ന് ഡെലിവറി ഇവിടെ കഴിഞ്ഞു. ഹസ്ബന്റ് മാത്രമേയുള്ളൂ സഹായത്തിന്. ആദ്യത്തെ മൂന്ന് ദിവസം വേറെ പ്രശ്നങ്ങളൊന്നുമുണ്ടായില്ല. എന്നാൽ നാലാം ദിവസമായപ്പോൾ ഭർത്താവിന് നേരിയ പനിയുടെ ലക്ഷണങ്ങളുണ്ടായി. അതോടെ സെൽഫ് ഐസലേഷനിലേക്ക് മാറാൻ നിർബന്ധിക്കപ്പെട്ടു. സെൽഫ് ഐസലേഷനിൽ കഴിയവെ ചുമയും തൊണ്ടവേദനയും കൂടിവരികയും തുടർന്ന് ഡോക്ടറുടെ നിർദ്ദേശപ്രകാരം കോവിഡ് ടെസ്റ്റിന് വിധേയനാവുകയും ചെയ്തു. പരിശോധനാഫലം പോസിറ്റീവായതോടെ അദ്ദേഹത്തെ വർസാനിലുള്ള ക്വാറന്റീൻ കേന്ദ്രത്തിലേക്ക് മാറ്റി.

കോവിഡിന്റെ ഒന്നാംവ്യാപനസമയത്തെ സാഹചര്യമാണിതെന്നോർക്കണം. രണ്ടാം വ്യാപനവും മൂന്നാം വ്യാപനവുമൊക്കെ എത്തിയപ്പോൾ നമ്മൾ വൈറസുമായി പൊരുത്തപ്പെട്ട് ജീവിക്കാൻ പഠിച്ചുവെങ്കിലും ഒന്നാം വ്യാപനം അങ്ങനെയായിരുന്നില്ല. രോഗത്തെക്കുറിച്ചുള്ള അജ്ഞത, മരണഭയം, ക്വാറന്റൈൻ, സെൽഫ് ഐസലേഷൻ അങ്ങനെ പരിചിതമല്ലാത്ത പല അവസ്ഥകളിലൂടെയും മനുഷ്യരാശി കടന്നുപോയി. ആർക്കും ആരെയും വിശ്വാസമില്ലാത്ത കാലം കൂടിയായിരുന്നു. ആരാണ് രോഗവാഹകനെന്നറിയില്ലല്ലോ. രോഗത്തെക്കുറിച്ചുള്ള അബദ്ധജടിലമായ സന്ദേശങ്ങൾ സോഷ്യൽമീഡിയ വഴി പ്രചരിച്ചതോടെ ഭയം ഇരട്ടിച്ചു. പാശ്ചാത്യരുടെ ശീലമനുസരിച്ച് ഒരാൾ തുമ്മുമ്പോൾ Bless you എന്ന് അനുഗ്രഹിച്ചിരുന്നത് Curse you എന്ന ശാപവാക്കിലേക്ക് പരിണമിക്കുന്ന സ്ഥിതിവരെയെത്തി. അങ്ങനെയൊരു കാലഘട്ടത്തിലാണ് ഒപ്പമുണ്ടായിരുന്ന ഏക ആശ്രയവും അഭയവുമായിരുന്ന ഭർത്താവിന് രോഗം സ്ഥിരീകരിക്കുകയും ക്വാറന്റൈൻ കേന്ദ്രത്തിലേക്ക് മാറ്റപ്പെടുകയും ചെയ്യുന്ന അവസ്ഥ ഈ യുവതിക്കുണ്ടാകുന്നത്. ഡോക്ടർ പറയുന്നു.

“അതോടെ യുവതിയുടെ മാനസികാരോഗ്യ നിലയാകെ തകിടം മറിഞ്ഞു. ഒരാളും സഹായിക്കാനില്ലാതെ ഒറ്റയ്ക്ക് കുഞ്ഞിനെ നോക്കാൻ കഴിയാതെയായി. അത്യാവശ്യം ഭക്ഷണസാധനങ്ങൾക്ക് റെസ്റ്റോറന്റിലേക്കോ ഗ്രോസറിയിലേക്കോ പോലും വിളിച്ചുപറയാതെയായി. ആരെയും വിശ്വാസമില്ലാതെയായി, എല്ലാവരേയും ഭയമായിരുന്നു. ദിവസങ്ങൾക്ക് ശേഷം ക്വാറന്റീനിൽ കഴിയുന്ന ഭർത്താവിന്റെ ഒരു പാനിക്ക് കോളിലൂടെയാണ് ഈ കാര്യങ്ങളൊക്കെ അറിഞ്ഞത്. അദ്ദേഹം പറഞ്ഞത് അദ്ദേഹത്തോട് പോലും സംസാരിക്കുന്നില്ല; നിരവധി തവണ വിളിച്ചാൽ മാത്രമാണ് ഒരു പ്രാവശ്യമെങ്കിലും കോൾ അറ്റൻഡ് ചെയ്യുന്നത്. ഒന്നിനും മറുപടിയില്ല. എന്തെങ്കിലും പറഞ്ഞാൽ തന്നെ കടുത്ത ശകാരവാക്കുകൾ മാത്രം. ഡോക്ടർ എങ്ങനെയെങ്കിലും സഹായിക്കണമെന്ന് അദ്ദേഹം കരഞ്ഞപേക്ഷിക്കുകയായിരുന്നു. ഒടുവിൽ ലൊക്കേഷൻ ചോദിച്ചറിഞ്ഞ് ഒന്നുരണ്ടു വോളന്റീയേഴ്സിനെയും കൂട്ടി ഫ്ളാറ്റിലെത്തിയപ്പോൾ കണ്ട കാഴ്ച ഞെട്ടിക്കുന്നതായിരുന്നു. നന്നേ ക്ഷീണിച്ചിരുന്നു അവർ. കുളിച്ചിട്ട് തന്നെ ദിവസങ്ങളായി എന്ന് കാഴ്ചയിൽ വ്യക്തം. കുഞ്ഞിന്റെയടുത്ത് നിന്ന് എങ്ങോട്ടേക്കും മാറിയിട്ടില്ല. കുഞ്ഞിനെ ആരെങ്കിലും ഉപദ്രവിക്കുമോ എന്ന് ഭയന്ന് കാവലിരിക്കുകയായിരുന്നു. അതിനെമാത്രം ശ്രദ്ധിച്ചിട്ട് ഉറങ്ങാതെ ഉണ്ണാതെ ഒരു

സോംബി (ജീവച്ഛവം)യായ അവസ്ഥ.

പോസ്റ്റ് പാർട്ടം സൈക്കോസിസിന്റെ ഭീതിദമായ അവസ്ഥയിലേക്ക് അവരെത്തിക്കഴിഞ്ഞിരുന്നു. കുറച്ചുകൂടി വൈകിയിരുന്നെങ്കിൽ അവരെ ജീവനോടെ തന്നെ കിട്ടുമായിരുന്നില്ല. ഒടുവിൽ ഡോക്ടറുടെ നിർദ്ദേശ മനുസരിച്ച് വോളന്റിയർമാരിൽ ഒരാളുടെ താമസസ്ഥലത്ത് യുവതി യെയും കുഞ്ഞിനെയും മാറ്റുകയും ശരിയായി പരിചരിക്കുകയും ചെയ്തു.

എന്നാൽ പ്രശ്നങ്ങൾ അവിടെ അവസാനിച്ചില്ല. ക്വാറന്റൈൻ കാലം അവസാനിച്ച് ഭർത്താവ് മടങ്ങിവരികയും അമ്മയും കുഞ്ഞിനൊപ്പം ഫ്ളാറ്റിലേക്ക് താമസം മാറുകയും ചെയ്തതോടെ പോസ്റ്റ്പാർട്ടം സൈക്കോസിസിന്റെ ഗുരുതരമായ അവസ്ഥകൾ യുവതി പ്രകടിപ്പിച്ചു. ഭർത്താവിനോട് കലശലായ ദേഷ്യം, കുഞ്ഞിനെ തൊടാനോ എടു ക്കാനോ അനുവദിക്കാതിരിക്കൽ, അമ്മയും കുഞ്ഞും കഴിയുന്ന മുറിയി ലേക്ക് ഭർത്താവ് കടക്കാതിരിക്കാൻ മുറി പൂട്ടിയിടുക ഇങ്ങനെ സംഘർഷ ഭരിതമായ നാളുകളായിരുന്നു പിന്നീട്.

ഡോക്ടർ ഓർമ്മിക്കുന്നു.

“പൊട്ടിക്കരഞ്ഞുകൊണ്ടാണ് ആ ഹസ്ബന്റ് ഒരു ദിവസം ഫോൺ വിളിച്ചത്. മാനസികനില തെറ്റിയതുപോലെയാണ് ആ സ്ത്രീയുടെ പെരു മാറ്റമെന്നും എന്തു ചെയ്യണമെന്നറിയില്ലെന്നും പറഞ്ഞ് അയാൾ തകർന്നു പോയിരുന്നു.”

പ്രവാസലോകത്തെ ഇത്തരം നിലവിളികൾ നാലു ചുമരുകൾക്കു ള്ളിൽ മാത്രം ഒതുങ്ങിനിന്നു. ഏറിയാൽ കൺസൾട്ടിങ് ഡോക്ടറോട് സഹായം ചോദിക്കാമെന്നല്ലാതെ മറ്റൊന്നിനും കഴിയാതെ തകർന്നു പോയ എത്രയോ മനുഷ്യരുണ്ട്. എത്രകാലമെടുത്തിട്ടാണ് ഇവരൊക്കെ സാധാരണ ജീവിതത്തിലേക്ക് മടങ്ങിവന്നിട്ടുണ്ടാവുക. ഈ കരച്ചിലിനി ടയിലാവും പലരും ആശ്വാസം തേടി നാട്ടിലേക്ക് തിരിക്കാമെന്ന് തീരു മാനിച്ചിട്ടുണ്ടാവുക. അവിടെ നിന്ന് കിട്ടിയ മറുപടികൾ എരിതീയിൽ എണ്ണ പകരുന്നതുമായിരുന്നു.

ജിബ്രാൻ എഴുതിയതുപോലെ ഈ ലോകത്തെ ഏകാകികളായ മനു ഷ്യർ.

ഏകനാണ് ഞാൻ

എന്റെ പ്രവാസം. ജീവിതത്തിൽ കഠിനമായ ഏകാന്തതയും വേദ നാകരമായ ഒറ്റപ്പെടലും അനുഭവിക്കുന്നു.

പക്ഷേ, ഈ ഏകാന്തതയിൽ ഞാനൊരു അജ്ഞാതവും മോഹിപ്പി

ക്കുന്നതുമായ ഒരു രാജ്യത്തെ ഭാവനയിൽ കാണുന്നു. മഹത്തായ വിദൂരലോകം എന്റെ കിനാക്കളിൽ നിറയ്ക്കുന്നു. എന്റെ ആളുകൾക്കിടയിൽ ഞാനൊരു അപരിചിതനാണ്. എനിക്ക് സുഹൃത്തുക്കളില്ല. ആരെയെങ്കിലും കാണുമ്പോഴും ഞാൻ സ്വയം ചോദിക്കുന്നു.

'എന്താണയാൾ, എങ്ങനെയാണ് അയാളെ അറിയാൻ കഴിയുക, എന്തിനാണയാൾ ഇവിടെ വന്നത്, ഏത് നിയമമാണ് അയാളെയും എന്നെയും പരസ്പരം ബന്ധപ്പെടുത്തുന്നത്.

ഈ ലോകത്ത് ഞാനൊരു അപരിചിതനാണ്. ലോകത്തിന്റെ ഒരറ്റം മുതൽ മറ്റേ അറ്റംവരെ അലഞ്ഞിട്ടും തല ചായ്ക്കാൻ ഒരിടം കണ്ടെത്താൻ കഴിഞ്ഞിട്ടില്ല. കണ്ടുമുട്ടിയ ആരെയും അറിയാനും എനിക്ക് സാധിച്ചിട്ടില്ല.

ഞാൻ പറയുന്നത് ശ്രദ്ധിച്ചു കേൾക്കുന്ന ഒരാളെ കണ്ടെത്താനുമാവില്ല. ഈ ലോകത്തൊരു ഏകാകിയാണ് ഞാൻ. എന്റെ പ്രവാസജീവിതത്തിൽ കഠിനമായ ഏകാന്തതകളും വേദനാജനകമായ ഒറ്റപ്പെടലും അനുഭവിക്കുന്നു.'

ഗൾഫ് സമ്പത്ത് കേരളീയ സമൂഹത്തിലാകെ മാറ്റങ്ങൾ കൊണ്ടുവന്നു.

സമ്പദ്‌വ്യവസ്ഥയിലുണ്ടായ പരിണാമങ്ങൾ സാമൂഹികാധികാര ബന്ധങ്ങളിലും പ്രതിഫലിച്ചു.

വിദ്യാഭ്യാസ സംസ്കാരിക മണ്ഡലങ്ങൾ പരിവർത്തനപ്പെട്ടു. ഗ്രാമങ്ങളിലടക്കം കോൺക്രീറ്റ് സൗധങ്ങൾ ഉയർന്നു.

വരൂ, നമുക്കൊരു സംരംഭം തുടങ്ങാം

ഗൾഫ് പ്രവാസത്തെക്കുറിച്ച് സമഗ്രമായ പഠനം നടത്തേണ്ടതിന്റെ ആവശ്യകത എന്താണ് എന്ന ചോദ്യത്തോടെ വേണം ഈ ലേഖനത്തിലേക്ക് കടക്കാൻ. അത്തരമൊരു പഠനത്തിനുതകുംവിധം ഗൾഫ് പ്രവാസികൾ കേരളത്തിന്റെ ഏതു മേഖലയിലിടപെട്ടിട്ടുണ്ട്? ഗൾഫ് കുടിയേറ്റവും അതേത്തുടർന്ന് കൈവന്ന ഗൾഫ് പണവും വ്യക്തിഗതമായ പുരോഗതിക്ക് കാരണമായെങ്കിലും കേരളത്തിന്റെ സാമൂഹിക സാംസ്കാരിക മേഖലയിലെ മാറ്റത്തിന് കാരണമായോ? ഇങ്ങനെ നിരവധി ചോദ്യങ്ങൾ ഉയർത്തിക്കൊണ്ട് വേണം വ്യക്തമായ ഉത്തരം തേടാൻ.

ഗൾഫ് കുടിയേറ്റവും അതുവഴിയുണ്ടായ സമ്പത്തും കേരളീയ ജീവിതത്തിന്റെ സമസ്തമേഖലകളിലും പുരോഗമനപരമായ മാറ്റത്തിന് വഴിതെളിച്ചു. കേരളാ മോഡൽ വികസനം എന്ന് നമ്മൾ അഭിമാനപൂർവ്വം ഉയർത്തിക്കാട്ടുന്ന വിദ്യാഭ്യാസ, ആരോഗ്യമേഖലയിലടക്കം ഗൾഫ് മലയാളിയുടെ കൈയൊപ്പ് പതിഞ്ഞിട്ടുണ്ട്. ചുരുക്കത്തിൽ നവോത്ഥാന കേരളത്തിന്റെ ചരിത്രം പരിശോധിക്കുമ്പോൾ ഗൾഫു പ്രവാസത്തെ മാറ്റിനിർത്തിക്കൊണ്ടൊരു ചരിത്രം സാധ്യമല്ല. ബാബു ഭരദ്വാജ് എഴുതിയതുപോലെ ചരിത്രത്തിൽനിന്ന് പ്രവാസം നീക്കിയാൽ പിന്നെ ചരിത്രം ബാക്കി കാണില്ല എന്നത് കേരളചരിത്രത്തിന്റെ കാര്യത്തിൽ മുഴുവനായും ശരിയാണ്. പ്രവാസിയെ മാറ്റിനിർത്തിക്കൊണ്ട് ആധുനിക കേരളത്തിന്റെ ചരിത്രമെഴുതാൻ സാധിക്കില്ല. എന്നാൽ അത്തരമൊരു ചരിത്രമെഴുത്ത് നടന്നില്ല എന്നുമാത്രമല്ല ചരിത്രപഠനങ്ങളിൽ അത്തരമൊരു ശ്രദ്ധേയമായ പഠനം പോലും ഉണ്ടായിട്ടില്ല. ചരിത്രകാരൻ ഡോ. കെ. കെ.എൻ. കുറുപ്പെഴുതിയ ഒരു ലേഖനത്തിൽ നവോത്ഥാനകേരളം സൃഷ്ടിക്കാൻ പ്രവാസികൾ വഹിച്ച പങ്കിനെക്കുറിച്ച് പ്രതിപാദിച്ചിരുന്നു. അതൊരു വേറിട്ട അന്വേഷണമായിരുന്നു. കേരള മോഡൽ, പുരോഗതി എന്നൊക്കെ പറയുമ്പോഴും കേരളത്തിന്റെ സാംസ്കാരിക ചരിത്രത്തിലെ ശ്രദ്ധേയമായ മാറ്റത്തിന് പശ്ചാത്തലമൊരുക്കിയത് ഗൾഫ് കുടിയേറ്റവും അതുണ്ടാക്കിയ മൂലധന സ്രോതസ്സുമാണ്. ഡോ. കെ. കെ.എൻ. കുറുപ്പിന്റെ ലേഖനം ഇങ്ങനെ തുടരുന്നു.

വടക്കൻ ജില്ലകളിൽ നിന്നും ഗൾഫ് നാടുകളിലേക്കുള്ള കുടിയേറ്റം പ്രധാനമായും മുസ്ലീം സഹോദരങ്ങളിൽനിന്നും അവരുൾക്കൊണ്ട ദുർബ ലവിഭാഗങ്ങളിൽനിന്നും ആയിരുന്നു. പ്രധാനമായും ഇത്തരം കുടിയേറ്റം ആരംഭിച്ചത് 1960കൾക്കു ശേഷമായിരുന്നു. കഴിഞ്ഞ നൂറ്റാണ്ടിൽ നടന്ന കേരളചരിത്രത്തിലെ അത്ഭുതാവഹമായ പ്രതിഭാസം ഈ കുടിയേറ്റം അഥവാ പ്രവാസമായിരുന്നു. തെക്കൻ കേരളത്തിൽ പ്രവാസം പ്രധാന മായും വിദ്യാസമ്പന്നരായ ചെറുപ്പക്കാരും ചെറുപ്പക്കാരികളുമടങ്ങിയ വിഭാഗമായിരുന്നു. അവരുടെ പ്രവാസം പ്രധാനമായും ജർമനി, യു.എ സ്, കാനഡ തുടങ്ങിയ രാജ്യങ്ങളിലേക്കായിരുന്നു. എന്നാൽ മലബാ റിലെ പ്രവാസം അധ്വാനശക്തിമാത്രം മൂലധനമായിട്ടുള്ള തൊഴിലാളി കളും മറ്റുമടങ്ങിയ മുസ്ലിം സമൂഹത്തിൽനിന്നായിരുന്നു. ഈ തൊഴിൽശക്തിയെ വലിച്ചെടുത്തത് (പുൾ) ഗൾഫ്നാടുകളിലെ പെട്രോ ഡോളർ ശാക്തീകരണവും ചെറുതും വലുതുമായ പട്ടണങ്ങളുടെ വളർച്ചയും വികസനവും അനുബന്ധതൊഴിൽ മാർക്കറ്റുമായിരുന്നു. കൊളോണിയൽ ഭരണത്തിനുകീഴിൽ മലബാറിലെ ഗ്രാമങ്ങളിൽ നില നിന്നിരുന്ന മൂലധനമില്ലായ്മയും പ്രവാസത്തെ ഊർജ്ജിതമാക്കിയ ഉന്തി ത്തള്ളൽ ആയി രൂപാന്തരപ്പെട്ടു. എന്നാൽ ഈ രണ്ടുസ്ഥിതിവിശേഷ ങ്ങൾ കൊണ്ടുമാത്രം പ്രവാസത്തിന്റെ അംഗസംഖ്യ വർദ്ധിച്ചുവരണ മെന്നില്ല. പ്രവാസത്തിന് സജ്ജമാക്കുന്ന മാനസികാവസ്ഥ അഥവാ ഒരു സാംസ്കാരിക സ്ഥിതികൂടി ഉണ്ടാകേണ്ടത് ഒരാവശ്യമായിരുന്നു. ആ സ്ഥിതി ഇരുപതാം നൂറ്റാണ്ടിന്റെ ആരംഭം മുതൽ മലബാർ ഗ്രാമങ്ങ ളിൽ കൊളോണിയൽ ഭരണത്തിന്റെ കാലഘട്ടത്തിൽത്തന്നെ രൂപപ്പെ ട്ടിരുന്നു. അതേറ്റവും ശക്തമായിരുന്നത് മുസ്ലിം സമൂഹങ്ങളിലായിരു ന്നുതാനും. അവർ മലബാറിൽനിന്നും ചെന്നൈ, മുംബൈ തുടങ്ങിയ കൊളോണിയൽ വൻപട്ടണങ്ങളിലേക്ക് ജോലി തേടി പുറപ്പെട്ടു. പിന്നീട് കപ്പൽ മാർഗം കൊളംബോ തുടങ്ങിയ പട്ടണങ്ങളിൽ എത്തിപ്പെട്ടു. ഇരു പതാം നൂറ്റാണ്ടിന്റെ ആദ്യം മലേഷ്യൻ ഫെഡറേഷനിൽ ഖനികളും തോട്ടങ്ങളും ആരംഭിച്ചപ്പോൾ കൊളംബോയിൽനിന്നു സിംഗപ്പൂർ, പെനാ ങ്ക്, ക്വാലാലംപൂർ, റങ്കൂൺ തുടങ്ങിയ കേന്ദ്രങ്ങളിലേക്കായിരുന്നു പിന്നീ ടുള്ള കുടിയേറ്റം.

രണ്ടാം ലോകയുദ്ധത്തെ തുടർന്ന് ഇത്തരം കുടിയേറ്റങ്ങളിൽ സാമ്പ ത്തിക ഭദ്രത ഇല്ലാതായപ്പോൾ ഈ കുടിയേറ്റക്കാർ പിന്നീട് പേർഷ്യൻ ഗൾഫിലേക്ക് പ്രവാസം ലക്ഷ്യമാക്കി. അൻപതുകളിലും അറുപതുക ളിലും പേർഷ്യൻ ഗൾഫ് യാത്ര ശക്തമായ ഒരു സ്ഥിതിവിശേഷമായി

രുന്നു.

ഇത്തരത്തിൽ ഒരു അൻപത് വർഷക്കാലത്തെ പ്രവാസജീവിതത്തിന്റെ പാരമ്പര്യത്തിൽനിന്ന് മലബാറിലെ മുസ്ലിം സമൂഹത്തിൽ കുടിയേറ്റം എന്ന ആശയം ശക്തമായി നിലനിന്നിരുന്നതു കാണാം. ഗൾഫ് നാടുകളടക്കമുള്ള രാജ്യങ്ങളിലെ മുസ്ലിം സമൂഹവും മലബാറിലെ മുസ്ലിം സമൂഹവും മതപരമായ ഒരേ വിശ്വാസം പിൻതുടർന്നു വന്നിരുന്നതിനാൽ അവർക്കിടയിൽ ഒരു ഐക്യബോധം അഥവാ മമത നിലനിർത്തിയിരുന്നു. പ്രവാസത്തെ ശക്തിപ്പെടുത്തിയ ഒരു ഘടകവും ഇതായിരുന്നു.

ഇത്തരത്തിലുള്ള ഗൾഫ് പ്രവാസം പ്രത്യേകിച്ചും മലബാറിൽ വരുത്തിയ സാംസ്കാരികമാറ്റം ജീവിതത്തിൽ വിവിധ തലങ്ങളിലും പ്രതിഫലിച്ചു കാണാം. മലബാറിൽ ഇന്നു കാണുന്ന സ്വകാര്യ വിദ്യാഭ്യാസ സ്ഥാപനങ്ങളുടെ വളർച്ചയിലും വിദ്യാഭ്യാസത്തിന്റെ പൊതുവായ വ്യാപനത്തിലും പ്രവാസി മൂലധനം വലിയ പങ്കുവഹിച്ചു വരുന്നു. മദ്റസകളിലും ദർസുകളിലും മതപഠനം ക്രമീകരിക്കപ്പെട്ടപ്പോൾ അതിനെ പൊതുവിദ്യാഭ്യാസവും ആധുനിക പാഠ്യപദ്ധതിയുമായി സമരസപ്പെടുത്തുകയുണ്ടായി. ഇതെല്ലാം പ്രധാനമായും സർക്കാരിന്റെ പങ്കാളിത്തമില്ലാതെ എൻ.ജി.ഒ. തലത്തിലായിരുന്നുതാനും. വാണിജ്യ താൽപര്യങ്ങൾക്കുപരിയായി മതപരവും സാംസ്കാരികവുമായ ഒരു പ്രചോദനം ഈ പ്രവർത്തനങ്ങൾക്കു പിന്നിൽ കാണാവുന്നതാണ്.

മുസ്ലിം സമൂഹം സ്ത്രീ വിദ്യാഭ്യാസത്തിനു ആശയപരമായ പ്രാധാന്യത്തോടൊപ്പം പെൺപള്ളിക്കൂടങ്ങളുടെ സ്ഥാപനത്തിനു ശക്തമായ നേതൃത്വം കൊടുത്തുകാണാം. ഇതെല്ലാം തന്നെ സമ്പന്നന്മാരുടെ മൂലധനം കേന്ദ്രീകരിച്ചായിരുന്നല്ല. ഗൾഫ് നാടുകളിൽ രൂപീകരിച്ചിരുന്ന മഹല്ല് കമ്മറ്റികൾ മലബാറിലെ ഓരോ പ്രദേശത്തും ഇത്തരം പ്രവർത്തനങ്ങൾക്കാവശ്യമായ നേതൃത്വം നൽകി. അതിന്റെ പ്രവർത്തകരെല്ലാം സാധാരണക്കാരായ പ്രവാസികളായിരുന്നു. കുടുംബാംഗങ്ങളുടെ ജീവിതനിലവാരം ഉയർത്തുന്നതിനും ആരോഗ്യപരിരക്ഷണത്തിൽ കൂടുതൽ ശ്രദ്ധ പതിപ്പിക്കുന്നതിനും പ്രവാസികളുടെ ധനം കൂടുതൽ കൂടുതൽ ഉപയോഗിക്കപ്പെട്ടു. ഭൂപരിഷ്കരണവും മണ്ണിന്റെ സ്ഥിരാവകാശവും നിയമപരമായി ഇവിടെ നടപ്പാക്കപ്പെട്ടപ്പോൾ ആധുനിക സൗകര്യങ്ങളുള്ള പാർപ്പിടങ്ങൾ ഓരോ ഗ്രാമത്തിലും ഉയർന്നുവന്നു. ഇതാകട്ടെ യൂറോപ്പിലെന്നപോലെ നഗരവും ഗ്രാമവും തമ്മിലുള്ള വിഭജനരേഖ ഇല്ലാതാക്കുകയും വികസനത്തിന്റെ ഒരു പൊതുരേഖ സൃഷ്ടിക്കപ്പെടുകയും

ചെയ്തു. ഇത്തരം മാറ്റങ്ങൾ കേരളത്തിന്റെ ഗ്രാമങ്ങളിൽ ഒരു പൊതു സാംസ്കാരിക പശ്ചാത്തലം രൂപപ്പെടുത്തി. ഇതിന്റെ അടിസ്ഥാനശക്തിയായി പ്രവർത്തിച്ചത് ഗൾഫ് മൂലധനവും സാധാരണക്കാരായ പ്രവാസികളുമാണ്. അവർ സൃഷ്ടിച്ചത് ഒരു പുതിയ സാംസ്കാരിക ചരിത്രമായിരുന്നു.

ഗൾഫ് കുടിയേറ്റത്തിന്റെ ഗുണഫലത്തെ കുറിച്ചുള്ള വേറിട്ട അന്വേഷണമാണ് ഡോ. കെ.കെ.എൻ കുറുപ്പ് നടത്തിയത്. ഇതിന്റെ തുടർച്ചയെന്നോണം കൂട്ടിച്ചേർക്കാനുള്ളത് ഒരു സമുദായത്തിന്റെ വളർച്ചയും ആരാധനാലയങ്ങളുടെ വ്യാപനവും അതിന്റെ പ്രൗഢിയും മറ്റു സമുദായങ്ങളിൽ മത്സരമനോഭാവം സൃഷ്ടിക്കുകയും തങ്ങളുടെ ആരാധനാലയങ്ങളെ നവീകരിക്കാനും പുനരുദ്ധീകരിക്കാനു ശ്രമം തുടങ്ങുകയും ചെയ്തു. ഇതിനെല്ലാം മൂലധന സ്രോതസ്സ് ഗൾഫ് പണമായിരുന്നു. ആരാധനാലയങ്ങളുടെ കെട്ടും മട്ടും മാറി എന്ന് മാത്രമല്ല, ഉത്സവാഘോഷങ്ങളുടെ പൊലിമ കൂട്ടാനുള്ള മത്സരവും രൂപപ്പെട്ടു. അത് സാധാരണ കലാകാരന്മാർക്ക് ഗുണം ചെയ്തു. ഇങ്ങനെ സമസ്ത മേഖലകളിലും ഗൾഫ് പണം കേരളത്തിന്റെ ഗതിവിഗതികൾ നിയന്ത്രിച്ചു. കമ്പോളസംസ്കാരത്തിലേക്ക് മലയാളി വഴുതിമാറിക്കൊണ്ടിരുന്നു.

ഇതിനിടയിൽ കേരളത്തെ നിക്ഷേപസൗഹൃദ സംസ്ഥാനമാക്കി മാറ്റാനുള്ള ശ്രമങ്ങൾ മാറി മാറി വന്ന സർക്കാരുകൾ നടത്തി അതിലും കണ്ണുവച്ചത് പ്രവാസി നിക്ഷേപകരെയായിരുന്നു. ആകർഷകമായ പദ്ധതികൾ പ്രഖ്യാപിച്ചുവെങ്കിലും പ്രതീക്ഷിച്ച വിജയം ഒരു കാലത്തുമുണ്ടായില്ല.

പ്രവാസി സംരംഭകരെ ആകർഷിക്കാനുള്ള പദ്ധതികളൊന്നും വിജയം കാണാതെ പോയതെന്തുകൊണ്ടാണ്? സർവ്വപിന്തുണകളും ഉണ്ടെന്ന വാഗ്ദാനത്തിനപ്പുറം സർക്കാരുകൾക്ക് ഇത്തരം സംരംഭകരോട് എന്താത്മർത്ഥയാണുള്ളത്?

ഗൾഫുകാരനല്ലേ, നല്ല കാശ് കാണുമായിരിക്കുമല്ലോ, അപ്പോൾ പിന്നെ കറച്ച് കൈക്കൂലി കൊടുത്ത് കാര്യങ്ങൾ സാധിച്ചാലെന്താ എന്ന് ഓപ്പണായി ചോദിച്ച ഉദ്യോഗസ്ഥരുണ്ട് നമ്മുടെ നാട്ടിൽ - കാഴ്ചപ്പാടിന്റെ പ്രശ്നമാണത്. Existence precedes essence എന്ന് പറഞ്ഞത് സാർത്രാണ്. അസ്തിത്വം സത്തയ്ക്ക് മുമ്പ് വരുന്നുവെന്നർത്ഥം. അതായത് മനുഷ്യൻ ആദ്യം നിലനിൽക്കുന്നു, പിന്നീട് എന്തെങ്കിലും ആയിത്തീരുന്നു. സാർത്രിന്റെ കാഴ്ചപ്പാടിൽ മനുഷ്യൻ സമ്പൂർണ്ണ സ്വതന്ത്രനാണ്. അതുകൊണ്ടുതന്നെ അവൻ അവന്റെ കർമ്മപഥം സ്വയം കണ്ടെത്തേണ്ടിയിരിക്കുന്നു. തന്റെ കർമ്മപഥം കണ്ടെത്തേണ്ടതും ജീവിതം

സ്വയം കരുപ്പിടിപ്പിക്കേണ്ടതും അവനവൻ തന്നെ. എന്നാലത് അത്ര എളുപ്പമല്ല എന്നതാണ് യാഥാർത്ഥ്യം.

തങ്ങൾ ഉൾപ്പെട്ടുനിൽക്കുന്ന സമൂഹത്തോട് പൊരുത്തപ്പെട്ട് നിൽക്കുമ്പോഴും അത് ശാശ്വതമല്ലെന്നും ഒരു തിരിച്ചുപോക്ക് അനിവാര്യമാണെന്നും കരുതുന്നവരാണ് ബഹുഭൂരിപക്ഷം ഗൾഫ് പ്രവാസികളും. മാതൃദേശം അങ്ങനെ എപ്പോഴും കൊതിപ്പിച്ചുകൊണ്ടിരിക്കുകയും ചെയ്യും. അവിടെയാണ് ശേഷിക്കുന്ന ജീവിതം ജീവിച്ചുതീർക്കേണ്ടത് എന്നതിനാൽ, നാട്ടിലൊരു വരുമാനമാർഗ്ഗം അന്വേഷിച്ച് പ്രവാസികൾ നിക്ഷേപത്തിനൊരുങ്ങും. വിജയിക്കുമെന്ന് മനസ്സ് പറയുമ്പോഴും അബദ്ധം കാണിക്കരുതെന്ന് അനുഭവസ്ഥർ പറഞ്ഞുകൊണ്ടേയിരിക്കും. എന്തുകൊണ്ടാവും മാതൃദേശത്ത് നിക്ഷേപിക്കുന്നത് കടലിൽ ഉപ്പുകലക്കുന്നത് പോലെയാണെന്ന് ഇക്കാലത്തും പറഞ്ഞുകൊണ്ടേയിരിക്കുന്നത്?

പ്രവാസി സംരംഭങ്ങളെ പ്രോത്സാഹിപ്പിക്കുമെന്നും, ഏകജാലക സംവിധാനമടക്കം നടപ്പിലാക്കുമെന്നും സർക്കാർ പിന്തുണ നൽകുമെന്നുമൊക്ക പറയുമ്പോഴും പ്രവാസി സംരംഭങ്ങൾക്ക് അധികമാളുകൾ തയ്യാറാകാത്തതിന്റെ കാരണമെന്താണ്?

2012-13 മുതലാണ് ഗൾഫ് നാടുകളിൽ സ്വദേശിവൽക്കരണം ശക്തി പ്രാപിച്ചത്. അതോടെ തൊഴിൽ നഷ്ടപ്പെട്ട് വരുന്നവരെ പുനരധിവസിപ്പിക്കുമെന്ന പ്രഖ്യാപനങ്ങളും വന്നു തുടങ്ങി. എങ്ങനെയാണ് പുനരധിവസിപ്പിക്കുക, മടങ്ങിവന്ന പ്രവാസികളെ എന്തു ചെയ്യണം എന്ന കാര്യത്തിലൊന്നും കൃത്യമായ ധാരണയില്ലാതെയാണ് പുനരധിവാസം എന്ന വാക്ക് തലങ്ങും വിലങ്ങും എടുത്ത് പ്രയോഗിക്കുന്നത്.

ഒടുവിൽ രണ്ടും കല്പിച്ച് മിച്ചമുള്ള കാശും, തികയാത്തത് ബാങ്ക് വായ്പയുമെടുത്ത് എന്തെങ്കിലും ഒരു സംരംഭത്തിന് ഇറങ്ങിത്തിരിച്ചാലോ വട്ടം ചുറ്റിക്കും. അപ്രായോഗികമായ ചട്ടങ്ങളും അനുമതിപത്രങ്ങളും മാനദണ്ഡങ്ങളും; പോരാത്തതിന് കൈക്കൂലി, പാർട്ടി പിരിവ് തുടങ്ങി, ആത്മാഭിമാനത്തോടെ സ്വന്തം നാട്ടിൽ ജീവിക്കാൻ വരുന്നവൻ ഒടുവിൽ അപരാധിയായിത്തീർന്ന കാഴ്ചകൾ ധാരാളമുണ്ടായിട്ടുണ്ട്. അത്തരം തോറ്റ കഥകളിലെല്ലാം അധികൃതരിൽ സംഭവിച്ച പാകപ്പിഴകൾ നമ്മളെത്രയോ കേട്ടിട്ടുണ്ട്. എന്നാൽ വിജയിച്ച മാതൃകകളാണ് നമുക്കാവശ്യം. വിജയത്തിന്റെ മധുരം നുകരുംമുമ്പ് അവരനുഭവിച്ച പ്രതിസന്ധികളാണ് 'കേരളം പ്രവാസി നിക്ഷേപ സൗഹൃദ സംസ്ഥാനമെന്ന് കൊട്ടിഘോഷിക്കുന്നവരും നാട്ടിലൊരു സംരംഭവും വിജയിക്കില്ല, നമ്മുടെ

മക്കൾക്ക് നാട്ടിലൊരു ജോലിയും കിട്ടാൻ സാധ്യതയുമില്ല എന്ന് പരിതപിക്കുന്നവരുംഅറിയേണ്ടത്.

അങ്ങനെയൊരു വിജയിച്ച മാതൃകയാണ് കണ്ണൂർ പാപ്പിനിശ്ശേരിയിലെ അറവുമാലിന്യം സംസ്കരിക്കുന്ന റെന്ററിംഗ് പ്ലാന്റ്. പ്രവാസി സംരംഭകരുടെ നേതൃത്വത്തിൽ ആരംഭിച്ച ഈ അറവുമാലിന്യസംസ്കരണ പ്ലാന്റ് ഇന്നിപ്പോൾ സംസ്ഥാനത്തിനും രാജ്യത്തിനും മാതൃകയാണ്. ചുരുക്കത്തിൽ ഇതുമൊരു കേരളീയ നവോത്ഥാന ചരിത്രമാണ്. കാരണം കേരളം ഉടൻതന്നെ ഇന്ത്യയിലെ ആദ്യ അറവുമാലിന്യ വിമുക്ത സംസ്ഥാനമെന്ന ഖ്യാതിയിലേക്ക് നീങ്ങുകയാണ്. ഒന്നാം പിണറായി മന്ത്രിസഭയിൽ ധനമന്ത്രിയായിരുന്ന ഡോ. തോമസ് ഐസക്കിന്റെ ബജറ്റ് അവതരണവേളയിലാണ് കേരളം ഇന്ത്യയിലെ ആദ്യ അറവുമാലിന്യ വിമുക്ത സംസ്ഥാനമാവുമെന്ന പ്രഖ്യാപനം നടത്തിയത്. മീറ്റ് പ്രോഡക്ട് ഓഫ് ഇൻഡ്യയുടെ മുൻ മാനേജിംഗ് ഡയറക്ടറും കേരള സർക്കാരിന്റ ശുചിത്വമിഷന്റെയടക്കം എക്സ്പെർട്ട് കമ്മറ്റി അംഗവുമായ ഡോ. പി. വി. മോഹനന്റെ നേതൃത്വത്തിലും മേൽനോട്ടത്തിലുമാണ് റെന്ററിംഗ് യൂണിറ്റുകൾ തദ്ദേശസ്ഥാപനങ്ങളുടെ സഹകരണത്തോടെ നടപ്പാക്കാൻ തീരുമാനിച്ചത്. ആദ്യമായി പ്ലാന്റ് സ്ഥാപിച്ചത് കണ്ണൂർ ജില്ലയിലെ പാപ്പിനിശ്ശേരി പഞ്ചായത്തിൽ. നൂതനാശയമാണെന്നും നാട് അറവുമാലിന്യം കൊണ്ടു വീർപ്പുമുട്ടുകയാണെന്നും തിരിച്ചറിഞ്ഞുകൊണ്ട് നിക്ഷേപമെന്ന നിലയ്ക്കും ഒപ്പം സാമൂഹിക പ്രതിബദ്ധത കൂടി കണക്കിലെടുത്തും ഒരുകൂട്ടം ഗൾഫ് മലയാളികൾ പ്രോജക്ടുമായി സഹകരിക്കുകയായിരുന്നു. ഏകദേശം മൂന്നുകോടി രൂപ മുടക്കിയാണ് പാപ്പിനിശ്ശേരിയിലെ പ്ലാന്റ് തുടങ്ങിയത്. സംരംഭകർ നേരിട്ട പ്രതിസന്ധികൾ വിവരിക്കും മുമ്പ് റെന്ററിങ് പ്ലാന്റുകളുടെ ആവശ്യകതയെക്കുറിച്ച് കൃത്യമായ കണക്ക് മനസ്സിലാക്കണം.

സംസ്ഥാനത്താകെ പ്രതിദിനം 1500 മെട്രിക് ടൺ കോഴിമാലിന്യം ഉണ്ടാകുന്നുവെന്നാണ് കണക്ക്. ഈ കോഴിമാലിന്യം എവിടെയാണ് സംസ്കരിക്കുന്നത്? ചാക്കുകെട്ടുകളിലാക്കി റോഡരികിൽ തള്ളും. അല്ലെങ്കിൽ പുഴയിലോ കടലിലോ കൊണ്ടുവന്നു തള്ളും. റോഡരികിലും ആളൊഴിഞ്ഞ പറമ്പിലും വലിച്ചെറിയുന്ന അറവുമാലിന്യം കടിച്ചുവലിക്കാനെത്തുന്ന തെരുവുനായകൾ ഉയർത്തുന്ന ഭീഷണി കേരളം കണ്ടതാണ്. അലക്ഷ്യമായി വലിച്ചെറിയുന്ന മാലിന്യം അഴുകി ദുർഗന്ധമുണ്ടാക്കുന്നതും അതു പലവിധ രോഗങ്ങൾക്ക് കാരണമാകുന്നതും സർവ്വസാധാരണമാണ്. ഇതിനെല്ലാം പരിഹാരമെന്നോണമാണ് മാലിന്യസം

സ്കരണ പ്ലാന്റുകളെന്ന ആശയം രൂപപ്പെടുത്തിയതും ആദ്യ യൂണിറ്റ് പാപ്പിനിശ്ശേരിയിൽ തുടങ്ങിയതും. കൃത്യമായ ആസൂത്രണത്തോടെയാണ് മലിനീകരണ നിയന്ത്രണബോർഡും തദ്ദേശസ്ഥാപനങ്ങളും ശുചിത്വമിഷനുമെല്ലാം ഈ സംരംഭത്തോട് സഹകരിച്ചത്. അതുപ്രകാരം അറവുമാലിന്യം ശേഖരിക്കുന്നതിന് റെന്ററിങ് പ്ലാന്റുടമകൾക്ക് മാത്രമേ സാധിക്കൂ. കോഴിക്കടകൾക്ക് ലൈസൻസ് ഏർപ്പെടുത്തി, ഒരുദിവസം എത്ര മാലിന്യം ഉണ്ടാകുന്നുവെന്ന് കൃത്യമായി കണക്ക് വയ്ക്കാനും മാലിന്യം റെന്ററിങ് യൂണിറ്റുകൾക്ക് മാത്രമേ നൽകാൻ പാടുള്ളൂ എന്നും വ്യവസ്ഥയുണ്ടാക്കി.

ഇപ്രകാരം നാടിനെ മാലിന്യമുക്തമാക്കാൻ, പുഴകളെ സംരക്ഷിക്കാൻ, ദുർഗന്ധത്തിൽനിന്ന് രക്ഷനേടാൻ പൊതുജനാരോഗ്യം സംരക്ഷിക്കാൻ കൃത്യമായ മാനദണ്ഡങ്ങൾ തയ്യാറാക്കി പ്ലാന്റ് പ്രവർത്തിച്ചു തുടങ്ങി.

അവിടെ തുടങ്ങി സംരംഭകരുടെ കഷ്ടകാലം. അനധികൃതമായി അറവുമാലിന്യം ശേഖരിച്ച് കാടുകളിലും പുഴകളിലും തള്ളുന്ന സംഘങ്ങൾ അംഗീകൃത പ്ലാന്റുകൾക്കെതിരെ നാട്ടുകാരെയിളക്കി. പ്ലാന്റ് പ്രവർത്തിച്ചാൽ ചുറ്റുപാടും താമസിക്കുന്നവർക്ക് ദുർഗന്ധം കാരണം ജീവിക്കാൻ കഴിയില്ലെന്നും പ്ലാന്റിൽനിന്നുയരുന്ന പുക ആരോഗ്യത്തിന് ഹാനികരമാണെന്നും കോഴിവേസ്റ്റുമായി പ്ലാന്റിലേക്ക് വാഹനങ്ങൾ നിരന്തരം വന്നുകൊണ്ടിരുന്നാൽ നാടുതന്നെ നാറുമെന്നൊക്കെ നാട്ടുകാരെ തെറ്റിദ്ധരിപ്പിച്ചു. നാട്ടുകാർ സംഘടിച്ചു. പ്ലാന്റ് പ്രവർത്തിക്കാൻ അനുവദിക്കില്ലെന്നായി. കോടികൾ മുടക്കിയ പ്രവാസികൾ അന്ധാളിച്ചു. എന്തു ചെയ്യും? മറുനാട്ടിൽ കിടന്ന് കഷ്ടപ്പെട്ട പണമാണ്, നാട്ടുകാരെ പറഞ്ഞു മനസ്സിലാക്കാൻ കഴിയുമെന്ന് ഒരു വിശ്വാസവും അവർക്കില്ലായിരുന്നു. ഡോ. പി.വി. മോഹനൻ കളക്ടറുടെയും തദ്ദേശഭരണ പ്രതിനിധികളുടെയും ആശ്രയം തേടി. നാട്ടുകാർ വഴങ്ങിയില്ല. ഒടുവിൽ ദിവസങ്ങൾ നീണ്ടുനിന്ന ചർച്ചകളിലൂടെയും അനധികൃതമായി മാലിന്യം ശേഖരിക്കുന്നവരുടെ ഗൂഢാലോചനയുടേയും ശാസ്ത്രീയമായ തെളിവുകൾ സഹിതം ബോധ്യപ്പെടുത്തിയാണ് നാട്ടുകാരെ സമാധാനിപ്പിച്ചത്. മാലിന്യം ശേഖരിക്കുന്നതും പ്ലാന്റിലെത്തിക്കുന്നതും ഫ്രീസർ വണ്ടിയിലാണ്.കോൾഡ് സ്റ്റോറേജ് സഹിതം നിർബന്ധമാണ്.

ഇങ്ങനെ യാതൊരു ദുർഗന്ധവുമില്ലാതെ കൃത്യമായി സംസ്കരിക്കുന്ന രീതി നാട്ടുകാർക്ക് ബോധ്യപ്പെട്ടു. അനധികൃത മാലിന്യ സംസ്കരണസംഘങ്ങൾ ചില്ലറക്കാരല്ല. ഓരോ കോഴിക്കടയിൽ നിന്നും മാലിന്യം

അനധികൃതമായി ശേഖരിച്ചിരുന്ന ഈ സംഘങ്ങൾ കിലോക്ക് ഒരു നിശ്ചിത തുക ഈടാക്കിയിരുന്നു. കണ്ണൂർ ജില്ലയിലെ മാത്രം കണക്ക് നോക്കൂ,

കോഴിയിറച്ചി വിൽക്കുന്ന കടകൾ	-	1346
ഒരു കോഴിയെ ഇറച്ചിയായി മാറ്റുമ്പോൾ ഉണ്ടാവാനിടയുള്ള അവശിഷ്ടങ്ങളുടെ അളവ്	-	700 ഗ്രാം
ശരാശരി കടയിൽ ഒരു ദിവസമുണ്ടാകുന്ന അറവുമാലിന്യം	-	28 കി.ഗ്രാം.
ജില്ലയിലാകെ ഒരു ദിവസം ഉണ്ടാകുന്ന കോഴിമാലിന്യം	-	37688 കി.ഗ്രാം.

അതായത് കിലോക്ക് 5 രൂപ നിരക്കിൽ മാലിന്യം ശേഖരിച്ചാൽ പോലും ഈ അനധികൃത മാലിന്യശേഖരണസംഘത്തിന് കിട്ടുന്ന ഒരു ദിവസത്തെ വരുമാനം 188440 രൂപയാണ്. മാലിന്യം ചെറിയ ചെറിയ കവറുകളിലാക്കി പുഴയിലോ ആളൊഴിഞ്ഞ പറമ്പിലോ കടലിലോ തള്ളുക എന്ന ജോലി മാത്രമേ ഇവർക്കുള്ളൂ. ദിനംപ്രതി ലക്ഷത്തിനു മേലെ വരുമാനം കിട്ടുന്ന 'കച്ചവടം' ആരെങ്കിലും വേണ്ടെന്നു വയ്ക്കുമോ? അതിനെ മുടക്കാൻ വരുന്നവരെ നേരിടാൻ തക്കവണ്ണം പണവും സ്വാധീനശക്തിയും ഉള്ളവരാണിവർ.

എന്നാൽ ഡോ. പി.വി. മോഹനനെപ്പോലുള്ളവരുടെ ഇച്ഛാശക്തിയും സർക്കാർ സംവിധാനങ്ങളുടെ സഹകരണവും പാപ്പിനിശ്ശേരി പ്ലാന്റ് വിജയകരമായി പ്രവർത്തിക്കാൻ സഹായിച്ചു. തുടർമാതൃകകൾ വിവിധ ജില്ലകളിലാരംഭിച്ചു. ഫലമോ കേരളം ഇന്ത്യയിലെത്തന്നെ ആദ്യ അറവുമാലിന്യവിമുക്ത സംസ്ഥാനമായി മാറാൻ പോകുന്നു.

അതിന് വഴിവെച്ചതോ പ്രവാസി സംരംഭകരുടെ സാഹസികമായ തീരുമാനവും. കൃത്യമായ ആസൂത്രണത്തോടെ, വ്യക്തമായ ഗൈഡൻസോടെ മാത്രമേ ഏതൊരു സംരംഭത്തിനും പ്രവാസികൾ ഇറങ്ങിപ്പുറപ്പെടാവൂ എന്നൊരു ഗുണപാഠമുണ്ട് ഈ പറഞ്ഞതിൽ. കബളിപ്പിക്കപ്പെടാനുള്ള സാധ്യത വളരെ കൂടുതലുള്ളവരാണ്. അത് സ്വപ്നഗൃഹം നിർമ്മിക്കുന്നതുമുതൽ വ്യവസായസംരംഭം തുടങ്ങുന്നതുവരെയുള്ള കാര്യങ്ങളിൽ സംഭവിച്ചിട്ടുണ്ട്. ദീർഘകാലത്തെ പ്രവാസജീവിതം അവസാനിപ്പിച്ച്, ബാങ്കിലുണ്ടായിരുന്ന മിച്ചമെടുത്ത് കന്നുകാലിഫാം തുടങ്ങി ഒടുവിൽ ഉള്ളതെല്ലാം നഷ്ടപ്പെട്ട് കടംകേറി വീണ്ടും പ്രവാസി

യാകേണ്ടിവന്ന ഹതഭാഗ്യരുടെ നീറുന്ന കഥകളും കൂടി മനസ്സിലാക്കി യിട്ടുവേണം 'നാട്ടിലൊരു സ്ഥിരവരുമാനം വേണം എന്ന ആഗ്രഹത്തിൽ ഏതെങ്കിലും സംരംഭത്തിലേക്ക് ഇറങ്ങിത്തിരിക്കാൻ. ആടിനെയോ പശു വിനെയോ കോഴിയേയോ വളർത്താനും പച്ചക്കറിക്കൃഷി നടത്താനും ഒക്കെയുള്ള മോഹങ്ങൾ ഏതൊരു പ്രവാസിക്കുമുണ്ടാകും. അതിനു വേണ്ടി തിരഞ്ഞെടുക്കുന്ന സ്ഥലം, ഷെഡിന്റെ നിർമ്മാണം, പഞ്ചായ ത്തിന്റെ അനുമതി, ചുറ്റുവട്ടത്തുള്ള വീട്ടുകാരുടെ സമ്മതം തുടങ്ങി നൂലാ മാലകൾ ധാരാളമുണ്ട്. ഇതൊന്നും നോക്കാതെ ആഗ്രഹപൂർത്തീകര ണമെന്ന നിലയ്ക്ക് പലരുടെയും വാക്കുകേട്ട് കയ്യിലുള്ള പണം മുഴു വൻ നിക്ഷേപിച്ച് അബദ്ധത്തിൽച്ചെന്നു ചാടാതിരിക്കാൻ പ്രവാസികൾ ശ്രദ്ധിക്കേണ്ടതുണ്ട്. ചെറിയ ചെറിയ ചുവടുവയ്പുകളാണ് പലപ്പോഴും വലിയ മാറ്റങ്ങൾക്ക് തുടക്കം കുറിക്കുന്നത്. ആ ചുവടുവയ്പുകളിലേ ക്കുള്ള തീരുമാനം പ്രധാനമാണ്. പ്രത്യേകിച്ച് നമ്മുടെ നാട്ടിൽ. അസാ ധാരണധൈര്യം മാത്രം പോരാ; നല്ല ദർശനവും വേണം. അധിക്ഷേപ ങ്ങളെ അതിജീവിക്കുകയെന്നതും തുടക്കക്കാരനെ സംബന്ധിച്ച് വെല്ലു വിളിതന്നെയാണ്. ആ വെല്ലുവിളി ഏറ്റെടുക്കാൻ ധൈര്യം പകരുന്നതോ കൃത്യമായ ആസൂത്രണവും വ്യക്തമായ ഗൈഡൻസും തന്നെയായിരി ക്കും. ഒരിക്കലെങ്കിലും വളഞ്ഞ വഴിയിലൂടെ അനുമതി നേടാനോ അല്ലെ ങ്കിൽ നിയമം ലംഘിക്കാനോ ശ്രമിച്ചാൽ അതോടെ മുന്നോട്ടുള്ള പ്രയാ ണത്തിന് തടസ്സങ്ങളുണ്ടാകുമെന്ന് ഉറപ്പാണ്. വളഞ്ഞ വഴിക്ക് പ്രോത്സാ ഹനം നൽകി കൂടെനിന്ന രാഷ്ട്രീയ പാർട്ടികളാകട്ടെ, ഉദ്യോഗസ്ഥരാ കട്ടെ അവർതന്നെയായിരിക്കും പിന്നീട് ഏറ്റവും വലിയ തലവേദന.

അസംബന്ധമായ പല ജീവിതാവസ്ഥകളെയും നേരിടേണ്ടിവരും. അൽബേർ കാമു പറഞ്ഞതുപോലെ ഒരു എതിർപ്പു വഴി എപ്പോൾ വേണ മെങ്കിലും വരാം. I rebel therefore I exist എന്നതുപോലെ. അറിഞ്ഞു കൊണ്ടുതന്നെ ഇത്തരം ചെറുത്തുനിൽപുകൾ വേണം. എങ്കിലേ നില നിൽക്കാൻ കഴിയൂ - അതല്ലാതെ തോറ്റുകൊടുത്തേക്കാം എന്ന് വിചാ രിക്കുന്നത് ബുദ്ധിശൂന്യതയാണ്.

കാമുവിന്റെ ദി മിത്ത് ഓഫ് സിസിഫസിൽ പറയുന്നുണ്ട്, ജീവിത ത്തിന്റെ അർത്ഥതലങ്ങൾ തേടിയലയുമ്പോൾ തളരരുത് എന്ന്. നമുക്ക് പരിചിതമായ പന്തിരുകുലത്തിലെ നാറാണത്തു ഭ്രാന്തനുമായി ഏറെ അടുത്തു നിൽക്കുന്ന കഥാപാത്രമാണ് സിസിഫസ്. ഒരു ശിക്ഷയുടെ ഫലമായി ജീവിതകാലം മുഴുവനും ഒരു മലയുടെ മുകളിലേക്ക് കല്ലു രുട്ടിക്കയറ്റുവാൻ വിധിക്കപ്പെട്ടവൻ. അതായത് തന്റെ ശ്രമം വിഫലമാ

കുമെന്ന് അറിഞ്ഞുകൊണ്ടുതന്നെ കല്ലുരുട്ടിക്കയറ്റുന്ന സിസിഫസിനെപ്പോലെ ചില നിരർത്ഥകതകളോട് എതിരിട്ട് തന്നെ നിൽക്കണമെന്ന്. എല്ലാവരുടെയും ജീവിതത്തിന് ഒരു കാരണമുണ്ട്. ആ കാരണം തേടലിനിടയിൽ ചിലപ്പോൾ ജീവിതം നിരർത്ഥകമാണെന്ന് ബോധ്യപ്പെട്ടേക്കാം. അർത്ഥശൂന്യമായ ജീവിതത്തിൽനിന്ന് ഓടിയൊളിക്കാൻ തോന്നിയേക്കാം. അതൊരുതരം കീഴടങ്ങലാണ്.

അങ്ങനെ കീഴടങ്ങിയ നിരവധി പ്രവാസി സംരംഭകരെ സ്മരിച്ചുകൊണ്ട് ഈ ലേഖനം അവസാനിപ്പിക്കുന്നു. ഇനിയൊരു പ്രവാസി സംരംഭകനും അത്തരമൊരു ദുർഗതി ഉണ്ടാകരുത് എന്ന് ആത്മാർത്ഥമായി ആഗ്രഹിക്കുകയും ചെയ്യുന്നു.

ജീവിതത്തിന്റെ നിരർത്ഥകതയോട് എതിരിട്ടുതന്നെ നിൽക്കാം.

എങ്കിലേ നിലനില്പുള്ളൂ...

കൂട്ടുകുടുംബങ്ങളിൽനിന്ന് അണുകുടുംബങ്ങളിലേക്ക് മാറിയ മലയാളി ഫ്ളാറ്റുകളിലേക്ക് കുടിയേറി. കടന്നുപോയ പതിറ്റാണ്ടുകളിൽ സംസ്ഥാനത്തുണ്ടായ നഗരവത്കരണത്തിലൂടെ ഭൂമിയുടെ വില കുതിച്ചുയർന്നു. എങ്ങും ഫ്ളാറ്റുകളുയർന്നു.

സ്വപ്നങ്ങൾ ഉപേക്ഷിച്ചവർ

‘ഞാൻ സോണാപൂരിലെ ലേബർ ക്യാമ്പിൽ നിന്നാണ് വിളിക്കുന്നത്. വിസ ക്യാൻസൽ ചെയ്തിട്ട് ആഴ്ചകളായി. നാലുമാസമായി ജോലിയില്ലാതെ മുറിയിൽ തന്നെയിരിപ്പാണ്. എങ്ങനെയെങ്കിലും നാടെത്താൻ സഹായിക്കണം.”

കൊറോണയുടെ ഒന്നാംതരംഗം വ്യാപകമായ ഘട്ടത്തിൽ മലപ്പുറം സ്വദേശിയുടെ ഒരു ഫോൺകോളായിരുന്നു ഇത്. കൊറോണക്കാലത്തെ പ്രവാസാനുഭവങ്ങളിൽ ഇങ്ങനെ നിരവധിപ്പേരുടെ നിലവിളികൾ കൂടിയുണ്ട്. കാരണം ഒട്ടും പരിചിതമല്ലാത്ത സാഹചര്യത്തിൽ കൂടിയായിരുന്നു മിക്ക മനുഷ്യരുടെയും ജീവിതസഞ്ചാരം. ദൃഷ്ടിഗോചരമല്ലാത്ത സൂക്ഷ്മാണുവിനെ ഭയന്ന് മുറികളിൽ അടച്ചിരിക്കേണ്ടിവന്ന ലോകമനുഷ്യരുടെ കൂട്ടത്തിൽ പ്രവാസലോകത്തെ മനുഷ്യരുടെ അനുഭവങ്ങൾ തികച്ചും വ്യത്യസ്തമായിരുന്നു. പ്രത്യേകിച്ച് ബാച്ചിലർ മുറികളിലെ മനുഷ്യരുടെ. നാലും അഞ്ചും പേരടങ്ങുന്ന മുറികളിൽ ഒന്നോ രണ്ടോ പേർക്ക്, കൊറോണ വ്യാപനത്തിനിടയിലും ജോലിക്ക് പോകേണ്ടിവരുന്ന സാഹചര്യത്തിൽ മുറിയിൽത്തന്നെ കഴിയുന്ന/മുറിവിട്ട് പുറത്തിറങ്ങാത്തവരുടെ ഉത്കണ്ഠ/ഭയം എന്നിവ ആ മുറിയിലെ സമാധാനാന്തരീക്ഷത്തെത്തന്നെ നിരന്തരമായി ബാധിച്ചിരുന്നു. പുറത്ത് ജോലിക്ക് പോയി തിരിച്ചെത്തുന്നവർ രോഗവും കൊണ്ടാണോ വന്നതെന്ന ഭയം സൃഷ്ടിച്ച പിരിമുറുക്കം പല ബാച്ചിലർ മുറികളെയും ഒരു വെടിപ്പുരയ്ക്ക് സമാനമാക്കിത്തീർത്തിരുന്നു. ഇത്തരമൊരു അവസ്ഥാവിശേഷത്തിനിടയിലാണ് നാലു മാസത്തോളമായി തൊഴിൽ നഷ്ടപ്പെട്ട്, നാട്ടിലേക്ക് മടങ്ങാനാകാതെ നാലു ചുവരുകൾക്കുള്ളിൽ മാത്രം ഭയാശങ്കകളോടെ കുടുങ്ങിക്കിടക്കുന്ന ഒരു ചെറുപ്പക്കാരൻ സഹായത്തിനായി അഭ്യർത്ഥിക്കുന്നത്.

“എങ്ങനെയും എന്നെ നാട്ടിലെത്താൻ സഹായിക്കണം.”

കൊറോണ വ്യാപനം രൂക്ഷമായതോടെ വിമാനസർവീസുകൾ നിർത്തിവയ്ക്കുകയും ഓരോ രാജ്യത്തെയും പൗരന്മാരെ തിരികെ

കൊണ്ടുവരാൻ രാജ്യങ്ങൾ പ്രത്യേക ഫ്ളൈറ്റ് സർവീസുകൾ തുടങ്ങുകയും ചെയ്ത സന്ദർഭത്തിലാണ് ഈ ചെറുപ്പക്കാരനും എന്തെങ്കിലും ഒരു സാധ്യത തുറന്നുകിട്ടുമോ എന്നറിയാൻ വിളിക്കുന്നത്.

"നാലുമാസമായി ജോലി നഷ്ടപ്പെട്ട് മുറിയിൽത്തന്നെ ഇരിപ്പാണ്. ഇനിയും ഇവിടെ നിന്നാൽ പ്രാന്തു പിടിച്ചേക്കും. എങ്ങനെയും നാട്ടിലെത്തിക്കണം."

തൊണ്ടയിൽ വാക്കുകൾ കുരുങ്ങിയ ആ മനുഷ്യൻ പലപ്പോഴും ശബ്ദമിടറിപ്പറഞ്ഞൊപ്പിച്ചത് ഇത്രമാത്രമാണ്. മനുഷ്യന്റെ നിസ്സഹായാവസ്ഥയിൽ പൊതുവെ കാണുന്ന ഒരു രീതിയുണ്ട്. ഒന്നിനുപിറകെ ഒന്നായി പ്രശ്നങ്ങൾ കൂടി വരുന്ന സ്ഥിതി, മലവെള്ളപ്പാച്ചിൽ പോലെ. ഒരുപക്ഷേ മാനസികാസ്വാസ്ഥ്യം സൃഷ്ടിക്കുന്ന കടുത്ത സമ്മർദ്ദം ശരീരത്തിന്റെ ആരോഗ്യസ്ഥിയെയും ബാധിക്കുന്നതോടെ മനസ്സും ശരീരവും തളർന്ന് ഏതു നിമിഷവും തന്റെ ശ്വാസം നിലച്ചുപോകുമെന്ന് ഉത്കണ്ഠപ്പെടും; ഏതൊരു മനുഷ്യനും. അൽബേർ കാമ്യു പ്ലേഗ് എന്ന കൃതിയിൽ പറയുന്നുണ്ടല്ലോ, വ്യക്തിഗതമായ ഡെസ്റ്റിനികൾ അവസാനിക്കുകയും കളക്ടീവ് ഡെസ്റ്റിനിയിലേക്ക് മനുഷ്യർ എത്തിച്ചേരുകയും ചെയ്യുന്ന അവസ്ഥയിലേക്കാണ് പ്ലേഗ് പടർന്ന് പിടിച്ചപ്പോൾ അനുഭവിച്ചത്. അതേ തുടർന്നുള്ള വൈകാരികാനുഭവങ്ങൾ ഏതാണ്ട് എല്ലാ മനുഷ്യരിലും ഒരുപോലെയായിരുന്നു. പ്ലേഗ് പടർന്നുപിടിച്ച 'ഒറാനെ' നഗരത്തിലെ മനുഷ്യരുടെ ജീവിതത്തിലുണ്ടായ മാറ്റം വളരെപ്പെട്ടെന്നാണ് സംഭവിച്ചത്. മനുഷ്യന്റെ അവസ്ഥ എത്ര നിസ്സഹായകമാണെന്ന് നാം തിരിച്ചറിയുന്നു. ആളുകളുടെ സമസ്തഭാവങ്ങളും ദ്രുതവേഗത്തിലാണ് മാറിമറിഞ്ഞത്. ദൈവത്തിലുള്ള വിശ്വാസം നഷ്ടപ്പെടുന്നു. പരിസ്ഥിതിയിലും സാമൂഹ്യാവസ്ഥയിൽ തന്നെയും അവിശ്വാസം ജനിക്കുന്നു. മരണഭയം മനുഷ്യമനസ്സിൽ അവശേഷിപ്പിക്കുന്നതെന്താണ് എന്ന് വ്യക്തമായി ബോധ്യപ്പെടുന്നു.

കാമ്യു പറയുന്നുണ്ട്.

So all a man could win in the conflict between plague and life was knowledge and memories.

പ്ലേഗ് കാലത്തുനിന്നും മറ്റൊരു മഹാമാരിക്കാലമായ കോവിഡ് കാലത്തെത്തുമ്പോഴും മനുഷ്യന്റെ അവസ്ഥകൾക്കും ചിന്തകൾക്കും വലിയ വ്യത്യാസമുണ്ടായിട്ടില്ല എന്നു കാണാം. ജീവിതത്തിനും കൊറോണയ്ക്കുമിടയിലുള്ള സംഘർഷത്തിൽ നാലു ചുവരുകൾക്കുള്ളിൽ മാസങ്ങളോളം തളച്ചിടപ്പെട്ട മനുഷ്യനിൽ ജീവൻ നിലനിർത്തണമെന്ന

പോരാട്ടം ബാക്കിവയ്ക്കുന്നത് അവന്റെ ഓർമ്മകളിലാണ്. നാടിനെക്കുറിച്ചും വീടിനെക്കുറിച്ചുമുള്ള ഓർമ്മകളിൽ.

സോണാപൂർ ക്യാമ്പിൽ നിന്നുള്ള ഈ മനുഷ്യനും മാസങ്ങളോളം ഓർമ്മകളിൽ ജീവിക്കുകയായിരുന്നു.

“കേവലം പുഴുവിന്റെ അവസ്ഥയാണിപ്പോൾ, മിണ്ടാനും പറയാനും ആരുമില്ല. തമ്മിൽ തമ്മിൽ ഭയമാണ് മുറിയിലുള്ളവർക്കുപോലും. ഇവിടെക്കിടന്ന് മരിക്കേണ്ടിവരുമോയെന്ന് വല്ലാതെ ഭയപ്പെടുന്നു. മക്കളെയും കുടുംബത്തെയും കാണാതെ മരിക്കേണ്ടിവരുമോ? സംസ്കാരശുശ്രൂഷകൾ പോലുമില്ലാതെ ആരുമറിയാതെ ചാരമായി മാറുമോ?...

അസ്വസ്ഥമായ മനസ്സിൽനിന്ന് പുറപ്പെടുന്ന പൊട്ടിക്കരച്ചിലുകൾ ഇങ്ങനെയൊക്കെയായിരുന്നു. കേൾക്കുകയും കാണുകയും ചെയ്ത വാർത്തകളൊക്കെ ഇത്തരം അസ്വസ്ഥചിന്തകൾക്ക് വെള്ളവും വളവും നൽകി, അവ തടിച്ചുകൊഴുത്തു.

ഇതൊരു ഒറ്റപ്പെട്ട മാനസികാവസ്ഥയായിരുന്നില്ല. ഭാരം കൂടിയ മനസ്സുകളായിരുന്നു ഭൂമിയാകെ. മനുഷ്യരാശിയൊന്നാകെ വൈയക്തികമായ ഭീതിക്ക് അടിപ്പെട്ടിരുന്നു. ഏതു രാജ്യത്തും ഏതു വൻകരയിലും സമാനമായ സ്ഥിതി. പേടിച്ച് ഉറങ്ങാൻ പോലും കഴിയാതെ ഉണർന്നിരിക്കുന്ന മനുഷ്യർ - മനശ്ശാസ്ത്രവിദഗ്ധർ പൊതുവെ ഭയം/ഉത്കണ്ഠ എന്നിവയുള്ളവരോട് സ്വീകരിക്കുന്ന രീതി ഭയത്തെ കുറച്ചു കൊണ്ടു വരികയാണ്. അതിനെ പൂർണ്ണമായും എലിമിനേറ്റ് ചെയ്യുകയല്ല ചെയ്യുന്നത്. അതിന് ആനന്ദം നൽകുന്ന എന്തിലെങ്കിലും വ്യാപൃതരാകുകയാണ് പതിവ്. അടച്ചിട്ട മുറിയിൽ നിന്ന് പുറത്ത്, ശുദ്ധവായു ശ്വസിച്ച് നടത്തമാവാം, അല്ലെങ്കിൽ ഇഷ്ടമുള്ള കോമഡി സിനിമകൾ കാണാം. ചിരി നൽകുന്ന എന്തെങ്കിലും വീഡിയോ കാണാം. ഇതൊക്കെ ഭയത്തിൽ നിന്നകന്ന് തലച്ചോറിനെ സർവ്വസാധാരണമായ രീതിയിൽ ആരോഗ്യകരമായ രീതിയിൽ പ്രവർത്തിക്കാൻ അനുവദിക്കുകയാണ്.

എന്നാൽ കോവിഡ് വ്യാപനം അതിരൂക്ഷമായിരിക്കുന്ന സാഹചര്യത്തിൽ, മുറിവിട്ട് പുറത്തിറങ്ങാൻ കഴിയാതിരിക്കുന്ന, ജോലി നഷ്ടപ്പെട്ടതിന്റെ ആധി പിടിമുറുക്കിയ, ഉറ്റവരെ കാണാതെ മരിച്ചുപോകുമോയെന്ന് ഉത്ക്കണ്ഠപ്പെട്ടിരിക്കുന്ന മനുഷ്യരോട് എന്തു പറഞ്ഞാണ് ആനന്ദിപ്പിക്കാൻ കഴിയുക? സന്തോഷം ട്രിഗർ ചെയ്യുന്നതൊന്നും അയാളുടെ ചുറ്റുവട്ടത്തില്ല. പോരാത്തതിന് സമാനമായ ഉത്ക്കണ്ഠകളും ആശങ്കകളും പങ്കുവയ്ക്കുന്നവരെയാണ് നിത്യവും കാണുന്നതും. സൈക്കോളജിയിൽ കൺഫമിറ്റി എന്നൊരു കോൺസെപ്റ്റുണ്ട്. അതായത് സോഷ്യൽബീ

യിങ്ങായ മനുഷ്യൻ അവനവന്റെ പീയർ ഗ്രൂപ്പുകളെ കോപ്പി ചെയ്യുകയോ സമാനമായ പ്രവൃത്തികളിൽ എൻഗേജ് ചെയ്യുകയോ ചെയ്യുന്ന ഒരു നാച്ചുറൽ രീതി. കോവിഡ് കാലത്ത് നമ്മൾ കണ്ട panic-shopping പോലും ഈ ഈ conformityയുടെ ഭാഗമാണ്. 'അവരെല്ലാവരും അരിയും സാധനങ്ങളും വാങ്ങി സൂക്ഷിക്കുന്നു. സ്റ്റോക് തീർന്നുപോകുമോയെന്ന് ഭയന്ന്, തനിക്ക് ആവശ്യത്തിന് സാധനങ്ങൾ വീട്ടിലുണ്ടെങ്കിലും ഞാനും ആ പാനിക് ഷോപ്പിങ്ങിന് വിധേയനാകും.' അത്തരമൊരു സൈക്കോളജിക്കൽ ടെണ്ടൻസി എല്ലാ മനുഷ്യർക്കുമുണ്ട്. ഒരുതരം പകർച്ചരോഗം പോലെ. സോണാപൂർ ക്യാമ്പിലെ മനുഷ്യനിലും ഈ പകർച്ചരോഗമുണ്ട്. അദ്ദേഹത്തോടൊപ്പം ഒരേ മുറിയിൽ കഴിയുന്നവരിൽനിന്ന് ഈ ഉത്ക്കണ്ഠ പകർന്നുകിട്ടിയതാവും. അല്ലെങ്കിൽ ഇദ്ദേഹത്തിന്റെ ആശങ്കകൾ മറ്റുള്ളവരിലേക്ക് കൈമാറ്റം ചെയ്യപ്പെട്ടിട്ടുണ്ടാവാം. അതുകൊണ്ടുതന്നെ മനശ്ശാസ്ത്രപരമായി സമാശ്വാസം നൽകുന്ന എന്തെങ്കിലും പ്രതിവിധികൾ ഫലിക്കണമെന്നില്ല. മറിച്ച് തിരികെ നാട്ടിലെത്തിക്കാൻ കഴിയുമെന്ന ഉറപ്പ് നൽകുക മാത്രമേയുണ്ടായിരുന്നുള്ളൂ പോംവഴി.

തൊട്ടടുത്ത ദിവസങ്ങളിൽതന്നെ വന്ദേ ഭാരത് മിഷന്റെ ഭാഗമായുള്ള എയർ ഇന്ത്യ വിമാനത്തിൽ ടിക്കറ്റ് തരപ്പെടുത്തി അയാളെ നാട്ടിലേക്ക് പറഞ്ഞയച്ചു. പോയപ്പോൾ അയാൾ പറഞ്ഞ ഒരു വാചകം പ്രവാസത്തിന്റെ എക്കാലത്തെയും നൊമ്പരമാണ്. 'ആശ്വാസത്തോടെ നാട്ടിലേക്ക് മടങ്ങുകയാണ്. കൈയിൽ മിച്ചമൊന്നുമില്ല. ശമ്പള കുടിശ്ശികയും ഇത്രകാലം പണിയെടുത്തതിന്റെ ആനുകൂല്യങ്ങളും ഒക്കെ കിട്ടാനുണ്ട്. പക്ഷേ, അതൊന്നും ഇനി കിട്ടുമെന്ന് തോന്നുന്നില്ല. അതിനുവേണ്ടി കാത്തുനിൽക്കാനും വയ്യ. നാടണയണം, കുടുംബത്തെ കാണണം. പട്ടിണിയാണെങ്കിലും അവിടെക്കിടന്ന് മരിക്കാം.'

ഇടയ്ക്കൊന്ന് നിർത്തി ആ മനുഷ്യൻ പറഞ്ഞവസാനിപ്പിച്ചത് ഒരു നെടുവീർപ്പിന്റെ പിന്നണിയോടുകൂടിയായിരുന്നു. "കുടുംബത്തിനുവേണ്ടി സ്വപ്നങ്ങൾ ഉപേക്ഷിച്ചാണ് ഇത്രകാലം ഇവിടെ ജീവിച്ചത്. അവർ വഴിയിൽ ഉപേക്ഷിക്കില്ലെന്ന് വിശ്വസിക്കാം."

അങ്ങനെയൊന്നും ചിന്തിക്കേണ്ടതില്ല എന്നാശ്വസിപ്പിച്ച് അയാളെ യാത്രയാക്കുമ്പോൾ ഉള്ളിൽ പൊടുന്നനെയൊരു ചോദ്യം കിടന്ന് തികട്ടുന്നുണ്ടായിരുന്നു.

അതെങ്ങനെ, ആർക്ക് ഉറപ്പിക്കാനാകും?

തങ്ങളുടെ പരാധീനതകൾ, തങ്ങളുടെ ഇല്ലായ്മകൾ, കഷ്ടപ്പാടുകൾ ഒക്കെ ഒളിപ്പിച്ചുവച്ചുകൊണ്ടാണ് ഓരോ പ്രവാസിയും കുടുംബത്തിന്

സ്വർഗീയവിരുന്നുകൾ ഒരുക്കുന്നത്. തനിക്ക് നഷ്ടപ്പെട്ട ലോകം തിരിച്ചുചോദിക്കില്ല ഒരു പ്രവാസിയും. ആ നഷ്ടക്കണക്കുകൾ ഒരു കണക്കുപുസ്തകത്തിലും രേഖപ്പെടുത്തി വയ്ക്കുകയുമില്ല. ചവിട്ടി നിൽക്കുന്ന മണ്ണിളകുന്നതു കണ്ടിട്ടും വീഴാതെ പിടിച്ചുനിന്ന് മറ്റുള്ളവർക്ക് വേണ്ടി ആകാശം നിർമ്മിച്ചവർ.

അതിലൊരാളാണ് കാത്തുകാത്തിരുന്ന യാത്രയ്ക്ക് അനുമതി ലഭിച്ച്, യാത്ര പുറപ്പെടുംമുമ്പ് ഹൃദയം നൊന്ത് പറഞ്ഞത്.

വഴിയിൽ ഉപേക്ഷിക്കില്ലെന്ന് വിശ്വസിക്കാമെന്ന്.

ചലച്ചിത്രങ്ങളിൽ ഗൾഫ് മലയാളിയുടെ കഥകൾ നിറഞ്ഞു. ആക്ഷേപം ചൊരിഞ്ഞും സങ്കടക്കടൽ തീർത്തും പ്രവാസിമലയാളി അദ്വിതീയമായ കഥാപാത്രമായി പൊതു സമൂഹത്തിന്.

നാടോടിക്കാറ്റിലൂടെ ഗൾഫ് സ്വപ്നവും ഗഫൂർ കാ ദോസ്ത് ഗൾഫ് സ്വപ്നത്തിന്റെ ഇടനിലക്കാരനായും ബ്രാൻഡ് ചെയ്യപ്പെട്ടു.

'വിസ' - വിസതട്ടിപ്പിന്റെ കഥ പറഞ്ഞ അക്കരെ നിന്നൊരു മാരൻ. ഗൾഫുകാരനെ സമൂഹം എങ്ങനെ സ്വീകരിക്കുന്നു എന്ന്, അതായത് ഗൾഫുകാരനുള്ള ഡിമാൻഡിനെ സൂചിപ്പിക്കുന്ന സിനിമയായി.

'കൊറോണ' അനുഭവങ്ങളുടെ എരിതീയിൽ വെന്തുപാകപ്പെട്ട പ്രവാസി

നിലനില്പ് തന്നെയാണ് ഏതൊരു ജീവന്റെയും പ്രാഥമികമായ ചോദന. മനുഷ്യന്റെ കാര്യം മാത്രമല്ല, ജീവനുള്ള ഏതൊന്നിന്റെയും. അതൊരു കൃമികീടമായിക്കോട്ടെ, ഏതു ചെറിയ സ്ഫുരണത്തിനും ഈ ചോദന പ്രവർത്തിച്ചുകൊണ്ടിരിക്കുന്നു. നൂറായിരം പ്രതിബന്ധങ്ങളെ തട്ടിനീക്കിയിട്ട് വേണം ഈ നിലനില്പ് സാധ്യമാക്കാൻ. അങ്ങനെ തട്ടിനീക്കുമ്പോൾ ഒന്നു പതറിയാൽ എല്ലാം തീർന്നു. കാഴ്ചയുള്ളപ്പോൾ തന്നെ കാലിടറി വീണുപോകുന്നവർ. പുറം കണ്ണിൽ എല്ലാ വെളിച്ചവും തുളുമ്പി നിൽക്കുമ്പോൾ അകത്ത് കൂരിരുട്ട് ബാധിച്ചവർ. അത്തരത്തിലൊരു കൂട്ടരാണ് ഇപ്പോൾ ഈ കൊറോണക്കാലത്ത് പ്രവാസികൾ. കോവിഡ്-19 എന്ന വൈറസ് നിലനിൽക്കാനുള്ള വെമ്പലിൽ ഒരു ഹോസ്റ്റിൽ നിന്ന് മറ്റൊരു ഹോസ്റ്റിലേക്ക് അഥവാ ഒരു മനുഷ്യശരീരത്തിൽ നിന്ന് മറ്റൊരു മനുഷ്യശരീരത്തിലേക്ക് കൂടുമാറ്റം നടത്തുമ്പോൾ പ്രവാസലോകത്തെ മനുഷ്യർ മാനസികവും ശാരീരികവുമായ പീഢാനുഭവം നേരിടുകയാണ്. ചുറ്റിനും കേൾക്കുന്നതൊക്കെ അശുഭവും അസ്വസ്ഥപ്പെടുത്തുന്നതുമായ വാർത്തകൾ മാത്രം. രോഗം ബാധിച്ചവന്റെ നിലവിളി, രോഗം തന്നെയും പിടികൂടുമോ എന്ന ഉത്കണ്ഠയിൽ ഉറക്കംപോലും നഷ്ടപ്പെട്ടവർ, തൊഴിൽ നഷ്ടപ്പെട്ടവർ, സന്ദർശക വിസയിലെത്തി മാസങ്ങൾ കഴിഞ്ഞിട്ടും തൊഴിൽ ലഭിക്കാതെ ഭക്ഷണത്തിനോ റൂമിന്റെ വാടക കൊടുക്കാനോ നിവൃത്തിയില്ലാത്തവർ. ബാച്ചിലർ മുറികളിൽ നിന്ന് പുറത്താക്കപ്പെടുന്നവരുടെ രോദനം. തൊഴിൽ നഷ്ടപ്പെട്ടതോടെ പല ഫാമിലി റൂമുകളിലും പട്ടിണിയുടെ കരിനിഴൽ.

മരണമല്ല ജീവിതം തന്നെയാണ് ട്രാജഡിയെന്ന് കൊറോണക്കാലത്തെ പ്രവാസികൾ ഒന്നടങ്കം പറയും. ജീവിച്ചിരിക്കുന്ന കാലത്ത് അനുഭവിച്ചു തീർക്കുന്ന ശാരീരികവും മാനസികവുമായ വ്യഥകളുടെ തീവ്രതയാണ് ജീവിതത്തെ ദുരന്തപൂർണ്ണമെന്ന് വിധിയെഴുതാൻ പ്രവാസിയെ

പ്രേരിപ്പിച്ചിരിക്കുന്നത്. അതു പക്ഷേ എല്ലാവർക്കും മനസ്സിലാകണമെന്നില്ല. പ്രവാസിയല്ലാത്തൊരാളെ സംബന്ധിച്ച്, ഒരു ശരാശരി ഗൾഫ് മലയാളിയുടെ ജീവിത സാഹചര്യങ്ങൾ മനസ്സിലാക്കിയിട്ടില്ലാത്തവർക്ക് അവൻ പറയുന്ന സങ്കടങ്ങളുടെ അർത്ഥം മനസ്സിലാവില്ല. അവന്റെ നിലവിളി അവന്റെ ജീവിതമറിയാത്തവരെ അസ്വസ്ഥപ്പെടുത്തില്ല.

അവരോടൊപ്പം എത്തിയില്ലെങ്കിൽ അവരുടെ ദുരിതത്തിന്റെ ആഴമറിയാനാവില്ല. അതുവരെ അവർക്ക് ഒക്കെയും കെട്ടുകഥകളായും പൊലിപ്പിച്ചു പറഞ്ഞ വാക്കുകളായും മാത്രമേ തോന്നുകയുള്ളൂ. മരുഭൂമിയെ പ്രണയിച്ച് പ്രവാസം തെരഞ്ഞെടുത്തവരല്ല ബഹുഭൂരിപക്ഷം വരുന്ന ഗൾഫ് പ്രവാസികൾ. നാട്ടിലെ പട്ടിണിയും ദാരിദ്ര്യവും തന്നെയാണ് മിക്കവരെയും പ്രവാസിയാക്കിയത്.

നമ്മളനുഭവിക്കാത്തതൊന്നും കെട്ടുകഥകളല്ല

ഏപ്രിൽ 22-ാം തീയതി ദുബായിലെ അൽ ഖൂസ് ഇൻഡസ്ട്രിയിൽ ഏരിയക്ക് സമീപമുള്ള ഒരു റസ്റ്റോറന്റിലെ തൊഴിലാളി അയച്ച ഒരു മെസേജ് ആണിത്.

“സാധാരണ ഈ രാത്രി എനിക്ക് സന്തോഷത്തിന്റെയും ഉത്സാഹത്തിന്റേതുമായിരിക്കും. കാരണം നാളെ ആയിരുന്നു അവധിക്ക് നാട്ടിലേക്ക് പോകാനായി ടിക്കറ്റെടുത്ത ദിവസം. ഇന്നത്തെ ദിവസം പെട്ടി ഒക്കെ കെട്ടി അതിൽ പേരെഴുതി റെഡിയാക്കി വയ്ക്കും. ആ പെട്ടി നിറയെ പ്രിയപ്പെട്ടവരോടുള്ള എന്റെ സ്നേഹമായിരിക്കും. പെട്ടി കെട്ടിക്കൊണ്ടിരിക്കുമ്പോൾ എത്രയും വേഗം നാട്ടിലെത്തുന്നതിനെക്കുറിച്ചും അവർക്കായി സന്തോഷത്തോടെ വാങ്ങിവെച്ച സമ്മാനങ്ങളൊക്കെ അവരുടെ കൈയിൽ കൊടുക്കുന്നതും അത് കിട്ടുമ്പോൾ അവരുടെ മുഖത്തു വിരിയുന്ന സന്തോഷവുമൊക്കെയാണ് എന്റെ മനസ്സിൽ നിറയുന്നത്.

നാളെ പോകുമ്പോൾ ഇടാനുള്ള പുത്തൻ ഡ്രസ്സൊക്കെ റെഡിയാക്കി വയ്ക്കും. ബാർബർ ഷോപ്പിൽ പോയി മുടിയൊക്കെ വെട്ടി സെറ്റ് ചെയ്ത്, ഫേഷ്യൽ ചെയ്ത് കുട്ടപ്പനാകും. വർഷത്തിലൊരിക്കൽ മാത്രമാണ് ഫേഷ്യൽ പരിപാടി. ദിവസവും 12 മണിക്കൂറോളം കരിയും പുകയും ഫുഡ് ഡെലിവറിക്ക് പോകുമ്പോൾ ഏൽക്കുന്ന കൊടും വെയിലും കൊണ്ട് കരിവാളിച്ചുപോയ മുഖത്തെ ഒന്നു തേച്ചുമിനുക്കാൻ വർഷത്തിലൊരിക്കൽ കിട്ടുന്ന സൗഭാഗ്യം.

നാട്ടിൽ പോകാനുള്ള ടിക്കറ്റൊക്കെ മാസങ്ങൾക്ക് മുമ്പേ ഞാൻ എടുത്തുവയ്ക്കും. കാരണം ടിക്കറ്റൊക്കെ ഞങ്ങൾ തന്നെ എടുക്കണം.

ജോലി ചെയ്യുന്നയിടത്ത് നിന്ന് അതൊന്നും പ്രതീക്ഷിച്ചിട്ട് യാതൊരു കാര്യവുമില്ല. അതുകൊണ്ട് കുറേ മുന്നേ എടുത്തുവച്ചാൽ ചെറിയ കാശിന് അങ്ങോട്ടും ഇങ്ങോട്ടുമുള്ള ടിക്കറ്റ് കിട്ടും. ഇത്തവണ ഞാൻ ജനുവരിയിൽ തന്നെ ടിക്കറ്റ് എടുത്തുവച്ചു. പിന്നെ ദിവസങ്ങൾ എണ്ണിയുള്ള കാത്തിരിപ്പായിരുന്നു. അതിനിടയിലാണ് അപ്രതീക്ഷിതമായി കൊറോണ വൈറസ് ലോകമാകെ പടർന്നുപിടിച്ചത്. എങ്കിലും പ്രതീക്ഷ ഉണ്ടായിരുന്നു. ഞാൻ നാട്ടിൽ പോകാനാകുമ്പോഴേയ്ക്ക് എല്ലാം മാറി പഴയത് പോലെയാകുമെന്ന്. പക്ഷേ എന്റെ എല്ലാ പ്രതീക്ഷകളും അസ്തമിച്ചു.

ആ ടിക്കറ്റ് ക്യാൻസലായി. ഇനി എന്ന് സാധാരണ നിലയിൽ വിമാന സർവ്വീസുകൾ തുടങ്ങുമെന്ന് അധികാരികളിൽ നിന്ന് അറിയിപ്പും ഉണ്ടായിട്ടില്ല. എനിക്ക് ഇപ്പോഴൊന്നും നാട്ടിലെത്താൻ കഴിയില്ലെന്നറിഞ്ഞ് നാലു വയസ്സുള്ള ഇളയമകൻ സൽമാൻ നിർത്താതെ കരച്ചിലാണ്. അവന്റെ കരച്ചിൽ കാണുമ്പോൾ എനിക്കും സങ്കടം അടക്കാൻ കഴിയുന്നില്ല...

ഒരു സാധാരണ ഗൾഫ് പ്രവാസിയുടെ ഹൃദയവേദനയാണ് പങ്കുവെച്ചത്. അവന്റെ ജീവിതത്തെ അറിഞ്ഞില്ലെങ്കിൽ അവന്റെ നിലവിളിയുടെ ആഴം മറ്റൊരാൾക്കും തിരിച്ചറിയാനാവില്ല. വെളുപ്പിന് നാലുമണിക്ക് തുടങ്ങുന്ന ജോലിയാണ്. രാവിലത്തെ നാസ്ത (പ്രഭാതഭക്ഷണം) ക്കുള്ളതും ഉച്ചയ്ക്കുള്ള ചോറും ബിരിയാണിയും ഉൾപ്പെടെ കുക്ക് ചെയ്ത് കഴിഞ്ഞ് 12 മണിയോടെ കിച്ചണിൽ നിന്ന് പുറത്തിറങ്ങാനാവും. പിന്നെ 4 മണിക്ക് വീണ്ടും ഡ്യൂട്ടിക്ക് കയറണം. രാത്രി 10 ന് അവസാനിക്കുന്ന ഡ്യൂട്ടി. ആയിരം ദിർഹം മാസശമ്പളം. താമസവും ഭക്ഷണവും സൗജന്യം. നാട്ടിൽ ഒരു ചെറിയ വീട് വെച്ചതിന്റെ സാമ്പത്തിക ബാധ്യത, മക്കളുടെ വിദ്യാഭ്യാസം, ഉപ്പയുടെയും ഉമ്മയുടെയും ആവശ്യത്തിനുള്ള മാസചെലവ്. ഇതെല്ലാം കൂടി ഈ കിട്ടുന്ന ശമ്പളം കൊണ്ട് മാത്രം നിവർത്തിക്കാൻ സാധിക്കില്ല എന്ന തിരിച്ചറിവിലാണ് 12 മണിക്ക് ശേഷം ഫുഡ് ഡെലിവറിക്കായി ഇറങ്ങിത്തുടങ്ങിയത്. തൊട്ടടുത്തുള്ള ഓഫീസുകളിലും കമ്പനികളിലും ആവശ്യക്കാർക്ക് പാഴ്സലുകൾ എത്തിച്ചുകൊടുക്കുമ്പോൾ ഒരു ചെറിയ വരുമാനം അതിൽ നിന്നും കിട്ടും.

നട്ടുച്ചനേരത്ത് സൈക്കിളുചവിട്ടി പാഴ്സലുകൾ ആവശ്യക്കാർക്ക് എത്തിച്ചുകൊടുത്ത് ചില്ലറ കാശ് സമ്പാദിക്കുമ്പോൾ പോലും ആശ്വാസമാകുന്നത് പ്രിയപ്പെട്ടവരെല്ലാം സന്തോഷത്തോടെ കഴിയുന്നല്ലോ എന്നോർത്താണ്. കിട്ടുന്ന മാസവരുമാനത്തിന്റെ 99% വും ഒരു പ്രവാസി

നാട്ടിലേക്ക് അയക്കാറാണ് പതിവ്. ശേഷിക്കുന്ന ഒരു ശതമാനം കരുതിവയ്ക്കുന്നത് നാട്ടിലേക്ക് മടങ്ങുമ്പോൾ മക്കൾക്ക് പ്രിയപ്പെട്ടതെന്തെങ്കിലും വാങ്ങാൻ വേണ്ടിയാണ്.

ഇതൊരു പ്രവാസിയുടെ മാത്രം ജീവിതത്തിന്റെ കാഴ്ചയല്ല. സാധാരണക്കാരായ പ്രവാസികളുടെ ജീവിതം ഇങ്ങനെയൊക്കെത്തന്നെയാണ്. അതിൽ പത്തും ഇരുപതും വർഷങ്ങളായി പ്രവാസജീവിതം നയിക്കുന്നവരുമുണ്ട്. ഇങ്ങനെ ഇരുപത് വർഷത്തെ പ്രവാസജീവിതം നയിക്കുന്ന ഒരാളിന്റെ ജീവിതത്തെ നമുക്കൊന്ന് ഇഴകീറി പരിശോധിച്ചുനോക്കാം. അടുത്തറിയുവാൻ ശ്രമിക്കാം. എങ്കിൽ മാത്രമേ ഈ ജീവിതമൊന്നും കെട്ടുകഥകളല്ലെന്ന് ബോധ്യമാവുകയുള്ളൂ.

വർഷത്തിലൊരിക്കൽ മുപ്പത് ദിവസം മാത്രമാണ് പ്രവാസിക്ക് നാട്ടിൽ കുടുംബത്തോടൊപ്പം കഴിയാൻ സാധിക്കുന്നത്. അങ്ങനെ കൂട്ടിയാൽ ഇരുപത് വർഷമായി പ്രവാസജീവിതം നയിക്കുന്ന ഒരാളെ സംബന്ധിച്ച് ഇരുപത് മാസം, അതായത് ഏതാണ്ട് ഒന്നരവർഷം മാത്രമാണ് കുടുംബത്തോടൊപ്പം കഴിയുന്നത്. ശേഷിക്കുന്ന പതിനെട്ടര വർഷവും അയാൾ ഏകനാണ്. വെളുപ്പിനേ തുടങ്ങി പാതിരാത്രിയോളം നീളുന്ന അധ്വാനം. യന്ത്രസമാന ജീവിതം. ഇത്തരം പ്രവാസികൾക്കാണ് കൊറോണക്കാലത്ത് ഏറെ ദുരിതം പേറേണ്ടിവന്നത്. കൊറോണയെന്ന മഹാമാരി മൂലം ലോക്ക് ഡൗണുകൾ നടപ്പാക്കിയതോടെ മാസങ്ങളോളം കമ്പനികൾ അടച്ചുപൂട്ടേണ്ടിവന്നു. ചെറിയ റസ്റ്റോറന്റുകളിൽ പലതും പ്രവർത്തനം നിർത്തി. തൊഴിലാളികളെ പിരിച്ചുവിടാതെ മുന്നോട്ട് പോകാനാവില്ലെന്ന സ്ഥിതി വന്നതോടെ തൊഴിലുടമകൾ അതിന് നിർബന്ധിതരായി. പലരുടെയും തൊഴിൽ നഷ്ടപ്പെട്ടു. മാസവരുമാനത്തിന്റെ ഒരു പങ്കുപോലും നീക്കിയിരിപ്പില്ലാത്ത തൊഴിലാളികൾ വിഷമവൃത്തത്തിലായി. കൈയിൽ ഒരു കാശുമില്ലാതെ ഭക്ഷണത്തിന് വകയില്ലാതെ മരുന്നിന് പണമില്ലാതെ ബുദ്ധിമുട്ടനുഭവിക്കാൻ തുടങ്ങി. കമ്പനി അക്കമഡേഷനിൽ നിന്ന് പുറത്താക്കൽ ഭീഷണി, വാടക കൊടുക്കാനില്ലാത്ത സ്ഥിതി വന്നതോടെ ബാച്ച്ലർ റൂമുകളിൽ അനിശ്ചിതത്വം. കോവിഡ് പടരുമോ, രോഗം വന്നാൽ മരിച്ചുപോകുമോ എന്നിങ്ങനെയുള്ള ഉത്കണ്ഠകൾ പെരുകി.

ഒരു ഘട്ടത്തിൽ കൊറോണ രോഗം ബാധിച്ച് മരണപ്പെടുന്നതിൽ കൂടുതൽ ആളുകളും മാനസികനില തകരാറിലായി മരിച്ചുപോകുമോ എന്ന ആശങ്കപോലും ഉണ്ടായി. കാരണം ചുറ്റിനും കേൾക്കുന്ന വാർത്തകളൊന്നും ശുഭകരമായിരുന്നില്ല. കോവിഡ് ബാധിക്കുമോ എന്ന ഭയം

മൂലം ആത്മഹത്യ ചെയ്തവരുമുണ്ട്.

ബാച്ച്ലർ മുറികളിൽ, ലേബർ അക്കമഡേഷനിൽ മാത്രമായി ഒതുങ്ങി നിന്നില്ല ഇത്തരം ഭീകരാവസ്ഥ. മൂന്നുമാസത്തെ വിസിറ്റിങ്ങ് വിസയിൽ ഫാമിലിയെ കൊണ്ടുവന്ന താഴ്ന്നവരുമാനക്കാരുടെ കദനകഥകൾക്ക് ഒട്ടും കുറവില്ല. മൂന്ന് മാസത്തേക്ക് ഷെയറിങ്ങ് അക്കമഡേഷൻ സൗകര്യം കിട്ടാനുള്ള ബുദ്ധിമുട്ടൊക്കെ സഹിച്ച്, മാസം കുറഞ്ഞത് രണ്ടായിരം ദിർഹം വാടക സമ്മതിച്ച് ഫാമിലിയെ കൂടെ കൂട്ടിയവരിൽ പലരും കൊറോണ തീർത്ത കുടുക്കിൽ കുരുങ്ങി. പലർക്കും ജോലി നഷ്ടപ്പെട്ടു. അതോടെ വാടക കൊടുക്കാനോ ഭക്ഷണത്തിനോ വഴിയി ല്ലാതായി. ഭാര്യയുടെയും മക്കളുടെയും മുന്നിൽ നിസ്സഹായതയോടെ നിൽക്കേണ്ടി വന്ന അവസ്ഥ, ചിലർ കരച്ചിലടക്കാൻ കഴിയാതെ വിവരി ച്ചിട്ടുണ്ട്. അഭിമാനക്ഷതം സംഭവിക്കുമെന്നോർത്ത് പട്ടിണി കിടക്കുന്ന കാര്യം ഒരാളെ പോലും അറിയിക്കാതെയിരുന്നവരുമുണ്ട്. ഇത്തരം സാഹ ചര്യങ്ങളിൽ നിലനിൽപ്പിനെന്ത് ചെയ്യും?

ആരുടെ മുന്നിൽ കൈനീട്ടും. സഹായിക്കാൻ കഴിയുന്ന അവസ്ഥ യിൽ അല്ല ഭൂരിപക്ഷം ആളുകളും. ഒരുവശത്ത് കൊറോണ ഭീതി. മറു വശത്ത് തൊഴിലില്ലായ്മയും പട്ടിണിയും.

ഒരു സ്റ്റുഡിയോ ഹാളിനുള്ളിൽ കഴിയുന്ന ഭാര്യയും ഭർത്താവും ഒന്നര വയസ്സുള്ള മകളും വിസിറ്റിന് ജോലി തേടിയെത്തിയ ബന്ധുവും അടങ്ങുന്ന ഒരു കുടുംബത്തിന്റെ കരച്ചിൽ കോവിഡ് കാലത്തെ നീറുന്ന ഓർമ്മകളിലൊന്നാണ്. ഭാര്യ പൂർണ്ണഗർഭിണിയാണ്. അവൾക്ക് അടുത്ത രണ്ടാഴ്ചക്കുള്ളിൽ ഡെലിവറിയുണ്ടാകുമെന്ന് ഡോക്ടർ പറഞ്ഞു. എനി ക്കിന്ന് കോവിഡ് ടെസ്റ്റ് പോസിറ്റീവായി. ഞാനെന്ത് ചെയ്യും എന്ന് നില വിളിച്ചുകൊണ്ടാണ് ആ ഭർത്താവിന്റെ വിളി എത്തിയത്. പൂർണ്ണ ഗർഭി ണിയായ ഭാര്യക്കോ, വയറ്റിൽ കിടക്കുന്ന കുഞ്ഞിനോ, ഒന്നരവയസ്സുള്ള മകൾക്കോ എന്തെങ്കിലും സംഭവിക്കുമോ, ഞാനെങ്ങോട്ട് മാറി താമസി ക്കാനാണ് സർ?... ആകെ പേടിയാവുന്നു. ഇങ്ങനെ നിർത്താതെ കരഞ്ഞ മനുഷ്യൻ.

ആ കണ്ണുനീരിന് മുന്നിൽ വെറും ആശ്വാസവാക്കുകൾ മതിയാവുമാ യിരുന്നില്ല. കോവിഡ് അതിന്റെ ഭീകരരൂപം പുറത്തെടുത്ത സമയത്ത് മനുഷ്യരാശിയാകെ ഭയപ്പെട്ട് നിൽക്കുമ്പോൾ ആശ്വസിപ്പിക്കാൻ മനുഷ്യന്റെ പക്കലുള്ള ഒരു വാക്കിനും കഴിയുമായിരുന്നില്ല. ഇങ്ങനെ ഗർഭിണികൾ, ഗുരുതരരോഗമുള്ളവർ, കുഞ്ഞുങ്ങൾ ഇവരുടെയൊക്കെ മനസ്സ് പതറിപ്പോയ എത്രയെത്ര അനുഭവങ്ങൾ.

ഭയം വളരാനുള്ള സാഹചര്യമെന്തായിരുന്നു?

മലയാളി എന്ന നിലയ്ക്ക് നമ്മൾ അഭിമാനത്തോടെ തലയുയർത്തി നിൽക്കുമ്പോൾ തന്നെയായിരുന്നു പ്രവാസലോകത്ത് നിന്നും ഇത്തരം കണ്ണീർകഥകൾ സംഭവിച്ചത്. കോവിഡിനെ പിടിച്ചുകെട്ടാൻ കേരളത്തിലെ സർക്കാരും ആരോഗ്യവകുപ്പും നടത്തിയ ശ്രമങ്ങളെ ലോകമാകെ വാഴ്ത്തുമ്പോൾ പ്രവാസലോകത്തെ മലയാളികൾ കോവിഡിന്റെ മുമ്പിൽ പകച്ചുനിൽക്കുകയായിരുന്നു. കൊറോണ രോഗമുണ്ടോയെന്ന പരിശോധന, സമ്പർക്കപ്പട്ടിക, റൂട്ട്മാപ്പ്, രോഗമുള്ളവരെ ഉടൻ ആശുപത്രിയിലാക്കൽ, അല്ലാത്തവരെ നിരീക്ഷണത്തിന് വിധേയമാക്കൽ തുടങ്ങി കേരളത്തിന്റെ പ്രതിരോധ നടപടികളാണ് പ്രവാസലോകത്തെ മലയാളികൾ അവരവർ താമസിക്കുന്ന ഇടങ്ങളിൽ നിന്നും പ്രതീക്ഷിച്ചത്. എന്നാൽ അത്തരമൊരു സൗകര്യമല്ല ഗൾഫ് രാജ്യങ്ങൾ നടപ്പാക്കിയത് എന്നതാണ് വാസ്തവം. അതോടെ ഏഴും എട്ടും പത്തും പേർ കഴിയുന്ന മുറിയിൽ ഒരാൾക്ക് കോവിഡ് പോസിറ്റീവ് സ്ഥിരീകരിച്ചാൽ പോലും അയാളെ ക്വാറന്റീനിൽ പ്രവേശിപ്പിക്കാനോ മറ്റുള്ളവർക്ക് മാറി നിൽക്കാനോ കഴിയാത്ത സാഹചര്യങ്ങൾ പലരെയും ഭയപ്പെടുത്തി. ഇവിടെക്കിടന്ന് മരിച്ചുപോകുമെന്ന് നിലവിളിച്ചവരിൽ ചെറുപ്പക്കാരുമുണ്ട്.

എന്റെ ഭർത്താവിനെ, എന്റെ അച്ഛനെ, എന്റെ മകനെ എങ്ങനെയും രക്ഷിച്ച് നാട്ടിലേക്ക് അയക്കണമെന്ന് അലമുറയിട്ടു കരഞ്ഞുകൊണ്ട് നാട്ടിൽ നിന്ന് പോലും പല കോളുകൾ വന്നു. അതിന് കാരണം ഗൾഫ് നാടുകളിൽ കൊറോണ ബാധ കൂടിയതും മരണക്കണക്കിൽ മലയാളികൾ ഏറിയതുമായിരുന്നു. മരിച്ചവരിൽ ഭൂരിഭാഗവും യുവാക്കളായിരുന്നുവെന്നതും ഭയപ്പാടുണ്ടാക്കാൻ കാരണമായി. ഇതെഴുതുമ്പോൾ ഗൾഫിലാകെ കൊറോണ ബാധിച്ച് മരിച്ച മലയാളികളുടെ എണ്ണം 160 കവിഞ്ഞു. രോഗം ബാധിച്ച് ഗുരുതരസ്ഥിതിയിൽ എത്തിയാൽ പോലും ചികിത്സ കിട്ടുന്നില്ലെന്ന ആക്ഷേപങ്ങളും ഒട്ടും കുറവല്ല. സർക്കാർ, സ്വകാര്യആശുപത്രികളാകെ കോവിഡ് രോഗികളെക്കൊണ്ട് നിറഞ്ഞതിനാൽ ഗുരുതരരോഗം ബാധിച്ചവർക്ക് പോലും പര്യാപ്തമായ ചികിത്സാസൗകര്യങ്ങൾ കിട്ടുന്നില്ല എന്നതൊരു യാഥാർത്ഥ്യമാണ്. ഇത്തരം സങ്കടങ്ങൾ ദിവസേന കേൾക്കുന്ന പ്രവാസികളൊന്നടങ്കം ഉത്കണ്ഠാകുലരാകുന്നതിൽ അത്ഭുതമില്ലല്ലോ. ഇന്നലെവരെ കൂടെയുണ്ടായിരുന്നവരെ പോലും മരണം കൊണ്ടുപോയി എന്ന് അറിയുമ്പോൾ മനസ്സു പതറിപ്പോവുക സ്വാഭാവികമാണ്.

കൊറോണയോളം വെറുക്കപ്പെട്ട പ്രവാസി

കൊറോണക്കാലം പ്രവാസിക്കൊരിക്കലും മറക്കാൻ കഴിയില്ല. ജീവിച്ചിരിക്കുന്ന കാലത്ത് അനുഭവിച്ചുതീർക്കുന്ന ശാരീരികവും മാനസികവുമായ വ്യഥകളുടെ തീവ്രതയാണ് ജീവിതത്തെ ദുരന്തപൂർണ്ണമെന്ന് പരിഗണിക്കാൻ ഇടവരുത്തുന്നത്. എങ്കിൽ കൊറോണക്കാലത്തെ പ്രവാസി കൊറോണയോളം വെറുക്കപ്പെട്ട പ്രവാസിയെന്ന നിലയിൽ ഒരു ദുരന്തമാണ്. വൈറസ് വാഹകർ എന്ന നിലയിൽ പ്രവാസികൾക്ക് പഴി കേൾക്കേണ്ടിവന്നു. ഞങ്ങളുടെ സ്വൈര്യജീവിതത്തിന് കൂടി തടസ്സമുണ്ടാകുന്ന നിങ്ങൾ ഇപ്പോൾ ഇങ്ങോട്ടുവരണ്ട എന്ന് പ്രിയപ്പെട്ടവരിൽ നിന്ന് പോലും കേൾക്കേണ്ടിവന്ന ഹതഭാഗ്യരുണ്ട്. അത്തരം ആക്ഷേപങ്ങൾ, അവഹേളനങ്ങൾ, അവഗണനകൾ ഒക്കെ പ്രവാസി മനസ്സുകളിൽ നീറ്റലായി അവശേഷിക്കുന്നുണ്ട്. ലോക്ഡൗൺ നിയന്ത്രണങ്ങൾ വ്യാപകമായതും വിമാന സർവീസുകൾ നിലച്ചതും പലരുടെയും മാനസിക നിലയെപ്പോലും സാരമായി ബാധിച്ചു. കടുത്ത നൈരാശ്യം ബാധിച്ച് റൂമിലെ സകലതും അടിച്ചുതകർക്കുകയും കൈഞരമ്പ് മുറിച്ച് ആത്മഹത്യ ചെയ്യാൻ ശ്രമിക്കുകയും ചെയ്ത ഒരു യുവാവിനെ ഏറെ പണിപ്പെട്ടാണ് ദുബായിലെ മാനസികാരോഗ്യകേന്ദ്രമായ അൽ അമൽ ആശുപത്രിയിലേക്ക് മാറ്റിയത്. വിസിറ്റിനെത്തിയ മറ്റൊരു യുവാവ് വയലന്റായി പെരുമാറിയതോടെ ഭയന്നുപോയ അവന്റെ സഹോദരിയും ഉമ്മയും ഒരു രാത്രി മുഴുവൻ ഉറക്കമിളച്ച് അവന് കാവലിരുന്നതും കൊറോണക്കാലത്തെ പ്രവാസാനുഭവങ്ങളുടെ നേർസാക്ഷ്യമാണ്. മനോനില തകരാറിലായി ഡിപ്രഷൻ മരുന്നുകളിൽ അഭയം തേടിയവരും സൈക്കോളജിസ്റ്റിന്റെ കൗൺസിലിങ്ങ് തേടിയവരും ധാരാളമുണ്ട്.

ആരുമില്ല എന്നൊരു തോന്നൽ ബാച്ച്ലർ റൂമുകളിലും ലേബർ അക്കമഡേഷനിലും താമസിക്കുന്ന ബഹുഭൂരിപക്ഷം പ്രവാസികൾക്കുമുണ്ട്. എല്ലാക്കാലത്തും പ്രവാസത്തിന്റെ പ്രധാന നോവാണത്. മനുഷ്യരാശിയെ ആകെ വിഴുങ്ങാൻ പര്യാപ്തമായ ഒരു വൈറസ് തൊട്ടടുത്ത് വന്ന് നിൽക്കുമ്പോൾ തനിക്കാരുമില്ല എന്നൊരു തോന്നലുള്ളയാൾക്ക് മനോനില തെറ്റുന്നത് സ്വാഭാവികമല്ലേ? ജീവിതം സുരക്ഷിതമാണെന്നും അപകടഭീതിയൊന്നുമില്ല എന്നുമുള്ള വിശ്വാസമാണ് ഏതൊരു ജീവിയെയും മുന്നോട്ട് നയിക്കുന്നത്. എന്നാൽ കൊറോണ കാലത്ത് അതല്ല സ്ഥിതി. ഭയം നമ്മളെ ആകെ പിടികൂടിയിരിക്കുന്നു. നാളെ ഉണർന്നെണീക്കുമോ എന്നുപോലും ഓരോ പ്രവാസിയും ഭയപ്പെട്ടിരിക്കുന്നു. അതിനു കാരണം ഒരാളും കൂടെയില്ല എന്ന തോന്നൽതന്നെയാണ്. ഇതിനിടയിലാണ് നാട്ടി

ലുള്ള പ്രിയപ്പെട്ടവർ പോലും പ്രവാസിയെ അകറ്റി നിർത്തുന്നു എന്ന തോന്നൽ കൂടി ബലപ്പെട്ടത്.

വെല്ലുവിളിയും പ്രതികരണവും

കൊറോണ തീർത്ത പ്രതിസന്ധി ഏറ്റവും കൂടതൽ അനുഭവിക്കാൻ പോകുന്നത് കുടിയേറ്റ തൊഴിലാളികളാണ്. അതായത് ഇന്ത്യയിലെ വിവിധ സംസ്ഥാനങ്ങളിലുള്ള കുടിയേറ്റ തൊഴിലാളികളും ഇന്ത്യക്ക് പുറത്ത് പ്രത്യേകിച്ച് ഗൾഫ് നാടുകളിലെത്തിയ ഇന്ത്യൻ കുടിയേറ്റതൊഴിലാളികളും. ഇതിൽ ഗൾഫിൽ നിന്നുള്ള കുടിയേറ്റ തൊഴിലാളികളുടെ മടക്കം ഏറ്റവും കൂടുതൽ ബാധിക്കുന്നത് കേരളത്തെയാണ്. നോർക്കയിലും എംബസിയിലും രജിസ്റ്റർ ചെയ്തവരിൽ പതിനായിരക്കണക്കിന് തൊഴിൽരഹിതരുണ്ട്. ഇവരുടെ തിരിച്ചുപോക്ക് സൃഷ്ടിക്കുന്ന വെല്ലുവിളികളെക്കുറിച്ച് വ്യക്തമായ പ്രതികരണങ്ങൾ ഉണ്ടാകേണ്ടതുണ്ട്. ഇരുളടഞ്ഞ ഭാവിയാണ് മുന്നിലുള്ളത് എന്ന ചിന്ത പലരെയും രോഗികളാക്കി തീർത്തിട്ടുണ്ട്.

ബാധ്യതകൾ, വീട്ടാക്കടങ്ങൾ, വീടെന്ന സ്വപ്നം, ഇങ്ങനെ എണ്ണിയാൽ തീരാത്തത്ര പ്രശ്നങ്ങളുമായി, ഓട്ടക്കീശയുമായി, നാട്ടിലേക്ക് മടങ്ങുന്നത് പതിനായിരങ്ങളായിരിക്കും. ഇന്നലെ വരെ ഗൾഫിൽനിന്ന് അയച്ചുകിട്ടിയിരുന്ന പണം കിട്ടാതെ വരുമ്പോൾ ഇയാളൊരു ബാധ്യതയായല്ലോ എന്ന് വീട്ടുകാരിൽ ആർക്കെങ്കിലും ഒരു തോന്നലുണ്ടായാൽ അതോടെ കഴിഞ്ഞു. ഈ പ്രശ്നങ്ങളൊക്കെ കഴിയുമെന്നും പ്രതിസന്ധികളെ മനസ്സുറപ്പോടെ നമുക്കൊരുമിച്ച് നേരിടാമെന്നുമുള്ള വാക്കുകൾ തളർന്ന മനസ്സുകൾക്ക് കരുത്തു പകരും. ചെറിയ തോതിൽ വലിയ മുതൽമുടക്കില്ലാതെ ചെയ്യാൻ കഴിയുന്ന നിരവധി പദ്ധതികളുണ്ട് നാട്ടിൽ. അതിനാദ്യം വേണ്ടത് ആത്മവിശ്വാസം വർദ്ധിപ്പിക്കലാണ്. അതിന് കുടുംബത്തിന്റെ പിന്തുണ പ്രധാനമാണ്.

അടിസ്ഥാനപരമായി നമുക്കുള്ള കഴിവുകൾ നമ്മൾ തിരിച്ചറിയുന്നില്ല എന്നതാണ് വാസ്തവം. മാർട്ടിൻ ലൂഥർ കിങ്ങ് ജൂനിയറിന്റെ പ്രശസ്തമായ ഒരു വാചകമുണ്ട്. 'പറക്കാൻ കഴിഞ്ഞില്ലെങ്കിൽ ഓടണം, ഓടാൻ കഴിഞ്ഞില്ലെങ്കിൽ നടക്കണം, നടക്കാൻ കഴിഞ്ഞില്ലെങ്കിലോ ഇഴയുകയെങ്കിലും വേണം. എങ്ങനെയായാലും വീണിടത്തുതന്നെ കിടക്കാതെ മുന്നോട്ടു നീങ്ങിയേ മതിയാകൂ.' ഈ വീഴ്ചയിൽ നമ്മൾ പ്രവാസികൾക്കും അത് ബാധകമാണ്. പക്ഷെ നമ്മൾ ചെയ്യുന്നത് ഇതിനൊക്കെ വിപരീതമായ കാര്യങ്ങളാണ്. അതാണ് ഏറ്റവും വലിയ പരാജയം. പറക്കാൻ കഴിയുന്ന പലരും ഓടുകയും ഓടാൻ കഴിയുന്നവർ ഇഴയുകയും

ചെയ്യുന്നത് തോൽവിയല്ലാതെ പിന്നെന്താണ്? നമുക്കോരോരുത്തർക്കും നമ്മുടേതായ ശേഷിയും ദൗത്യങ്ങളുമുണ്ട്. അതു മനസ്സിലാക്കാനും പൂർത്തീകരിക്കാനുമുള്ള ശ്രമം ഉണ്ടാകണമെന്ന് മാത്രം. നിലനിൽക്കുക എന്നതാണ് പ്രധാനം. അതിന് മനക്കരുത്ത് വേണം. എനിക്കിനിയൊന്നിനും കഴിയില്ല എന്ന മുൻവിധിയോടെയല്ല മുന്നറിവോടെ വേണം ജീവിതത്തെ സമീപിക്കാൻ. സാഭിമാനം ജീവിക്കുക എന്നതാവണം നമ്മുടെ ലക്ഷ്യം. ആഗ്രഹിക്കുന്നതു മാത്രമേ ജീവിതത്തിൽ സംഭവിക്കാവൂവെന്ന് നമുക്ക് വാശിപിടിക്കാനാവില്ലല്ലോ. അതുകൊണ്ട് ഇതൊരു വീഴ്ചയാണെങ്കിലും വീണുകിടക്കാനല്ല ചാടിയെഴുന്നേല്ക്കാനാണ് എന്റെ ഉദ്ദേശ്യം എന്ന് വിചാരിക്കുന്നവനേ വിജയിക്കുകയുള്ളൂ- തളർന്ന് വീണാലും തകർന്ന് വീഴില്ല ഒരു പ്രവാസിയും. കാരണം വീഴ്ചയിൽ നിന്ന് മാത്രം മുകളിലേക്ക് ഉയർന്നവനാണ് ഓരോ പ്രവാസിയും.

യു.എ.ഇ.യിലെ ഗോർഫുക്കാനിൽ ലോഞ്ചിൽ വന്നിറങ്ങിയവരുടെ പിൻഗാമികൾ അന്നത്തിനായി പ്രതിദിനമെന്നോണം ഗൾഫിലെ വിമാനത്താവളത്തിൽ വന്നിറങ്ങിക്കൊണ്ടിരുന്നു. ഗൾഫ് മോഹങ്ങൾ വർദ്ധിച്ചുകൊണ്ടേയിരുന്നു. ബാങ്കുകളിൽ നിക്ഷേപം കൂടിക്കൂടിവന്നു.

NRI

ജീവിതം 'സെറ്റാവണമെങ്കിൽ' ഗൾഫിൽ പോണം

'കാലം ചെയ്ത മാർ ക്രിസോസ്റ്റം തിരുമേനി ഒരിക്കൽ പറഞ്ഞ ഒരു കഥ ഒരു കുടികിടപ്പുകാരനെക്കുറിച്ചായിരുന്നു. അവൻ ഒരുദിവസം പുര യിടത്തിൽ നിന്ന പ്ലാവിൽ ഒന്നു നോക്കിയിട്ട് പറഞ്ഞു.

"ഞാൻ അധികാരിയോട് ചോദിച്ചിട്ട് നാളെ ഈ പ്ലാവു വെട്ടി നല്ലൊരു പത്തായം പണിയും."

അതുകേട്ട് മകൻ പെട്ടെന്ന് പറഞ്ഞു.

"ഞാനാ പത്തായത്തിൽ കരികൊണ്ട് ഒരു പൂച്ചയെ വരയ്ക്കും."

ഇതുകേട്ട് ദേഷ്യം ഇരച്ചുകയറിയ അച്ഛൻ "ഞാൻ പണിയിക്കുന്ന പുത്തൻ പത്തായത്തിൽ നീ പുച്ചയെ വരയ്ക്കുമോടാ?"

വരയ്ക്കുമെന്ന് മകൻ. ദേഷ്യം മൂത്ത അച്ഛൻ അവന് രണ്ടിടിയും കൊടുത്ത് വീട്ടിൽനിന്നും ഇറക്കിവിട്ടു.

പിറ്റേന്നായി.

അധികാരി വന്ന്, പ്ലാവ് വെട്ടി മറ്റൊരാൾക്ക് വിറ്റു.

പത്തായോമില്ല, മോനും പോയി.

മലർപ്പൊടിക്കാരന്റെ സ്വപ്നം പോലൊരു കഥ, യാഥാർത്ഥ്യം മന സ്സിലാക്കാതെ ജീവിച്ചാൽ പല കുഴപ്പങ്ങളിൽ ജീവിക്കേണ്ടി വരുമെന്ന് കഥയിൽ പറയുന്നുണ്ട്.

യാഥാർത്ഥ്യബോധത്തോടെയുള്ള സമീപനം നമുക്ക് ഏതു കാര്യ ത്തിലുണ്ട് എന്നതൊരു കാതലായ ചോദ്യമാണ്. വിദ്യാഭ്യാസത്തിന്റെ കാര്യത്തിലോ തൊഴിലിന്റെ കാര്യത്തിലോ ഈ യാഥാർത്ഥ്യബോധം കൈവന്ന ജനതയാണോ നമ്മൾ. കാലാനുസൃതമായ മാറ്റം നമ്മുടെ കരിക്കുലത്തിൽ ഉണ്ടായിട്ടുണ്ടോ? പുതിയ കാലത്തിനനുസൃതമായ, പുതിയ തൊഴിൽ സാഹചര്യങ്ങൾക്കിണങ്ങുന്ന കോഴ്സുകൾ തിരഞ്ഞെ ടുക്കാൻ നമ്മുടെ കുട്ടികൾക്ക് അവസരമുണ്ടോ? കോവിഡ് വ്യാപന ത്തോടെ കേരളത്തിലെ യുവജനങ്ങളിലെ തൊഴിലില്ലായ്മ വലിയതോ

തിൽ ഉയർന്നുവെന്ന ഒരു റിപ്പോർട്ട് ദേശീയ സാമ്പിൾ സർവ്വേ ഓർഗനൈസേഷൻ പുറത്തുവിട്ടു കണ്ടു. കോവിഡിന് മുമ്പ് 2019 ഒക്ടോബർ – ഡിസംബർ മാസത്തിൽ 15നും 29നും ഇടയിൽ പ്രായമുള്ളവരിൽ 36.3 ശതമാനമായിരുന്നു തൊഴിലില്ലായ്മ നിരക്കെങ്കിൽ 2020ൽ ഇതേ കാലത്ത് 43 ശതമാനത്തിലെത്തി എന്നാണീ റിപ്പോർട്ടിൽ വ്യക്തമാക്കിയിട്ടുള്ളത്.

കോവിഡിന് മുമ്പ് യുവാക്കളുടെ തൊഴിലില്ലായ്മയിൽ രാജ്യത്ത് കേരളമായിരുന്നു മുന്നിലെങ്കിൽ കോവിഡിന്റെ പശ്ചാത്തലത്തിൽ 43.9 ശതമാനവുമായി ജമ്മുകാശ്മീർ മുന്നിലുണ്ട് എന്നും സർവ്വേ ചൂണ്ടിക്കാട്ടുന്നു. അതെങ്ങനെ സംഭവിച്ചുവെന്നത് യുക്തിക്ക് നിരക്കാത്തതാണ്. ദേശീയ സാംപിൾ സർവ്വേ ഓർഗനൈസേഷൻ പിരിയോഡിക്ക് ലേബർ ഫോഴ്സ് സർവ്വേയുടെ 2020 ഒക്ടോബർ–ഡിസംബർ കാലത്തെ ഫലമാണിത്. നഗരപ്രദേശങ്ങളിലെ തൊഴിലില്ലായ്മ മൂന്നു മാസത്തിലൊരിക്കൽ വിലയിരുത്തുന്ന സർവ്വേയിൽ കേരളത്തിൽ 15നും 29നും ഇടയിലുള്ള യുവാക്കൾ രൂക്ഷമായ തൊഴിലില്ലായ്മ നേരിടുന്നുവെന്ന് ചൂണ്ടിക്കാട്ടുന്നു. ഇതിൽത്തന്നെ യുവതികൾ 55.7 ശതമാനമാണ്. യുവാക്കൾ 37.1 ശതമാനമാണ്.

ഈ സർവ്വേയെ യാഥാർത്ഥ്യബോധത്തോടെ സമീപിക്കാം. ഒന്ന് കേരളത്തിന്റെ പൊതുസാഹചര്യത്തിൽ 15നും 29നും ഇടയിൽ പ്രായമുള്ള യുവാക്കൾ എന്തു ചെയ്യുന്നു എന്ന് പരിശോധിക്കാം.

പഠനത്തിന് പ്രാധാന്യം നൽകുന്ന കേരളീയ പൊതുസമൂഹത്തിൽ പി.ജി. പഠനവും അതിനൊപ്പം ഒരു ബിഎഡും കൂടി കഴിഞ്ഞിറങ്ങുമ്പോൾ പ്രായം 25 എങ്കിലുമാകും. എഞ്ചിനിയറിങ്ങ് ബിരുദത്തിന് പോകുന്നവർ അതിനൊപ്പം മറ്റേതെങ്കിലും അനുബന്ധകോഴ്സുകളുംകൂടി പഠിക്കും. അങ്ങനെ നോക്കിയാലും 24–25 വയസ്സ് എത്തുമ്പോഴാണ് പഠനം പൂർത്തീകരിക്കുന്നത്. ഇതു കഴിഞ്ഞ് ജോലിക്കുള്ള അന്വേഷണമാണ്. ടെസ്റ്റുകൾക്ക് പ്രിപ്പെയർ ചെയ്യുന്ന കാലം. പെൺകുട്ടികളാണെങ്കിൽ ഭൂരിഭാഗവും വിവാഹിതരാവുകയും ചെയ്യും.

ഇത്തരമൊരു പശ്ചാത്തലത്തിൽ യുവാക്കളുടെ തൊഴിലില്ലായ്മ നിരക്ക് പ്രത്യേകിച്ച്15നും 29നും ഇടയിൽ കണക്കാക്കുന്നതുപോലും കേരളത്തെ സംബന്ധിച്ച് പ്രായോഗികമാണോ എന്ന് സംശയിക്കേണ്ടിവരും. ഇനി അതല്ല എങ്കിൽക്കൂടിയും മറ്റൊരു പ്രധാന വിഷയമുണ്ട്. അതിലേക്കാണ് ഈ ലേഖനം മുഖ്യമായും വിരൽചൂണ്ടുന്നത്. തൊഴിലിനെക്കുറിച്ചുള്ള നമ്മുടെ പൊതുധാരണ എന്താണ് എന്ന വിഷയത്തി

ലേക്ക്.

രണ്ടു വ്യത്യസ്ത നേരനുഭവങ്ങൾ പങ്കുവെച്ചുകൊണ്ട് ഈ വിഷയത്തെ സമീപിക്കാം. അതിലൊന്ന്, അടുത്തിടെ CCTV ക്യാമറ ഘടിപ്പിക്കുന്നതിനായി നാട്ടിൽ ഒന്നുരണ്ടു സ്ഥാപനങ്ങളെ ബന്ധപ്പെട്ടു. കോവിഡിന്റെ രണ്ടാംതരംഗത്തിനിടെയായിരുന്നു. അതിൽ എല്ലാ നമ്പറും ഗൂഗിൾ സെർച്ച് ചെയ്തപ്പോൾ കടയുടെ details അടക്കം കിട്ടിയ contact ആയിരുന്നു. ആ നമ്പരുകളിലെല്ലാം വിളിച്ചപ്പോൾ കിട്ടിയ മറുപടി ഇപ്പോൾ അങ്ങനെയൊരു സർവ്വീസ് ഞങ്ങൾ ചെയ്യുന്നില്ല എന്നായിരുന്നു. മൂന്നാമത്തെ കോളിനും അതേ മട്ടിൽ മറുപടി കിട്ടിയപ്പോൾ അതെന്തുകൊണ്ടാണ് സർവ്വീസ് ഇല്ലാത്തത് എന്ന് അന്വേഷിച്ചു. ടെക്നീഷ്യൻമാരെ കിട്ടാനില്ല എന്ന ഒഴുക്കൻമട്ടിലുള്ള മറുപടി. പിന്നീട് ഒരു സുഹൃത്തിന്റെ പരിചയത്തിലുള്ള മറ്റൊരു സ്ഥാപനത്തെ സമീപിച്ചു. പറഞ്ഞുറപ്പിച്ച ദിവസം കഴിഞ്ഞ് രണ്ടുദിവസം നിരന്തരം ഫോളോ അപ് ചെയ്തപ്പോൾ മൂന്നാംദിനം ടെക്നിഷ്യന്മാരെത്തി. രണ്ടു യുവാക്കൾ കാര്യഗൗരവമുള്ള ചെറുപ്പക്കാർ വൃത്തിയും വെടിപ്പുമായി കാര്യങ്ങൾ ചെയ്തു. ഒരു semi professionalism അവരുടെ പ്രവൃത്തിയിൽ തെളിഞ്ഞുനിന്നു. അവരുമായി കൂടുതൽ സംസാരിച്ചപ്പോൾ ഇരുവരും എക്കണോമിക്സിൽ ബിരുദാനന്തരബിരുദം പൂർത്തിയാക്കിയവരാണ് എന്ന് മനസ്സിലായി. അതിലവർ നിരാശരായിരുന്നു എന്നവരുടെ മറുപടിയിൽനിന്ന് വ്യക്തവുമായിരുന്നു. “ഇക്കണോമിക്സിൽ പിജിയാണ്. പക്ഷേ ചെയ്യുന്ന ജോലിയോ CCTV ടെക്നീഷ്യൻ.”

സാധാരണഗതിയിലുള്ള ജോബ് സാറ്റിസ്ഫാക്ഷൻ എന്നൊന്ന് ഈ യുവാക്കളെ സംബന്ധിച്ചിട്ടുണ്ടെന്ന് തോന്നിയില്ല.

എന്താണ് തൊഴിൽ സംതൃപ്തി?

വാസ്തവത്തിൽ അതൊരു mystery ആണോ?

തീർച്ചയായും അല്ല എന്നു മാത്രമല്ല, അതൊരു ലക്ഷ്വറിയും അല്ല, അതൊരു ആവശ്യമാണ്. അതിലേറെ അത്യാവശ്യവും. അങ്ങനെയെങ്കിൽ job satisfaction ഇല്ലാത്തതിന്റെ കാരണങ്ങളിലേക്ക് കടക്കണം.

അതിന്റെ റൂട്ട് പ്രോബ്ലം കണ്ടുപിടിക്കണം. നിങ്ങളെന്തിലാണ് മികവു പുലർത്തുന്നത് എന്ന് മനസ്സിലാക്കണം. ഇങ്ങനെ പ്രൊഫഷണലായ പല സമീപനങ്ങളുള്ള ലാക്ക് ഓഫ് ജോബ് സാറ്റിസ്ഫാക്ഷൻ ഐഡന്റിഫൈ ചെയ്യാൻ. പക്ഷേ ഇവിടെ ഈ യുവാക്കളെ സംബന്ധിച്ച് ഈ കാരണങ്ങളൊന്നുമല്ല മുഖ്യം. അതവർ തുറന്നു സമ്മതിക്കുകയും ചെയ്തു. ജോലി ഇഷ്ടമല്ലാത്തതല്ല, ആത്മാർത്ഥതയോടെ അതിലേറെ

പാഷനോടെ ചെയ്യാനും കഴിയുന്നുണ്ട്. പക്ഷേ ഇതൊരു സ്ഥിരം തൊഴിലായി അംഗീകരിച്ചു തരാൻ വീട്ടുകാർക്കോ നാട്ടുകാർക്കോ ബുദ്ധിമുട്ടുണ്ട്. വാസ്തവത്തിൽ ഈ സോഷ്യൽ സ്റ്റിഗ്മ മാത്രമാണ് നമ്മുടെ പൊതുബോധത്തിന്റെ കാലങ്ങളായുള്ള സംഭാവന. ജോലിയൊന്നുമായില്ലേ, അതല്ലെങ്കിൽ ഗൾഫിലെങ്കിലും പോയി നോക്കാൻ പാടില്ലായിരുന്നോ?) കല്യാണം ഒന്നും നോക്കണില്ലേ? കല്യാണം കഴിഞ്ഞാലോ കുട്ടികളൊന്നുമായില്ലേ? ഇത്തരം ചോദ്യങ്ങളെ അഭിമുഖീകരിക്കാൻ മേൽപ്പറഞ്ഞ യുവാക്കൾക്ക് സാധിച്ചാലും അവരുടെ വീട്ടുകാർക്ക് കഴിയില്ല എന്ന യാഥാർത്ഥ്യം നമ്മുടെ മുന്നിലുണ്ട്.

“അപ്പോൾ പിന്നെ നിങ്ങളുടെ ഫ്യൂച്ചർ പ്ലാൻ എന്താണ്?”

“പി.എസ്.സി. ടെസ്റ്റുകൾ എഴുതുന്നുണ്ട്. എന്തെങ്കിലും കിട്ടുമായിരിക്കും. ഇല്ലെങ്കിൽ ഗൾഫിൽ പോണം.”

ഒരു ശരാശരി മലയാളി കാലങ്ങളായി പറഞ്ഞുകൊണ്ടിരിക്കുന്ന അതേ മറുപടി ആ രണ്ടു യുവാക്കളിൽനിന്ന്കൂടി ഉണ്ടായപ്പോൾ മില്ലേനിയൽസ്, ജനറേഷൻ Y ജനറേഷൻ Zനെ കടന്ന് കേരളീയ പൊതുബോധം അട്ടിമറിക്കപ്പെടാത്ത അചഞ്ചലമായ ആവിഷ്കാരമായി തോന്നിയതിൽ തെല്ലും അത്ഭുതമില്ല.

എന്താണ് തൊഴിലിനെക്കുറിച്ചുള്ള നമ്മുടെ സോഷ്യൽ കാഴ്ചപ്പാട്? സർക്കാർ ജോലി അല്ലെങ്കിൽ മൾട്ടി നാഷണൽ കമ്പനിയിലെ ലക്ഷങ്ങൾ ശമ്പളം കിട്ടുന്ന ജോലി. അല്ലെങ്കിൽ കുറഞ്ഞപക്ഷം ഗൾഫിലായിരിക്കണം. ഇതല്ലാതെ മറ്റൊരു തൊഴിലും തൊഴിലായി കണക്കാക്കാനോ അതൊരു വരുമാനമാർഗ്ഗമായി കാണാനോ പൊതുബോധ കാഴ്ചപ്പാട് അനുവദിക്കുന്നില്ല. ഈ സോഷ്യൽ സ്റ്റിഗ്മയെക്കുറിച്ചാണ് യുവാക്കൾ തുറന്നുപറച്ചിൽ നടത്തിയത്. വളരെ പ്രൊഫഷണലായി, പാഷനോടെ ചെയ്യുന്ന ഒരു തൊഴിൽ, നിലവിലെ സാഹചര്യത്തിൽ കൂടുതൽ അവസരങ്ങൾ നല്കുന്ന തൊഴിലായിട്ടുകൂടിയും അത് തുടരാൻ അല്ലെങ്കിൽ അതിന്റെ തുടർസാധ്യതകൾ തേടാൻ അവരെ പ്രേരിപ്പിക്കാതിരിക്കുന്നത് ഈ സോഷ്യൽ സ്റ്റിഗ്മയാണ്. രണ്ടാമതൊരു കൂട്ടം യുവാക്കളെക്കുറിച്ചുകൂടി പറയാനുണ്ട്. പല തൊഴിലുകളിലും ഉദാഹരണത്തിന് റൂഫിംഗ് ജോലി ചെയ്യുന്നവരുടെ കൂടെ, കെട്ടിടനിർമ്മാണ പ്രവൃത്തിയിലേർപ്പെടുന്നവരുടെ കൂടെയൊക്കെ ഹെൽപ്പറായി പോകുന്ന നിരവധി യുവാക്കളുണ്ട്. പഠനത്തോടൊപ്പം തൊഴിൽകൂടി ചെയ്യുന്നവർ. ഇവരിൽ പലർക്കും പോക്കറ്റ്മണിക്കുള്ള സെറ്റപ്പ് മാത്രമാണ് ഈ തൊഴിൽ പരിചയം. രണ്ടുദിവസം പണിയെടുത്താൽ പിന്നെ ഒരാഴ്ച കുശാൽ.

കിട്ടിയ കാശ് തീരുന്നതുവരെ പിന്നെ പണിസ്ഥലത്തേക്ക് എത്തി നോക്കാറില്ല.

ചുരുക്കത്തിൽ തൊഴിൽ സാഹചര്യങ്ങൾ ഇല്ലാത്തതല്ല കേരളത്തിന്റെ പ്രശ്നം. തൊഴിലിനോടുള്ള സമീപനവും തൊഴിലെടുക്കാനുള്ള വിമുഖതയുമാണ് ഇതരസംസ്ഥാന തൊഴിലാളികൾക്ക് കേരളം ഒരു മിനി ഗൾഫായി മാറാനുള്ള കാരണം. ദേശീയ സാമ്പിൾ സർവ്വേ അടക്കമുള്ള സർവ്വേകൾ - കേരളത്തിലെ യുവത്വത്തിന്റെ തൊഴിലില്ലായ്മ നിരക്ക് വെളിപ്പെടുത്തുമ്പോൾ കാണാതെപോകുന്ന മറ്റൊരു സംഗതി കൂടിയുണ്ട്. സർവ്വേകൾ രേഖപ്പെടുത്താനെത്തുന്ന ഒരാളുടെ മുന്നിലും ഇതൊക്കെ ഒരു തൊഴിലായി സമ്മതിക്കാനുള്ള മനോഭാവം ഇനിയും നമ്മുടെ സമൂഹത്തിനുണ്ടായിട്ടില്ല. ഉദാഹരണത്തിന് നേരത്തെ പരാമർശിച്ച സിസിടിവി ടെക്നിഷ്യന്മാരുടെ വീടുകളിലാണ് ദേശീയ സാമ്പിൾ സർവ്വേയുടെ ഭാഗമായി ഉദ്യോഗസ്ഥന്മാർ എത്തുന്നതെങ്കിൽ അവരോട് ആ വീട്ടുകാരുടെ മറുപടി എന്തായിരിക്കുമെന്ന് ഊഹിക്കാവുന്നതേയുള്ളൂ. മക്കൾ എന്തു ചെയ്യുന്നു? പഠിച്ചിട്ട് വെറുതെ നിൽക്കുന്നു എന്നാവും ഉത്തരം. ജോലി നോക്കിക്കൊണ്ടിരിക്കുന്നു എന്ന് നിസ്സംഗമായ മറുപടി.

മാറുന്ന ഗൾഫും മാറാത്ത നമ്മളും

മലയാള ഭാഷ ഇന്ന് എത്തിച്ചേർന്നിരിക്കുന്ന അവസ്ഥയെ ഓർമ്മിപ്പിച്ചുകൊണ്ടെഴുതിയ 'മലയാളം ഒരു മുന്നറിയിപ്പ് എന്ന ലേഖനത്തിൽ സക്കറിയ പറയുന്നുണ്ട്. ബാലവാടികൾ തൊട്ട് മലയാളിക്ക് ഇംഗ്ലീഷാണ് ഒന്നാം ഭാഷ, മലയാളം സെക്കന്റ് ലാംഗ്വേജും. ഈ വിചിത്രമായ ഇരട്ട മുഖത്തിന് ഒറ്റ ഉത്തരമേയുള്ളൂ. പ്രയോജനം എന്ന വാക്ക്. മലയാള ഭാഷ കൊണ്ട് പ്രയോജനമെടുക്കുന്നവരും അല്ലാത്തവരും തമ്മിലുള്ള വ്യത്യാസം മാത്രം നോക്കിയാൽ മതി. നമ്മുടെ ജീവിതം എന്തെങ്കിലും വിധത്തിൽ മെച്ചപ്പെടുത്തുന്ന ഒന്ന്, ജീവിതത്തിൽ ആശ്രയിക്കാവുന്ന ഒന്ന് ഇതൊക്കെയാണ് പ്രയോജനമുള്ളത് എന്നതുകൊണ്ട് ഉദ്ദേശിക്കുന്നത്. ഹൃദയഭാഷയാണ് മലയാളമെങ്കിലും ജീവിതം കെട്ടിപ്പടുക്കാൻ സഹായിക്കുന്ന ഭാഷയല്ല എന്ന തോന്നലിൽ മലയാളി മലയാളത്തെ വിട്ട് ഇംഗ്ലീഷിനെ ആശ്ലേഷിക്കുന്നു.

കേരളത്തിനുള്ളിൽ മലയാളികൾക്ക് ആശ്രയിക്കാവുന്ന ഒരു സമ്പദ്വ്യവസ്ഥ ഇല്ലാതായിത്തീർന്നു. വ്യവസായങ്ങളും മറ്റു സാമ്പത്തിക സംരംഭങ്ങളും വളരാത്ത മണ്ണെന്ന ദുഷ്പേര് മാറാതെ നിൽക്കുന്നു. കൃഷി ഇല്ലാതായി. ഉണ്ടെങ്കിൽത്തന്നെ തൊഴിലിന്റെ മഹത്വത്തിന് മലയാളി നിശ്ചയിച്ച മാനദണ്ഡംവച്ച് കൃഷിപ്പണിക്ക് അന്തസ്സില്ല. ഉണ്ണുന്ന അരി

മുതൽ പൂജയ്ക്കെടുക്കുന്ന പൂ വരെ, എന്തിന് കേരളത്തിലെ കയർ ഫാക്ടറികൾക്കാവശ്യമായ ചകിരി വരെ അയൽസംസ്ഥാനങ്ങളിൽനിന്നു വരുന്ന നിലയിലായി.

അങ്ങനെ മലയാളിക്ക് തങ്ങളുടെ മക്കളുടെ ഭാവി കേരളത്തിൽ ഇരുളടഞ്ഞതാണ് എന്ന് മനസ്സിലായി. മലയാളംകൊണ്ട് തന്റെ മക്കൾക്ക് പ്രയോജനം ഇല്ല എന്നു മനസ്സിലായി അവർക്ക്. ഒരു ജോലിയോ വരുമാനമാർഗ്ഗമോ ഉണ്ടാകണമെങ്കിൽ കേരളം വിട്ടുപോയേ തീരൂ എന്ന് മനസ്സിലായി. അതിന് മലയാളംകൊണ്ട് ഫലമില്ലെന്ന് മനസ്സിലായി.

അങ്ങനെയാണ് മലയാളം സെക്കന്റ് ലാംഗ്വേജും ഇംഗ്ലീഷ് ഒന്നാം ഭാഷയുമായി തീർന്നത്.

സക്കറിയ എഴുതിയതുപോലെ മലയാളം അന്നം തരുന്ന ഭാഷയല്ലായെന്ന തിരിച്ചറിവുണ്ടായ മലയാളിക്ക് ഇനി കൂടുതൽ മറ്റു നാടുകളിലെ തൊഴിൽ സാധ്യതകളെകുറിച്ചുകൂടി തിരിച്ചറിവ് ഉണ്ടാകേണ്ടതുണ്ട്. അതല്ലെങ്കിൽ തൊഴിലിനോടുള്ള കാഴ്ചപ്പാട് തന്നെ മാറ്റേണ്ടതുണ്ട്. സർക്കാർ ജോലിക്ക് വേണ്ടിയുള്ള നിരന്തരശ്രമങ്ങൾ നടത്തുന്നവരും അതൊന്നും ശരിയായില്ലെങ്കിലുള്ള ഓപ്ഷനായി തെരഞ്ഞെടുത്തിരിക്കുന്നത് ഗൾഫാണ്. ഒന്നും ശരിയായില്ലെങ്കിൽ ഗൾഫിലെങ്കിലും പോയി ജീവിതം 'സെറ്റാക്കണം' എന്നാണ് ന്യൂജെൻ പിള്ളേരുടെ പോലും പറച്ചിൽ. എന്നാലിനിയുള്ള നാൾ ഈ 'സെറ്റാക്കൽ' അത്ര ഈസിയല്ല എന്ന ഉത്തമബോധ്യം ഇവർക്കും നമ്മുടെ പൊതുസമൂഹത്തിനും ഉണ്ടായിട്ടില്ല എന്നതാണ് വാസ്തവം.

ഗൾഫ് രാജ്യങ്ങളിലെല്ലാം സ്വദേശിവത്കരണം വളരെ ഊർജ്ജിതമായി നടന്നുകൊണ്ടിരിക്കുകയാണ്. സൗദി അറേബ്യ ഇതിനകം 'നിതാഖാത്' (സൗദിവത്കരണപ്രക്രിയക്ക് നൽകിയ പേര്) ധാരാളം ചെറുകിട വ്യാപാരമേഖലകളിൽ നടപ്പാക്കി കഴിഞ്ഞു. വിദേശികൾ നടത്തിയ റെഡിമെയ്ഡ് ഷോപ്പുകൾ, ഫർണിച്ചർ, പാത്രങ്ങൾ, സ്പെയർപാർട്സ് എന്നീ സ്ഥാപനങ്ങളൊക്കെ നിതാഖാത്ത് നിർബന്ധമാക്കിയതോടെ അടച്ചുപൂട്ടി ധാരാളം മലയാളികൾ നാട്ടിലേക്ക് മടങ്ങിപ്പോരുകയും ചെയ്തു. സ്വദേശികളുടെ തൊഴിലില്ലായ്മ ഗണ്യമായി കുറയ്ക്കാൻ ലക്ഷ്യമിട്ടുള്ള മിഷൻ 2030 സമഗ്രമായി നടപ്പാക്കിക്കൊണ്ടിരിക്കുകയാണ് സൗദി അറേബ്യ. ഓരോ മന്ത്രാലയത്തിന് കീഴിലും സ്വദേശിവത്കരണത്തിന് പ്രത്യേക വകുപ്പ് തന്നെയുണ്ട്. ഓരോ മേഖലകളിലും സ്വദേശികൾക്ക് തൊഴിൽ ഉറപ്പുവരുത്തുന്നുണ്ട് എന്ന് പരിശോധിക്കാൻ പ്രത്യേക കമ്മറ്റികളും പ്രവർത്തിക്കുന്നു.

ഇത് സൗദി അറേബ്യയുടെ മാത്രം കാര്യമല്ല. ഗൾഫിലെ മറ്റു രാജ്യങ്ങളും ഘട്ടംഘട്ടമായി സ്വദേശികളുടെ തൊഴിൽ സുരക്ഷയ്ക്കുതകുന്ന നടപടികൾ സ്വീകരിച്ചു വരികയാണ്. രാജ്യത്തെ സർക്കാർ മേഖലയിലെ സ്ഥാപനങ്ങളിൽ ഉള്ള തസ്തികകളിൽ വിദേശികൾക്ക് പകരം സ്വദേശികളെ നിയമിക്കാൻ ഒമാൻ ധനകാര്യമന്ത്രാലയം സർക്കുലർ ഇറക്കിയത് കോവിഡിന്റെ ഒന്നാം വ്യാപനത്തിനിടയിലാണ്. സർക്കാർ കമ്പനികളിൽ വിദേശികൾക്ക് പകരം യോഗ്യതയുള്ള ഒമാനികളെ നിയോഗിക്കണമെന്നായിരുന്നു സർക്കുലറിൽ.

കുവൈറ്റ് ന്യൂസ് ഏജൻസി, കുവൈത്തി ദിനപ്പത്രം അനാഹാർ എന്നിവയിൽ 2018, 19 കാലയളവിൽ വന്ന റിപ്പോർട്ടുകളിലൊക്കെയും സ്വദേശികളുടെ തൊഴിൽ അനുപാതം ഘട്ടംഘട്ടമായി പ്രതിപാദിച്ചിരുന്നു. 2020ൽ 70%മായും 2021ൽ 85%മായും സ്വദേശിവത്കരണം നടപ്പാക്കാൻ Public Manpower Authority പദ്ധതി തയ്യാറാക്കിയിരുന്നു. അത് പൊതുമേഖലാ സ്ഥാപനങ്ങളിൽ മാത്രമല്ല സ്വകാര്യമേഖലയെയും ലക്ഷ്യമിട്ടുള്ള നടപടികൾ തന്നെയായിരുന്നു.

എമിറാത്തൈസേഷൻ പൊതുമേഖലയിൽ നടപ്പാക്കിത്തുടങ്ങിയ UAE കൂടുതൽ സ്വകാര്യമേഖലകളെക്കൂടി ലക്ഷ്യമിട്ടുള്ള സ്വദേശിവത്കരണ സാധ്യതകൾക്ക് തുടക്കമിട്ടുകഴിഞ്ഞു. ഐക്യ അറബ് നാട് (UAE) രൂപപ്പെടുത്തിയ 50-ാം വാർഷികം ആഘോഷിക്കുന്ന 2021ൽ രാഷ്ട്രവികസനത്തിനും സാമൂഹിക പുരോഗതിക്കും ഊന്നൽ നൽകിക്കൊണ്ടുള്ള 50 വ്യത്യസ്ത പ്രോജക്ടുകൾ അവതരിപ്പിച്ചുകൊണ്ടാണ് സ്വദേശിവത്കരണത്തിന്റെ പുതിയ പ്രഖ്യാപനങ്ങൾ നടത്തിയത്.

എമിറാത്തികൾക്ക് അടുത്ത അഞ്ചുവർഷംകൊണ്ട് 75000 തൊഴിലവസരങ്ങൾ സ്വകാര്യമേഖലയിൽ സൃഷ്ടിക്കാൻ ഉതകുന്ന ഇൻസന്റീവ് പദ്ധതികളാണ് പ്രഖ്യാപിച്ചത്. ഇതിനായി യുഎഇ സർക്കാർ 2400 കോടി ദിർഹം ചെലവഴിക്കും. പൊതുമേഖലാ ജോലികൾക്ക് അല്ലെങ്കിൽ സർക്കാർ ജോലികൾക്ക് ലഭിക്കുന്ന ആനുകൂല്യങ്ങളും തൊഴിൽ സുരക്ഷയും ജോലിഭാരമില്ലായ്മയും ഒക്കെ എമിറാത്തികളെ സ്വകാര്യമേഖലയിലേക്ക് കടന്നുചെല്ലാൻ പ്രേരിപ്പിക്കാത്ത ഘടകമായിരുന്നു. എന്നാൽ വിദ്യാഭ്യാസഗുണനിലവാരം കൂടുകയും കൂടുതൽ പ്രൊഫഷണൽ കോഴ്സുകൾ പഠിച്ചിറങ്ങുന്നവരുടെ എണ്ണം കൂടുകയും ഇതോടെ പൊതുമേഖലയിലെ തൊഴിലും - തൊഴിൽ തേടുന്നവരുടെ എണ്ണവും തമ്മിലുള്ള അന്തരം വർദ്ധിച്ചു. ഈ പശ്ചാത്തലത്തിൽ സ്വകാര്യമേഖലയിലേക്ക് കൂടി എമിറാത്തികളെ ആകർഷിച്ചില്ലെങ്കിൽ എമിറാത്തി യുവജ

നങ്ങൾക്കിടയിൽ തൊഴിലില്ലായ്മ വർദ്ധിക്കും. ഇതു മനസ്സിലാക്കിയിട്ടാണ് സർക്കാറിന്റെ ഇൻസന്റീവ് പദ്ധതി. യൂണിവേഴ്സിറ്റി ബിരുദവിദ്യാർത്ഥികളെപോലും സ്വകാര്യമേഖലയിലെ ജോലിയിലേക്ക് ആകർഷിക്കാൻ ജോബ് ട്രെയിനിങ്ങിന്റെ ഭാഗമായി മാസാമാസം സർക്കാർതന്നെ ശമ്പളം നൽകുന്ന എമിറാത്തി സാലറി സപ്പോർട്ട് സ്കീമാണ് ഇതിലൊന്ന്.

ഈ പ്രഖ്യാപനത്തിൽ ഏറ്റവും ശ്രദ്ധയോടെ മലയാളികളടക്കമുള്ള പ്രവാസികൾ നോക്കിക്കാണേണ്ട ഭാഗം സ്പെഷ്യലൈസ്ഡ് മേഖലകളിൽ കൂടുതൽ എമിറാത്തികളെ പ്രോത്സാഹിപ്പിക്കുകയാണ് എന്നതാണ്. അതായത് നഴ്സുമാർ, അക്കൗണ്ടന്റുമാർ, ഫിനാൻഷ്യൽ ഓഫീസർമാർ, കോഡിങ് വിദഗ്ധർ, ഫിനാൻഷ്യൽ അനലിസ്റ്റുകൾ, അഭിഭാഷകർ തുടങ്ങിയവരെ സ്വകാര്യമേഖലയിലെ തൊഴിലുകളിലേക്ക് ആകർഷിക്കാൻ സർക്കാർ മെറിറ്റ് സ്കീം നടപ്പാക്കും. അതായത് സ്വകാര്യമേഖലയിൽനിന് ലഭിക്കുന്ന ശമ്പളത്തിന് പുറമെ ഒരു നിശ്ചിത തുക ഇൻസന്റീവായി സർക്കാരും നൽകും. ഇതിലെവിടെയാണ് മലയാളിയുടെ ഹാർട്ബീറ്റ് കൂട്ടുന്ന പ്രഖ്യാപനങ്ങൾ എന്ന് പ്രത്യേകം പറയേണ്ടതില്ലല്ലോ. മലയാളിയുടെ സ്പെഷലൈസ്ഡ് തൊഴിൽ മേഖലകളാണ് മേൽപ്പറഞ്ഞവയിൽ ഭൂരിഭാഗവും. നഴ്സുമാരും അക്കൗണ്ടന്റുമാരും ഓഡിറ്റർമാരുമൊക്കെയായി യുഎഇയുടെ സ്വകാര്യമേഖലയിലെ തൊഴിൽ അനുപാതം നോക്കിയാൽ മലയാളിയുടെ എണ്ണം കൂടുതലായിരിക്കും. ഈ തൊഴിൽ മേഖലകളിലേക്കാണ് കൂടുതൽ സ്വദേശികൾ കടന്നുവരുന്നത്. ഇതു വെറുതെ പറഞ്ഞുപോകുന്ന പ്രഖ്യാപനമല്ല എന്നതിന്റെ തെളിവാണ് ഹെൽത് കെയർ ഡെവലപ്മെന്റ് പ്രോഗ്രാമിന്റെ പ്രഖ്യാപനം. അടുത്ത അഞ്ച് കൊല്ലംകൊണ്ട് 10,000 ഹെൽത്ത്കെയർ വർക്കേഴ്സിനെ വാർത്തെടുക്കാനുതകുന്ന എജുക്കേഷണൽ ഗ്രാന്റ് പ്രോഗ്രാമിനും ഘടനയായിട്ടുണ്ട്.

ചുരുക്കത്തിൽ സ്വന്തം പൗരന്മാരിൽ ഒരാൾപോലും തൊഴിലില്ലാത്തവനായി ഉണ്ടാകില്ല എന്നുറപ്പിക്കാനുള്ള എല്ലാസാധ്യതകളും യുഎഇയും പ്രഖ്യാപിച്ചു കഴിഞ്ഞു. ഈ യാഥാർത്ഥ്യം മനസ്സിലാക്കി വേണം ഗൾഫിൽ പോയെങ്കിലും ലൈഫ് സെറ്റാക്കാൻ എന്ന് കേരളത്തിലെ യുവതലമുറ സ്വപ്നം കാണേണ്ടത്.

ഈ ലേഖനം തയ്യാറാക്കുന്നതിന്റെ ആവശ്യത്തിലേക്കായി നോർക്ക റൂട്ട്സിൽ നൽകിയ അപേക്ഷപ്രകാരം കോവിഡ് കാലയളവിൽ കേരളത്തിൽ മടങ്ങിയെത്തിയ പ്രവാസികളുടെ എണ്ണം സംബന്ധിച്ച് കിട്ടിയ

മറുപടി ഇപ്രകാരമാണ്. 2021 സെപ്തംബർ 18 വരെയുള്ള കണക്ക് പ്രകാരം

നമ്പർ	രാജ്യം	തിരികെ വന്നവരുടെ എണ്ണം
1	UAE	9,98,485
2	KSA	1,88,333
3	Qatar	1,82,664
4	Baharain	50018
5	Oman	1,52,137
6	മറ്റു രാജ്യങ്ങൾ	58293
	ആകെ എണ്ണം	1685568

കോവിഡ് ജാഗ്രതാ പോർട്ടലിൽ രേഖപ്പെടുത്തിയതനുസരിച്ചാണെങ്കിൽ ജോലി നഷ്ടപ്പെട്ട് തിരികെ എത്തിയവരുടെ എണ്ണം 12,11,701 ആണ്. അതായത് പത്തുലക്ഷത്തിലധികം കോവിഡ് കാലത്തുമാത്രം ഗൾഫിൽ തൊഴിൽ നഷ്ടപ്പെട്ട സ്വദേശത്തേക്ക് മടങ്ങിയെത്തിയിട്ടുണ്ട്. ഇവരിൽ പലരും വീണ്ടും പുതിയ തൊഴിൽ തേടി ഗൾഫ് രാജ്യങ്ങളിലേക്ക് തന്നെ മടങ്ങിയേക്കാം. അതിൽ തർക്കമില്ല. എന്നാൽ മാറുന്ന കാലത്തിനനുസരിച്ച് കൂടുതൽ പ്രൊഫഷണൽ തൊഴിലുകൾ സൃഷ്ടിക്കപ്പെടുന്നത് സ്വദേശികൾക്കായിരിക്കുമെന്നത് വാസ്തവമാണ്. ആ തിരിച്ചറിവാണ് നമ്മുടെ പൊതുസമൂഹത്തിനുണ്ടാവേണ്ടത്. നാട്ടിലുള്ള അവസരങ്ങളെ 'മാന്യതക്കുറവായി' കണ്ട് ജീവിതം സെറ്റാക്കാൻ ഗൾഫിലേക്ക് വിമാനം കയറിയെത്തി ഒടുവിൽ നാട്ടിൽ ചെയ്യാൻ മടിച്ച തൊഴിലെടുക്കേണ്ടവരുന്ന അവസ്ഥ ഇനിയും തുടരണമോ എന്നുമാത്രം ചിന്തിച്ചാൽമതി തൊഴിലിനോടുള്ള മനോഭാവം മാറുകതന്നെ വേണം. മാർ ക്രിസോസ്റ്റം തിരുമേനി പറഞ്ഞ കഥപോലെ അവനവന്റെയല്ലാത്ത പുരയിടത്തിലെ പ്ലാവിനെക്കുറിച്ചും ചക്കയെക്കുറിച്ചും അമിത ആവേശം വെച്ചുപുലർത്തരുത്.

കുവൈറ്റിൽ യുദ്ധമുണ്ടായപ്പോഴാണ് മലയാളിയുടെ ഗൾഫ് മോഹങ്ങൾക്ക് തിരിച്ചടിയാകുമോയെന്ന് പൊതുസമൂഹം ആദ്യമായി ഭയന്നത്. ലക്ഷക്കണക്കിനാളുകളുടെ മടങ്ങിവരവ് ആശങ്കയോടെ നാടു നോക്കിനിന്നു.

മാമകപ്രതിജ്ഞകൾ

The woods are lovely, dark and deep
But I have promises to keep
And miles to go before I sleep
And miles to go before I sleep

അമേരിക്കൻ കവി റോബർട്ട് ഫ്രോസ്റ്റിന്റെ ലോകപ്രശസ്തമായ വരികൾ പലരും പലയിടങ്ങളിലും പരാമർശിച്ചിട്ടുണ്ട്. ഇന്ത്യയുടെ ആദ്യ പ്രധാനമന്ത്രി ജവഹർലാൽ നെഹ്റുവിന് ഏറെ ഇഷ്ടപ്പെട്ട വരികളായിരുന്നു ഇത്. ഈ വരികൾ കടമ്മനിട്ട രാമകൃഷ്ണൻ അതിമനോഹരമായി മലയാളത്തിലേക്ക് വിവർത്തനം ചെയ്തിട്ടുണ്ട്.

"മനോഹരം മഹാവനം
ഇരുണ്ടഗാധമെങ്കിലും
അനേകമുണ്ടു കാത്തിടേണ്ട
മാമകപ്രതിജ്ഞകൾ
അനക്കമറ്റു നിദ്രയിൽ
ലയിപ്പതിന്നു മുമ്പിലായ്
എനിക്കതീവ ദൂരമുണ്ടവിശ്രമം
നടക്കുവാൻ"

കടമ്മനിട്ടയുടെ വിവർത്തനഭംഗിയിൽ ഫ്രോസ്റ്റിന്റെ വരികൾ കരുത്തുള്ള മലയാളകവിതയായി. നിരൂപകൻ എം. തോമസ് മാത്യു കടമ്മനിട്ടയുടെ 'ഞാനും കിളിയും' എന്ന കവിതയെക്കുറിച്ചെഴുതിയത് ഫ്രോസ്റ്റിന്റെ വരികളെ മലയാളത്തിലേക്ക് വിവർത്തനം ചെയ്യുക വഴി വിദഗ്ധമായ ഭാഷാന്തരം നടത്തുക മാത്രമല്ല തന്റെ ആത്മഭാവം കൂടി കടമ്മനിട്ട പ്രദർശിപ്പിച്ചുവെന്നായിരുന്നു.

നീലത്തഴപ്പാർന്ന ശീതള മനോഹരമായ കാനനത്തിന്റെ നടുവിൽ ഇളകൊള്ളാൻ കൊതിപൂണ്ടിട്ടും നിറവേറ്റേണ്ട പ്രതിജ്ഞകൾ ഓർത്ത് താണ്ടാൻ വിധിക്കപ്പെട്ട നാൾവഴികൾ മറക്കാതെ മുന്നോട്ടായുന്ന മനുഷ്യന്റെ ചിത്രമാണ് ഫ്രോസ്റ്റിന്റെ കവിതയിൽ.

അത് മനുഷ്യവംശത്തിന്റെ ചരിത്രം കൂടിയാണ് എന്നതിനാൽ പ്രവാസിയുടെ ചരിത്രം കൂടിയാണ്. നിറവേറ്റേണ്ട പ്രതിജ്ഞകളോർത്താണ് വർഷത്തിലൊരിക്കലോ രണ്ടുവർഷത്തിലൊരിക്കലോ കിട്ടുന്ന അവധിക്കാലം കഴിഞ്ഞ് മടങ്ങാൻ താല്പര്യമില്ലാഞ്ഞിട്ടും അവന് മടങ്ങേണ്ടിവരുന്നത്.

കുടുംബത്തിന്റെ പ്രാരാബ്ധം,
വീടെന്ന സ്വപ്നം,
കുട്ടികളുടെ വിദ്യാഭ്യാസം

അങ്ങനെ എണ്ണിയാലൊടുങ്ങാത്ത നിറവേറ്റേണ്ട പ്രതിജ്ഞകൾ. അപ്പോൾ പിന്നെ ഹിമം പെയ്തിറങ്ങിയ ചെടികളിൽ മഞ്ഞുമൂടിയ തടാകക്കരയിൽ നീലത്തഴപ്പാർന്ന ശീതള മനോഹരമായ കാനനത്തിന്റെ നടുവിൽ ഇളകൊള്ളുവതെങ്ങനെ?

ഒരു സെൻ കഥയുണ്ട്. ഗുരുവിനോട് ശിഷ്യൻ ചോദിച്ചു. താങ്കൾ എങ്ങനെയാണ് താങ്കളുടെ അരികിലെത്തുന്നവർക്ക് ആശ്വാസം നൽകുന്നത്. ഗുരു പറഞ്ഞു. ഒന്നിനെക്കുറിച്ചും അധികം ചോദ്യങ്ങളില്ലാത്ത അല്ലെങ്കിൽ സംശയങ്ങളില്ലാത്ത മനോവിചാരത്തിലേക്ക് അവരെ എത്തിക്കുകയാണ് ചെയ്യുന്നത് എന്ന്. ഗുരുവിന്റെ മറുപടിയെ രണ്ടുതരത്തിൽ വ്യാഖ്യാനിക്കാം. ഒന്ന്, എല്ലാ സംശയങ്ങളും ദൂരീകരിക്കുമ്പോഴാണ് ഒരാൾക്ക് അയാളെ അലട്ടിയിരുന്ന പ്രശ്നങ്ങളിൽ നിന്ന് മോചനം ലഭിച്ച് അയാൾ ആശ്വാസതീരമണയുന്നത്. കൂടുതൽ ചോദ്യങ്ങളില്ലാതെ, കൂടുതൽ സംശയങ്ങളില്ലാതെ ഒരാൾ പൂർണ്ണനാവുന്ന അവസ്ഥയിൽ അയാൾക്ക് ആശ്വാസമുണ്ടാകും. രണ്ടാമത്തെ വ്യാഖ്യാനം ഇതിൽനിന്ന് നേർ വിപരീതമാണ്. ഓരോ മനുഷ്യനും സ്വയം ചോദ്യങ്ങൾ ചോദിച്ചുകൊണ്ടേയിരിക്കണമെന്നും അതിൽനിന്ന് ഉത്തരങ്ങൾ കണ്ടെത്തണമെന്നും പറയുന്നു. അപ്പോഴും സംശയനിവൃത്തികൾ ഉണ്ടാകുമ്പോൾ മാത്രമാണ് ആശ്വാസത്തിന്റെ വക്കിലെത്താൻ കഴിയുന്നത് എന്നുതന്നെ.

കോവിഡാനന്തരകാലത്തെക്കുറിച്ചുള്ള ചർച്ചകൾ സമസ്തമേഖലകളിലും സജീവമാണ്. ഒട്ടുമിക്ക മനുഷ്യരും അരക്ഷിതമായ ഭാവിയോർത്ത് ഉത്കണ്ഠാകുലരായും കഴിഞ്ഞു. ഇതിൽത്തന്നെ പ്രവാസി സമൂഹത്തിന്റെ ആധി മുമ്പുള്ളതിനേക്കാൾ കൂടിയിട്ടുണ്ട്. തൊഴിൽ നഷ്ടം സംഭവിച്ചിട്ടുള്ളവർ, ബിസിനസുകൾ തകർന്നടിഞ്ഞവർ, അധികമൊന്നും നീക്കിയിരിപ്പില്ലാതെ നാട്ടിലേക്ക് മടങ്ങേണ്ടിവന്നവർ, പ്രവാസിജീവിതം അവസാനിപ്പിച്ച് തിരികെപോകുന്ന അമ്പതിന് മുകളിൽ പ്രായമുള്ളവർ ഇങ്ങനെ പല തട്ടിലുള്ള പ്രവാസികളുടെ പ്രശ്നങ്ങളെ അഡ്രസ് ചെയ്യേണ്ടതുണ്ട്.

രണ്ടു കാര്യങ്ങൾ ഉറപ്പായാൽ ഏതൊരാളും സാധാരണഗതിയിൽ സംതൃപ്തനാകും. ഒന്ന്, ജീവിതം സുരക്ഷിതമായിരിക്കണം. രണ്ട്, ഭൗതികാവശ്യങ്ങളെല്ലാം മുറപോലെ നിറവേറിക്കിട്ടണം. അതാണ് സാമ്പത്തിക പര്യാപ്തത. മുകളിൽ തരംതിരിച്ചുപറഞ്ഞ പ്രവാസികളുടെ കാര്യത്തിൽ ഈ സാമ്പത്തിക പര്യാപ്തതയുണ്ടോയെന്നാണ് കാതലായ ചോദ്യം. ശരാശരി പ്രവാസി മലയാളിയുടെ സാമ്പത്തിക സുരക്ഷിതത്വബോധം പൊതുമേഖലാ ബാങ്കിലെ ഫിക്സഡ് ഡെപ്പോസിറ്റിലോ, KSFE ചിട്ടിയിലോ ഒതുങ്ങുതായിരിക്കും. മിച്ചം പിടിക്കുന്ന തുക ഫിക്സഡ് ഡെപ്പോസിറ്റിട്ട് അതിൽ നിന്ന് കിട്ടുന്ന പലശകൊണ്ട് നാട്ടിലെ അല്ലറ ചില്ലറ ചെലവു കഴിഞ്ഞുപോകുന്നവർ ധാരാളമുണ്ട്. അതിനുമപ്പുറത്തേക്കുള്ള സാമ്പത്തിക സുരക്ഷിതത്വമാർഗ്ഗങ്ങളെക്കുറിച്ച് ബോധവാന്മാരല്ലാതിരിക്കുകയോ റിസ്കാണെന്ന് കരുതി മുഖം തിരിക്കുകയോ ചെയ്യും. ഓഹരിവിപണികളെക്കുറിച്ചുള്ള നിഷേധാത്മക നിലപാട് ഇന്നും ഭൂരിഭാഗം പ്രവാസി മലയാളികളും വച്ചുപുലർത്തുന്നതിനാൽ അത്തരമൊരു നിക്ഷേപസാധ്യതയെക്കുറിച്ച് അന്വേഷിക്കാൻ പോലും മിനക്കെടാറില്ല. അതേസമയം സിസ്റ്റമാറ്റിക് ഇൻവെസ്റ്റ്മെന്റ് പ്ലാനിനെക്കുറിച്ച് മനസ്സിലാക്കുകയും മിച്ചം പിടിക്കുന്നതിൽ ഒരു ചെറിയ തുക കൃത്യമായ ഇടവേളകളിൽ ഓഹരിവിപണിയിലെ ഫണ്ടുകളിൽ നിക്ഷേപിക്കുകയും ചെയ്യുന്നത് ഭാവിയിലേക്കുള്ള സുരക്ഷിതത്വമായി കാണണം. ലഭിക്കുന്ന വരുമാനത്തിൽ നിന്നും മിച്ചം വരുന്ന പണത്തിൽനിന്ന് മാത്രമേ ഇത്തരം നിക്ഷേപത്തിനായി മാറ്റിവയ്ക്കാവൂ എന്നതാണ് ഇതിൽ പ്രധാനം. കടം വാങ്ങിയോ വായ്പയെടുത്തോ ഓഹരിവിപണിയിൽ നിക്ഷേപിക്കാൻ ആരും തുനിയാറില്ല. ഫിക്സഡ് ഡെപ്പോസിറ്റിന്റെ കാര്യത്തിലൊക്കെ മാറ്റങ്ങൾ വന്നുതുടങ്ങിയ കാലമാണിത്. പൊതുമേഖലാ ബാങ്കുകളിൽ സ്ഥിരനിക്ഷേപത്തിന് നൽകുന്ന പലിശ വളരെ കുറഞ്ഞിട്ടുണ്ട്. ഒരുകാലത്ത് 8.5% വരെ ലഭിച്ചിരുന്നു ഇപ്പോൾ പരമാവധി 5.5 ശതമാനത്തിന് അടുത്തുവരെയായി. ഇനിയും അത് കുറയാനാണ് സാധ്യതയെന്ന് സാമ്പത്തിക വിദഗ്ധർ പ്രവചിക്കുന്നു. അതേസമയം ട്രഷറിയിലോ പോസ്റ്റോഫീസിലോ നിക്ഷേപിച്ചാൽ ഇതിനേക്കാൾ കൂടുതൽ പലിശ ലഭിക്കാനുള്ള സാഹചര്യമുണ്ട്. അതായത് സാമ്പത്തികസുരക്ഷിതത്വം ലക്ഷ്യമിട്ട് ബാങ്കുകളിൽ സ്ഥിരനിക്ഷേപം നടത്തുന്നവർ തങ്ങൾക്ക് കൂടുതൽ വരുമാനം കിട്ടുന്ന സുരക്ഷിത നിക്ഷേപമാർഗ്ഗങ്ങളേതെന്ന് മനസ്സിലാക്കണമെന്നർത്ഥം.

തണ്ടാമത്തേത് തൊഴിൽ നഷ്ടപ്പെട്ട നാട്ടിലേക്ക് തിരിച്ചുപോകുന്നവർ കേന്ദ്ര സംസ്ഥാന സർക്കാരുകൾ മുന്നോട്ടുവയ്ക്കുന്ന വ്യത്യസ്ത

സംരംഭ പദ്ധതിയെക്കുറിച്ച് കൂടി മനസ്സിലാക്കണം. ഒന്നും നടക്കില്ലാ യെന്ന നിഷേധാത്മക നിലപാട് സ്വീകരിക്കുംമുമ്പ് ഓരോ പദ്ധതികളെ ക്കുറിച്ചും ബോധവാന്മാരായിരിക്കുക.

ഇനിയെന്ത് എന്നാലോചിച്ച് ആധിപിടിച്ചിരിക്കുന്നതിന് പകരം ബദൽ മാർഗ്ഗമെന്ത് എന്ന് സ്വയം ചോദിക്കുകയും അതിനുള്ള ഉത്തരങ്ങൾ കണ്ടെത്തുകയും വേണം. ഇന്ത്യൻ സർക്കാർ MSME മേഖലയെ (ചെ റുകിട ഇടത്തരം സംരംഭകരെ പ്രോത്സാഹിപ്പിക്കുന്നതിന്റെ ഭാഗമായി പ്രത്യേക പദ്ധതികൾ തയ്യാറാക്കിയിട്ടുണ്ട്. ഇതിൽത്തന്നെ 28 ഉപവിഭാ ഗങ്ങളുണ്ട്. കൃഷി, ലൈഫ് സയൻസ്, ഓട്ടോമൊബൈൽ, പ്ലംബിംഗ്, ഹെൽത്ത് കെയർ, സെക്യൂരിറ്റി എന്നിങ്ങനെ ഇരുപത്തെട്ടോളം ഉപവി ഭാഗങ്ങളുള്ള പദ്ധതികൾ. മൈക്രോ വിഭാഗത്തിലുള്ള പദ്ധതികൾക്ക് നാലുവർഷംവരെ വായ്പാ കാലാവധി ലഭിക്കും. ഇതിൽത്തന്നെ ആദ്യ വർഷം വായ്പാ തിരിച്ചടവിൽ ഇളവുണ്ട്. 10 ലക്ഷം മുതൽ 25 ലക്ഷം വരെ മുതൽമുടക്കുള്ള സംരംഭങ്ങളാണ് മൈക്രോ തലത്തിലുള്ളത്. നാഷ ണൽ സ്കിൽ ഡെവലപ്മെന്റ് കോർപറേഷൻ (NSDC) നാഷണൽ സ്മോൾ ഇൻഡസ്ട്രീസ് കോർപ്പറേഷൻ (NSIC) എന്നിവ ഇത്തരം സംരംഭങ്ങൾക്ക് വേണ്ട മാർഗ്ഗനിർദ്ദേശം നൽകുന്നു. കേരള സർക്കാറി ന്റെയോ കേന്ദ്രസർക്കാരിന്റെയോ ഔദ്യോഗിക വെബ്സൈറ്റുകളിലെ സംരംഭകത്വം സംബന്ധിച്ചുള്ള ലിങ്കുകളിൽ കയറിയാൽ ഇവയുടെ നിർദ്ദേശങ്ങളും അപേക്ഷിക്കേണ്ട നടപടിക്രമങ്ങളും ലഭിക്കും.

കേരള സർക്കാറിന്റെ കീഴിലുള്ള നോർക്ക റൂട്സ് മടങ്ങിയെത്തിയ പ്രവാസികൾക്ക് സുസ്ഥിര വരുമാനം ഉറപ്പാക്കാൻ സമഗ്ര പുനരധിവാസ പദ്ധതികൾക്ക് രൂപം നൽകിയിട്ടുണ്ട്. 30 ലക്ഷം രൂപ വരെ മൂലധന ചെലവ് പ്രതീക്ഷിക്കുന്ന സ്വയംതൊഴിൽ സംരംഭങ്ങൾക്ക് സബ്സിഡി നൽകിക്കൊണ്ടുള്ള പദ്ധതിയാണിത്. MSMEകൾ, കാർഷിക വ്യവസായ വ്യാപാരസ്ഥാപനങ്ങളുടെ സേവനങ്ങൾ എന്നിവയ്ക്ക് വായ്പ ലഭിക്കും.

നോർക്ക റൂട്ട്സിൽനിന്ന് ലഭിച്ച കണക്കനുസരിച്ച് കോവിഡ് മഹാ മാരി പിടിമുറുക്കുന്നതിന് തൊട്ട് മുമ്പ് അതായത് 2019–20 കാലയളവിൽ 938 സ്വയംതൊഴിൽ സംരംഭങ്ങൾക്ക് അനുമതി ലഭിക്കുകയുണ്ടായി. അതായത് കാപിറ്റൽ സബ്സിഡി, Interest Subsidy, ഓറിയന്റേഷൻ എന്നിവക്കായി 16 കോടി 28 ലക്ഷം രൂപ നോർക്ക റൂട്ട്സ് ചെലവഴിച്ചു. 2020–21 കാലയളവിൽ അതായത് കോവിഡ് തുടങ്ങിയ ശേഷം വിവിധ ബാങ്കുകൾ നോർക്ക റൂട്ട്സിന്റെ പദ്ധതി പ്രകാരം 782 പേരുടെ സ്വയം തൊഴിൽ സംരംഭങ്ങൾക്ക് വായ്പ അനുവദിച്ചു. ഇതിൽത്തന്നെ പൊതു മേഖലാ ബാങ്കായ സ്റ്റേറ്റ് ബാങ്ക് ഓഫ് ഇന്ത്യയാണ് ഏറ്റവും കൂടുതൽ

വായ്പ അനുവദിച്ചത്, 140 എണ്ണം.

കോവിഡിന്റെ രണ്ടാംവ്യാപനം രൂക്ഷമായ ഘട്ടത്തിൽ നോർക്ക റൂട്ട്സ് പ്രവാസി ഭദ്രത എന്നൊരു സമഗ്ര തൊഴിൽ സംരംഭകത്വ പദ്ധതിക്ക് തുടക്കം കുറിച്ചു. കോവിഡ് 19 പശ്ചാത്തലത്തിൽ തൊഴിൽ രഹിതരായ വരും നാട്ടിലെത്തിയശേഷം മടങ്ങിപ്പോകാൻ കഴിയാത്തവരുമായ മലയാളികൾക്കായി നോർക്ക ആവിഷ്കരിച്ച ഈ പദ്ധതി അവിദഗ്ധ മേഖലയിൽ നിന്നുള്ള സൂക്ഷ്മചെറുകിട സംരംഭകർക്കാണ്. കുടുംബശ്രീയുമായി സഹകരിച്ച് നടപ്പാകുന്ന പദ്ധതിയിലൂടെ രണ്ടു ലക്ഷം രൂപ വരെ പലിശ രഹിത വായ്പകളും സംരംഭകത്വ പിന്തുണയും നൽകുന്നു.

റിവോൾവിങ് ഫണ്ട് മാതൃകയിൽ വ്യക്തിഗത സംരംഭങ്ങൾക്ക് നൽകുന്ന ഈ വായ്പയുടെ തിരിച്ചടവ് കാലയളവ് രണ്ട് വർഷമാണ്. അതായത് കോവിഡ് മൂലം തൊഴിൽ നഷ്ടപ്പെട്ട് നാട്ടിലേക്ക് മടങ്ങേണ്ടിവന്ന ഒരു അവിദഗ്ധ തൊഴിലാളിക്ക് എന്തെങ്കിലും ചെറിയ തോതിലുള്ള കച്ചവടം തുടങ്ങണമെങ്കിൽ പോലും പലിശയില്ലാതെ രണ്ടുവർഷത്തേക്ക് രണ്ടുലക്ഷം രൂപ വായ്പയെടുക്കാം.

NDPRE പദ്ധതിപ്രകാരം പല മേഖലകളിൽ സംരംഭങ്ങൾക്ക് സാധ്യതയുണ്ട്. (Norka Department Project Returned Emigilants). കാർഷികാധിഷ്ഠിത സംരംഭങ്ങളിൽ കരിക്കിൻവെള്ള സംഭരണം, ഇളനീർ ചിപ്സ്, തേങ്ങാപ്പീര സംസ്കരണം, കൊപ്ര നിർമ്മാണം തുടങ്ങി ജൈവവസ്തു നിർമ്മാണ യൂണിറ്റ്, കയർ ഉല്പനങ്ങൾ, തേനീച്ച വളർത്തലും തേൻ സംസ്കരണവും വരെയുണ്ട്.

വനിതാ സംരംഭകർക്കായി പരിസ്ഥിതി സൗഹൃദ ബാഗ് നിർമ്മാണ യൂണിറ്റ്, ബേക്കറി പ്രൊഡക്ഷൻ യൂണിറ്റ്, ലാബ് ഡയഗ്നോസ്റ്റിക് സെന്ററുകൾ, ടൈലറിങ്ങ് യൂണിറ്റുകൾ എന്നിവയുടെ സാധ്യതകളും മുന്നോട്ടുവയ്ക്കുന്നുണ്ട്.

സ്വദേശിവല്ക്കരണം വഴിയോ കോവിഡ് മൂലമോ തൊഴിൽ നഷ്ടപ്പെട്ട് തിരികെയെത്തിയ പ്രവാസി മലയാളിക്ക് വേണ്ടി കേരള സർക്കാർ നോർക്ക റൂട്ട്സ് വഴി സാന്ത്വന എന്ന പേരിൽ ദുരിതാശ്വാസനിധികളും തയ്യാറാക്കി. തിരികെയെത്തിയ പ്രവാസികളുടെ പെൺമക്കളുടെ വിവാഹ ധനസഹായമായി പരമാവധി 15000 രൂപ, അംഗവൈകല്യ പരിഹാര ഉപകരണങ്ങൾ വാങ്ങുവാൻ പരമാവധി 10,000 രൂപ, ക്യാൻസർ, ഹൃദയശസ്ത്രക്രിയ, വൃക്കരോഗം, പക്ഷാഘാതം തുടങ്ങി ഗുരുതര രോഗങ്ങൾക്കുള്ള ചികിത്സാ സഹായമായി പരമാവധി 50,000 രൂപ വരെ മരണാനന്തര ധനസഹായം പരമാവധി ഒരുലക്ഷം രൂപവരെ സാന്ത്വന വഴി ലഭിക്കും.

കുറഞ്ഞത് രണ്ടുവർഷമെങ്കിലും വിദേശത്ത് ജോലി ചെയ്തിരിക്കണം, അപേക്ഷകന്റെ കുടുംബവാർഷിക വരുമാനം ഒന്നരലക്ഷം രൂപയിലധികമാവാൻ പാടില്ല എന്നിങ്ങനെയാണ് വ്യവസ്ഥകൾ.

2020-21 കാലയളവിൽ നോർക്ക റൂട്ട്സിന്റെ സഹായം സ്വീകരിച്ചവർ 4445 പേരാണ്. 2021-22ൽ ഇത് പ്രസിദ്ധീകരിക്കുന്നത് വരെ 1173 ബെനിഫിഷ്യറീസ്.

ആനുകൂല്യങ്ങളും സംരംഭകത്വ സഹായവും ലഭിച്ചത് നാമമാത്രമായവർക്ക് മാത്രമാണ് എന്നതാണ് നോർക്ക റൂട്ട്സിനെതിരെയുള്ള പ്രധാന വിമർശനം. കോവിഡ് കാലത്ത് തന്നെ പത്തുലക്ഷത്തിന് മേലെ പ്രവാസികൾ മടങ്ങിയെത്തി. ഇവരിൽ ആനുകൂല്യം കിട്ടാൻ അർഹതയുള്ളവർ ലക്ഷക്കണക്കിനുണ്ട്. സംരംഭം നടത്താൻ താല്പര്യം പ്രകടിപ്പിച്ച് വായ്പയ്ക്ക് അപേക്ഷിച്ച് നിരസിക്കപ്പെട്ടവരുണ്ട്. ആനുകൂല്യം കൈപ്പറ്റിയവരും വായ്പ ലഭിച്ചവരും വളരെ കുറച്ചുപേർ.

ഈ അന്തരം എങ്ങനെ പരിഹരിക്കപ്പെടും എന്നതാണ് സുപ്രധാന ചോദ്യം. നോർക്ക റൂട്ട്സ് സ്ഥാപിതമായി കാൽനൂറ്റാണ്ട് തികയുന്ന ഈ സന്ദർഭത്തിൽ അതിന്റെ ചരിത്രത്തിലെ ഏറ്റവും വിപുലമായ പദ്ധതികളും ദുരിതാശ്വാസനിധികളും നടപ്പാക്കുന്നതിന് നേതൃത്വം വഹിച്ച നോർക്ക റൂട്ട്സ് സി.ഇ.ഒ. ഹരികൃഷ്ണൻ നമ്പൂതിരിയുമായി നടത്തിയ സംഭാഷണത്തിൽ നിന്ന്.

കേരള മൈഗ്രേഷൻ സർവ്വേയനുസരിച്ച് ജി.സി.സി. രാജ്യങ്ങളിലാകെ 20 ലക്ഷം നോൺ റസിഡന്റ് ഇന്ത്യൻസ് ഉണ്ടെന്നാണ് കണക്ക്. എന്നാലിത് കൃത്യമായി കണക്കല്ല. ഇതിലും കൂടുതൽ പ്രവാസികൾ വിവിധ ഗൾഫ് രാജ്യങ്ങളിലുണ്ട്. അതിൽ ബഹുഭൂരിപക്ഷവും മലയാളികളാണ്. 25 കൊല്ലം മുമ്പാണ് പ്രവാസിക്ഷേമത്തിനായി നോർക്ക വകുപ്പ് രൂപവത്ക്കരിച്ചത്. 1996ൽ ഇ.കെ. നായനാർ മുഖ്യമന്ത്രിയായിരുന്ന കാലത്ത്. നോൺ റെസിഡന്റ് കേരളൈറ്റ്സ് അഫയേഴ്സ് എന്നതിന്റെ ചുരുക്കമാണ് നോർക്ക. പ്രധാനമായും ഗൾഫ് മലയാളികൾ നേരിടുന്ന പ്രശ്നങ്ങളെ അടുത്തറിയാനും ഒദ്യോഗിക തലത്തിൽ അതിന് പരിഹാരം കാണുന്നതിനുമായി ഡോ. വി. വേണു IAS നെ മേധാവിയാക്കി നോർക്കക്ക് തുടക്കം കുറിച്ചു. പ്രവാസികൾക്കുള്ള ഇൻഷുറൻസ്, പെൻഷൻ, വോട്ടവകാശം തുടങ്ങി ക്രിയാത്മകമായ ഒട്ടനവധി പദ്ധതികൾക്ക് നോർക്ക തുടക്കം കുറിച്ചു.

2009ൽ പ്രവാസി ക്ഷേമനിധിക്ക് തുടക്കം കുറിച്ചു. പ്രവാസികളിൽ നിന്ന് മാസംതോറും നൂറ് രൂപ വീതം ശേഖരിച്ചുകൊണ്ടുള്ള ക്ഷേമനിധിയാണിത്. അറുപത് വയസ്സ് പൂർത്തിയായവരും കുറഞ്ഞത് അഞ്ച്

വർഷമെങ്കിലും അംശാദായമടച്ചതുമായ പ്രവാസി മലയാളികൾക്കാണ് ഈ പദ്ധതി പ്രകാരം പെൻഷന് അർഹതയുള്ളത്. ഇപ്രകാരം വിദേശത്തുനിന്ന് മടങ്ങിയെത്തിയവർക്ക് 500 രൂപ വീതം പെൻഷൻ തുക ലഭിക്കുമായിരുന്നു. 2021ൽ ഡോ. തോമസ് ഐസക് അവതരിപ്പിച്ച ബജറ്റിൽ ക്ഷേമനിധി അംശാദായം 350 രൂപയും പെൻഷൻ 3500 രൂപയുമായി ഉയർത്തി.

എന്നാൽ നോർക്കയുടെ പ്രവാസിക്ഷേമനിധിയിൽ അംഗങ്ങളായവർ ഇപ്പോഴും അഞ്ച് ലക്ഷത്തോളം മാത്രമാണ്. ഇൻഷുറൻസ് സ്കീമിൽ ഏഴു ലക്ഷത്തോളം അംഗങ്ങളും.

ചോദ്യം: നോർക്ക വകുപ്പിനെക്കുറിച്ചും പ്രവാസി ക്ഷേമപദ്ധതികളെക്കുറിച്ചുമുള്ള അജ്ഞതയാണോ മുഖം തിരിഞ്ഞു നിൽക്കാനുള്ള കാരണം?

ഹരികൃഷ്ണൻ നമ്പൂതിരി: കോവിഡ് കാലത്തിന് മുമ്പ് നോർക്ക നൽകുന്ന സേവനങ്ങളെക്കുറിച്ചും പ്രവാസി ക്ഷേമപദ്ധതികളെക്കുറിച്ചും ഗൾഫ് നാടുകളിലടക്കം പരസ്യ പ്രചാരണം നടത്തിയിരുന്നു. റേഡിയോ കാമ്പയിൻ ഉണ്ടായിരുന്നു. അസോസിയേഷനുകളും കൂട്ടായ്മകളും വഴി അംഗത്വമെടുക്കാൻ പ്രേരിപ്പിക്കുകയും ചെയ്തിരുന്നു. അതിന്റെയൊക്കെ ഫലമായാണ് ഇത്രയും പേരെങ്കിലും മെമ്പർഷിപ്പെടുത്തത്.

നോർക്ക റൂട്സിൽ കാലോചിതമായ മാറ്റങ്ങൾ വന്നുകഴിഞ്ഞു. സേവനങ്ങളെല്ലാം ഡിജിറ്റലായി. പ്രവാസി നിയമസഹായ സെല്ലിലേക്ക് വിദേശത്ത് നിന്ന് മിസ്ഡ് കോൾ നൽകിയാൽ ഉടൻ തിരികെ വിളിച്ചു ഇടപെടുന്ന നിലയിലേക്ക് കാര്യങ്ങൾ മാറി. നോർക്ക സേവനങ്ങൾ വിരൽത്തുമ്പിൽ ലഭ്യമാകും വിധം വിവിധ പ്ലാറ്റ്ഫോമുകളിൽ പ്രവർത്തിക്കുന്ന ആപ്പുകൾ സജ്ജമാക്കി. സംരംഭങ്ങൾ തുടങ്ങാൻ ആഗ്രഹിക്കുന്നവർക്ക് ഓൺലൈനായി അപേക്ഷിക്കാനുള്ള സൗകര്യമുണ്ട്. അത്തരം അപേക്ഷകരെ പ്രാദേശികാടിസ്ഥാനത്തിൽ തരംതിരിച്ച് വ്യത്യസ്ത സംരംഭങ്ങളെക്കുറിച്ചുള്ള പരിശീലനക്ലാസുകൾ നൽകിവരുന്നു.

ചോദ്യം: സംരംഭങ്ങൾ തുടങ്ങാൻ അപേക്ഷ നൽകുന്നവരിൽ പലർക്കും വായ്പ ലഭ്യമാകുന്നില്ല എന്ന് പരാതിയുണ്ടല്ലോ. ലക്ഷക്കണക്കിന് ആളുകൾ തൊഴിൽ നഷ്ടപ്പെട്ട് തിരികെയെത്തിയിട്ടും നോർക്ക റൂട്ട്സിന്റെ സഹായത്തോടെ സംരംഭങ്ങൾ തുടങ്ങിയവർ വളരെ ചുരുക്കവുമാണ്. ഈ അന്തരം എങ്ങനെ പരിഹരിക്കാനാകും?

ഹരികൃഷ്ണൻ നമ്പൂതിരി: മൈഗ്രേഷനും റിവേഴ്സ് മൈഗ്രേഷനും ഒരു തുടർപ്രക്രിയയാണ്. ലക്ഷക്കണക്കിനാളുകൾ തൊഴിൽ നഷ്ടപ്പെട്ടു മടങ്ങിയെത്തിയെന്നതുപോലെ ലക്ഷക്കണക്കിനാളുകൾ വീണ്ടും ഗൾഫി

ലേക്ക് തിരിച്ചുപോയിട്ടുണ്ട്. വന്നവരിൽത്തന്നെ പലരും പുതിയ തൊഴിൽ തേടി മറ്റു രാജ്യങ്ങളിലേക്ക് മടങ്ങി. നോർക്ക വകുപ്പിന്റെ സബ്സിഡിയോടുകൂടി സംരംഭം തുടങ്ങാൻ താല്പര്യമുള്ളവർ മാത്രമാണ് നോർക്ക റൂട്സിനെ സമീപിച്ചത്. NDPREM പദ്ധതി പ്രകാരം പ്രതിവർഷം 20000 ത്തിൽ താഴെയാളുകൾ മാത്രമാണ് സംരംഭം തുടങ്ങാൻ താല്പര്യപ്പെട്ട് അപേക്ഷ നൽകിയത്. ഇതിൽ പകുതിയോളവും ഓറിയന്റേഷൻ, സ്ക്രീനിങ്ങ് പ്രോസസ് കഴിയുമ്പോൾ കൊഴിഞ്ഞുപോവുകയും ചെയ്യും. അതിനൊരു കാരണമായി കണ്ടത് നോർക്ക സബ്സിഡിയോടെ വായ്പയെടുത്ത് ഏതെങ്കിലും സംരംഭം തുടങ്ങി കുടുംബത്തിലെ ആരെയെങ്കിലും ഏൽപ്പിച്ച് വീണ്ടും വിദേശത്തേക്ക് മടങ്ങാം എന്നും തെറ്റിദ്ധരിച്ചു വരുന്നവരുണ്ട്. എന്നാൽ മാർഗ്ഗനിർദേശങ്ങളിൽ വ്യക്തത വരുമ്പോൾ പലരും അപേക്ഷ പിൻവലിച്ചു മടങ്ങും. കുറഞ്ഞത് രണ്ടുവർഷമെങ്കിലും ജോലി ചെയ്തവരും തൊഴിൽ നഷ്ടപ്പെട്ടവർക്കോ പ്രവാസം അവസാനിപ്പിച്ച് സ്ഥിരമായി നാട്ടിൽ നിൽക്കാൻ തീരുമാനിച്ചവർക്കോ വേണ്ടിയുള്ളതാണ് ഈ പദ്ധതികൾ.

ചോദ്യം: അപേക്ഷിക്കുന്നവരിൽ പലർക്കും ബാങ്ക് ലോൺ ലഭിക്കുന്നില്ല എന്ന പരാതിയുണ്ടല്ലോ?

ഹരികൃഷ്ണൻ നമ്പൂതിരി: ഏതൊരു വായ്പയും പോലെ NDPREM പദ്ധതിപ്രകാരമുള്ള വായ്പയും അനുവദിക്കാനുള്ള അവകാശം ബാങ്കുകൾക്കാണ്. അപേക്ഷകന്റെ credit score, തിരിച്ചടവിന്റെ ഫീസിബിലിറ്റി, പ്രൊജക്ടിന്റെ വയബിലിറ്റി എന്നിവ ബാങ്ക് പരിശോധിക്കുക സ്വാഭാവികമാണ്.

മടങ്ങിവരുന്ന പ്രവാസികളെ മൂന്നായി തിരിക്കാം.

ഒന്ന്, ഇനിയെന്ത് എന്ന വ്യക്തമായ ധാരണയോടെ, ചെയ്യാൻ പോകുന്ന കാര്യങ്ങളെക്കുറിച്ച്, തുടങ്ങാൻ പോകുന്ന സംരംഭങ്ങളെക്കുറിച്ച് വ്യക്തതയുള്ളവർ.

രണ്ട്, ബിസിനസ് ഐഡിയയടക്കം ഒന്നിനെക്കുറിച്ചും ധാരണയില്ലാത്തവർ.

മൂന്ന്, ബിസിനസ് ഐഡിയ മാത്രമല്ല അതിനോട് താല്പര്യം കൂടിയുള്ളവർ.

ഈ മൂന്നാമത്തെ കൂട്ടരാണ് സംരംഭങ്ങൾ തുടങ്ങാൻ ഏറ്റവും പരിശ്രമിക്കുന്നത്. ട്രയിനിങ്ങ് പ്രോഗ്രാമിൽ പങ്കെടുക്കുകയും ഓറിയന്റേഷൻ പൂർത്തിയാക്കുകയും ബാങ്ക് വായ്പക്ക് വേണ്ട നടപടിക്രമങ്ങൾ വേഗത്തിൽ നീക്കുകയും ചെയ്യുന്നത് ഇക്കൂട്ടരാണ്. എന്നാൽ ജെനുവിനായ ചില കേസുകളിൽ പോലും ബാങ്ക് വായ്പക്ക് തടസ്സം നേരിട്ടതായോ

കാലതാമസം വന്നതായോ ശ്രദ്ധയിൽപ്പെട്ടപ്പോഴൊക്കെ നോർക്ക് റൂട്സ് ഇടപെട്ടിട്ടുണ്ട്. കോവിഡിനോടനുബന്ധിച്ചും നോർക്ക റൂട്സിന്റെ സേവനത്തിന് ബന്ധപ്പെടുന്നവരുടെ എണ്ണം വളരെ കൂടിയിട്ടുണ്ട്. നോർക്ക റൂട്സിന് ചെയ്യേണ്ട ചുമതലകളും ഉത്തരവാദിത്തങ്ങളും കൂടിയിട്ടുണ്ട്. കോവിഡുകാലത്ത് പ്രവാസി യാത്രാപ്രശ്നങ്ങൾ, മൃതദേഹം കൊണ്ടുവരുന്നതുമായി ബന്ധപ്പെട്ട വിഷയങ്ങൾ, ക്വാറന്റൈൻ നടപടിക്രമങ്ങൾ അങ്ങനെ നിരവധി വിഷയങ്ങളിൽ സത്വരനടപടികൾ കൈക്കൊള്ളേണ്ടതായി വന്നിട്ടുണ്ട്. വളരെ പരിമിതമായ അംഗബലം മാത്രമാണ് നോർക്ക റൂട്സിനുള്ളത്. ആ പരിമിതിക്കിടയിലും 24 മണിക്കൂറും കർമ്മനിരതമായി പ്രവർത്തിക്കുവാൻ സാധിച്ചു.

തീർച്ചയായും കൂടുതൽ പ്രവാസികൾക്ക് നോർക്ക റൂട്സിന്റെ സേവനവും സഹായവും എത്തിക്കാനുള്ള കർമ്മപദ്ധതികൾ വരും നാളുകളിലുണ്ടാവും. നോർക്ക റൂട്സ് ഒരു എമർജൻസി സർവ്വീസ് പ്രൊവൈഡർ എന്ന നിലയിലേക്കാണ് ലിസ്റ്റ് ചെയ്യപ്പെട്ടിരിക്കുന്നത്. സർട്ടിഫിക്കറ്റ് അറ്റസ്റ്റേഷൻ ഉൾപ്പെടെയുള്ള സേവനങ്ങൾ കാലതാമസമില്ലാതെ നടത്തിക്കൊടുക്കുന്ന സർവ്വീസ് പ്രൊവൈഡർ എന്ന നിലയ്ക്ക്. അതേസമയം കൂടുതൽ വിപുലീകരിച്ച കർമ്മപദ്ധതികൾ നോർക്ക റൂട്സ് നടത്തിവരുന്നു. അതിൽ ചിലത് നൈപുണ്യവികസനവുമായി ബദ്ധപ്പെട്ട പരിശീലനപരിപാടികളാണ്. വിദേശത്ത് തൊഴിൽ അന്വേഷിക്കുന്നവർക്കുള്ള മാർഗ്ഗനിർദ്ദേശങ്ങൾ, വിദേശപഠനം ആഗ്രഹിക്കുന്നവർക്കുള്ള ഗൈഡ്ലൈനുകൾ, ഔദ്യോഗിക റിക്രൂട്മെന്റ് സേവനങ്ങൾ ഇങ്ങനെ നിരവധി കർമ്മപദ്ധതികളുമായി നോർക്ക റൂട്സ് സജീവമാണ്.

എന്നാൽ ഈ സേവനങ്ങളെ പ്രവാസി സമൂഹം എത്രമാത്രം പ്രയോജനപ്പെടുത്തുന്നുവെന്നത് ചിന്തിക്കേണ്ട കാര്യമാണ്.

ബാങ്ക് വായ്പകൾ നൽകി മടങ്ങിവന്ന പ്രവാസികളെ വീണ്ടും കടക്കെണിയിലേക്കും ആത്മഹത്യയിലേക്കും തള്ളിവിടാനുള്ള നീക്കങ്ങൾ മാത്രമേ നോർക്ക വകുപ്പും നടത്തുന്നുള്ളുവെന്ന ആക്ഷേപമുണ്ട്. ആക്ഷേപവും പരിഹാസവും അവസാനിക്കില്ല. അതേസമയം ആവശ്യക്കാരന് കാലതാമസമില്ലാതെ സേവനങ്ങൾ എത്തിക്കാനുള്ള സന്നദ്ധത നോർക്ക വകുപ്പ് പുലർത്തുമെന്ന് പ്രത്യാശിക്കാം. അതോടൊപ്പം മാറിയ കാലത്തിനനുസരിച്ചുള്ള കർമ്മപദ്ധതികൾ ആവിഷ്ക്കരിക്കുകയും വേണം. അതിലൊന്ന് പുതിയ കാലത്തെ തൊഴിൽ സാഹചര്യങ്ങൾ ഗൾഫു മോഹവുമായി നടക്കുന്നവരെ ബോധ്യപ്പെടുത്തണം. അത് സ്കൂൾ, കോളേജ് തലങ്ങളിൽ തുടങ്ങേണ്ടതുണ്ട്. ഗൾഫിൽ പോയി ജീവിതം സെറ്റാക്കാൻ ആഗ്രഹിക്കുന്നവർ ഗൾഫിലെ മാറിയ സാഹ

ചര്യം മനസ്സിലാക്കണം. അതിനവരിൽ വ്യക്തമായ കാഴ്ചപ്പാടുണ്ടാക്കാൻ നോർക്ക വകുപ്പിന് ഉത്തരവാദിത്തമുണ്ട്.

മറ്റൊന്ന് പ്രവാസി പെൻഷനടക്കമുള്ള ക്ഷേമപദ്ധതികൾ കൂടുതൽ ആകർഷകമാക്കണം. കുറഞ്ഞ വരുമാനക്കാരെ മാത്രം ലക്ഷ്യമിട്ടുള്ള പെൻഷൻ സ്കീമിന് പകരം അംശാദായം കൂടുതൽ ഈടാക്കി ഉയർന്ന പെൻഷൻ നൽകുന്ന പദ്ധതികളോ നിക്ഷേപസാധ്യതകളോ മുന്നോട്ടു വയ്ക്കണം.

പ്രവാസികളോട് പറയാനുള്ളത് ഉരുട്ടിവായിൽവച്ചു തരുന്നതേ വിഴുങ്ങൂ എന്നൊരു ശാഠ്യം അവസാനിപ്പിച്ചില്ലെങ്കിൽ നമ്മളെന്നും തോറ്റ ജനതയായി നിലനിൽക്കും. പ്രതിസന്ധികളോട് പോരാടുകയേ നിവൃത്തി യുള്ളൂ. എങ്കിലേ പുതിയ അറിവും അതുവഴി പരിഹാരമാർഗ്ഗങ്ങളും ഉണ്ടാവൂ..

നിലനിൽക്കണമെന്നത് ഏതൊരു ജീവന്റെയും അടിസ്ഥാന ചോദനയാണ്. അതിന് നൂറായിരം പ്രതിബന്ധങ്ങളെ തട്ടിനീക്കാനുണ്ടെങ്കിൽ തട്ടിനീക്കുക തന്നെ വേണം. ഒന്ന് പതറിയാൽ തീർന്നു.

അവിടെയാണ് റോബർട്ട് ഫ്രോസ്റ്റിന്റെ വരികൾ പ്രസക്തമാകുന്നത്.

I have promises to keep
miles to go before I sleep

കടമ്മനിട്ടയുടെ വിവർത്തനഭംഗിയിൽ

അനേകമുണ്ടു കാത്തിടേണ്ട
മാമക പ്രതിജ്ഞകൾ
അനക്കമറ്റു നിദ്രയിൽ
ലയിപ്പതിന്നു മുമ്പിലായ്
എനിക്കതീവ ദൂരമുണ്ടവിശ്രമം
നടക്കുവാൻ...

ആ പ്രതിജ്ഞകളെക്കുറിച്ചുമോർത്താൽ ഏതു പ്രതിബന്ധങ്ങളെയും തരണം ചെയ്ത് നിലനിൽക്കാനുള്ള ആർജ്ജവമുണ്ടാകും.

നാം അനുഭവിക്കാത്ത ജീവിതങ്ങളെല്ലാം നമുക്ക് വെറും കെട്ടുകഥകളാണെന്ന അടയാളപ്പെടുത്തലോടെ പുറത്തിറങ്ങിയ ആടുജീവിതം വലിയതോതിൽ ചർച്ചയായി. പ്രവാസജീവിതങ്ങളെക്കുറിച്ച് അതുവരെ ധരിച്ചുവച്ചിരുന്ന ധാരണകൾക്ക് കുറച്ചെങ്കിലും മാറ്റം വന്നു.

ഗൾഫുകാരന്റെ ജീവിതത്തെ പൊതുവെ 'ആടുജീവിതം' എന്ന് പരിഹസിക്കാനും തുടങ്ങി.

വരവേല്പ്

ലെനിൻ രാജേന്ദ്രൻ സംവിധാനം ചെയ്ത 1992ൽ പുറത്തിറങ്ങിയ ദൈവത്തിന്റെ വികൃതികളിൽ സുരേഷ്ഗോപി അവതരിപ്പിച്ച കഥാപാത്രം പഴയകാല വിപ്ലവകാരിയുടേതാണ്. ജീവിക്കാനായി ഗൾഫിൽ പോയി പണമുണ്ടാക്കി തിരിച്ചുവരുന്ന കഥാപാത്രം. എം. മുകുന്ദൻ എഴുതിയ അതേ പേരിലുള്ള കൃതിയുടെ ചലച്ചിത്രാവിഷ്കാരമാണത്. അതൊരു യാഥാർത്ഥ്യമായിരുന്നു. തോക്കിൻകുഴലിലൂടെ വിപ്ലവം നടക്കില്ലെന്ന് തിരിച്ചറിഞ്ഞ് കടൽ കടന്ന് പണമുണ്ടാക്കിയവർ. പാവപ്പെട്ടവന്റെ ഉന്നമനം ലക്ഷ്യം കണ്ട ചെറുപ്പക്കാരിൽ പലരും ഒടുവിൽ അവനവന്റെ പട്ടിണി മാറ്റാനുള്ള വഴി കണ്ടെത്തിയത് ഗൾഫ് പ്രവാസത്തിലൂടെയാണ്.

എന്നാൽ അക്കാലത്തെ സാഹിത്യകാരന്മാരിൽ പലർക്കും ഗൾഫ് പണത്തോട് പുച്ഛമായിരുന്നു. മാധവിക്കുട്ടി 1980ൽ കലാകൗമുദിയിൽ എഴുതിയ ഒരു ലേഖനത്തിൽ ഈ അസ്വസ്ഥത പ്രകടമാക്കിയിരുന്നു. “ഈ കഴിഞ്ഞ ദശാബ്ദത്തിൽ കേരളത്തിൽ സർവ്വകോലാഹലങ്ങളോടെ വന്നുഭവിച്ച സാമൂഹ്യവിപ്ലവമാണ്. ഗൾഫ് നാടുകളിൽ നിന്ന് ദരിദ്ര ഗൃഹങ്ങളിലേക്ക് പണം ഒഴുകിക്കൊണ്ടിരുന്നു. എഴുത്തറിയാത്തവരും മണിമേടകൾ സൃഷ്ടിച്ചു. ആ മണിമേടകളിലോരോന്നിലും ആർത്തലയ്ക്കുന്ന സിനിമാസംഗീതം പ്രതിഷ്ഠിച്ചു. വിദ്യാഭ്യാസമുള്ളവർ അന്തംവിട്ടു നിന്നുപോയി. അവർക്ക് നിത്യജീവിതത്തിന് ഗതിയില്ലാതായി. ദിവസേന മുപ്പത്തഞ്ചല്ല അൻപതും കൊടുക്കാൻ തയ്യാറുള്ള ഗൾഫുകാരന്റെ കക്കൂസ് കെട്ടിക്കൊടുക്കുന്നതിന്റെ ആത്മസാഫല്യം ആശാരിമാർക്ക് ദരിദ്രന്റെ പൊളിഞ്ഞുവീണ മേൽക്കൂര നിവർത്തിക്കൊടുക്കുമ്പോൾ ലഭിക്കാതെയായി.”

മാധവിക്കുട്ടി മാത്രമല്ല, അക്കാലത്തെ ബുദ്ധിജീവികളിൽ പലരും സാധാരണ മലയാളി ഗൾഫിലേക്ക് കണ്ണുംനട്ട് ജീവിക്കുന്നതിൽ അസഹിഷ്ണുത പ്രകടിപ്പിച്ചു. സച്ചിദാനന്ദനും കടമ്മനിട്ടയും ഉൾപ്പെടെയുള്ളവർ കവിതകളിലൂടെ നീരസം കാണിച്ചു.

ദേശീയത മലയാളകവിതയിൽ എന്ന അക്കാദമിക പഠനത്തിൽ വായി

ച്ചതനുസരിച്ച് സച്ചിദാനന്ദൻ അടിവാരം എന്ന കവിതയിലും കടമ്മനിട്ട രാമകൃഷ്ണൻ തിരഞ്ഞെടുപ്പ് എന്ന കവിതയിലും ഈ അസ്വസ്ഥത പങ്കുവച്ചിരുന്നു എന്നാണ് മനസ്സിലാകുന്നത്.

'നാട്ടുകാർ, നാട്ടുകാരില്ല നിന്റെ
നാട്ടിൽ ജഡങ്ങൾ, ജഡങ്ങൾ മാത്രം
കുഞ്ഞാലി പോയ വഴിയിലല്ലാ
അമ്മമാർ പിച്ച നടത്തിടുന്നു.
കുഞ്ഞുങ്ങളെയിന്നു നിന്റെ നാട്ടിൽ

കുട്ടികളെ അമ്മമാർ പിച്ച തെണ്ടാൻ ഗൾഫിൽ പറഞ്ഞുവിടുന്നു എന്ന് ഈ കവിതയിൽ പറയുമ്പോൾ കടമ്മനിട്ട സാധാരണ ജനങ്ങൾ ഗൾഫുനാടുകളിൽ പ്രതീക്ഷ വെച്ചുപുലർത്തുന്നുവെന്നും അറേബ്യൻ സുഗന്ധം വരണ്ട സ്വപ്നങ്ങളെന്ന് പരിഹസിക്കുകയും ചെയ്യുന്നു.

എന്നാൽ പൊന്നുവിളയുന്ന നാട് തേടി മലയാളി വന്നതോടെ കേരളത്തിന്റെ സാമൂഹിക പരിസരമാകെ മാറി. ഉണ്ണാനും ഉടുക്കാനുമുള്ള വക കിട്ടി. അതിന്റെ പിന്നിലുള്ള നീറുന്ന കഥകൾ അനുഭവിച്ചവർ മറച്ചുപിടിച്ചു. നിലക്കണ്ണാടിയുടെ മുൻവശത്തുനിന്ന് പ്രവാസി അവന്റെ കദനകഥകൾ ഓർത്ത് കരഞ്ഞു. മറുവശത്ത് അവന്റെ കണ്ണീര് കാണാതെ അവനയക്കുന്ന പണം മാത്രം കണ്ട് അവർ ജീവിച്ചു രസിച്ചു.

പ്രവാസിയെ അടയാളപ്പെടുത്തുന്ന സിനിമകളൊക്കെ ഈ കണ്ണീർക്കഥകൾ പറയാൻ ശ്രമിച്ചെങ്കിലും അതൊന്നും എന്റെ കെട്ടിയോനെ അല്ലെങ്കിൽ എന്റെ മോനെക്കുറിച്ചല്ലെന്ന് ഭാര്യമാരും അമ്മമാരും മേനി നടിച്ചു.

വിൽക്കാനുണ്ട് സ്വപ്നങ്ങളും ഈനാടും ഒക്കെ ഗൾഫുകാരനെക്കുറിച്ചുള്ള വ്യത്യസ്ത ചിത്രങ്ങൾ കാണിച്ചുതന്നു.

പിന്നീട് കമൽ പെരുമഴക്കാലത്തിലൂടെ ഗൾഫിലെ നിയമങ്ങളുടെ സങ്കീർണ്ണത വിവരിച്ചു. സൗദിയിൽവെച്ച് അവിചാരിതമായി കൊലപാതകി ആകേണ്ടിവന്ന ഒരു ചെറുപ്പക്കാരൻ വധശിക്ഷക്ക് വിധിക്കപ്പെട്ട സംഭവം പല ഗൾഫ് കുടുംബങ്ങളിലും ആധി പടർത്തി. ഇങ്ങനെ പ്രവാസത്തിന്റെ നീറുന്ന ചിത്രം പല ചലച്ചിത്ര ആവിഷ്ക്കാരങ്ങളിലും ഉണ്ടായിട്ടുണ്ട്. 'ഗദ്ദാമ' സ്ത്രീ തൊഴിലാളികളുടെ കദനകഥ വരച്ചുകാട്ടുന്നതായിരുന്നുവെങ്കിൽ അറബിക്കഥ പ്രവാസലോകത്തെ യാഥാർത്ഥ്യങ്ങളെക്കുറിച്ചറിയാത്ത ഒരു ശരാശരി മലയാളിയുടെ മനോവിഷമങ്ങൾ തുറന്നുകാട്ടുന്നതായിരുന്നു. ക്യൂബ മുകുന്ദൻ എന്ന കമ്മ്യൂണിസ്റ്റുകാരൻ അവിചാരിതമായി പ്രവാസി തൊഴിലാളിയായി മാറുന്ന സാഹചര്യത്തിൽ അയാൾ വച്ചുപുലർത്തിയിരുന്ന തൊഴിൽ സമീപനങ്ങളെ കൃത്യമായി

പരിഹസിച്ചിട്ടുണ്ട്. എന്നാൽ പ്രവാസി ഒരിക്കലും അവസാനിക്കാത്ത ഒരു ചാക്രിക പ്രക്രിയയാണെന്ന് ഓർമ്മപ്പെടുത്തുകയായിരുന്നു പത്തേമാരി. പള്ളിക്കൽ നാരായണൻ എന്ന കഥാപാത്രം തന്റെ ജീവിതമാണെന്ന് പറഞ്ഞ നിരവധി പ്രവാസികളുണ്ട്. കുടുംബത്തിന് വേണ്ടി ജീവിച്ചപ്പോൾ തനിക്കുവേണ്ടി ജീവിക്കാൻ മറന്നുപോയി എന്ന വിലപിച്ചവർ. സിനിമയ്ക്കപ്പുറം പ്രവാസത്തിന് മറ്റൊരു മുഖമുണ്ടെന്ന് മലയാളി ഞെട്ടലോടെ തിരിച്ചറിഞ്ഞത് ബെന്യാമിന്റെ ആടുജീവിതം വായനയിലൂടെയാണ്. അതൊരു കെട്ടുകഥയാണെന്ന് പോലും ആദ്യമൊക്കെ പലരും വിശ്വസിച്ചു. പിന്നീട് നജീബ് ജീവനുള്ള കഥാപാത്രമാണെന്ന് മനസ്സിലായതോടെ പണം കായ്ക്കുന്ന മരങ്ങളുള്ള നാടല്ല ഗൾഫെന്നും കൊടുംചൂടിൽ വിളയുന്ന ഈന്തപ്പഴത്തിന്റെ നാടാണെന്നും ആ ഈന്തപ്പഴം പറിച്ചെടുക്കുന്നതുമുതൽ മരുഭൂമിയിൽ ഒട്ടകത്തെ പരിപാലിക്കുന്ന ജോലിയിൽ വരെ മലയാളികളുണ്ടെന്നും കേരളീയ സമൂഹം തിരിച്ചറിഞ്ഞു. അതിനാൽത്തന്ന ഇനിയും കദനഥകൾ പറഞ്ഞുകൊണ്ടേയിരിക്കുന്നതിൽ അർത്ഥമില്ലെന്നും പുതിയതെന്തെങ്കിലും പറയൂ എന്ന് തിരക്കഥാകൃത്തുക്കളോടും എഴുത്തുകാരോടും പ്രേക്ഷകസമൂഹവും വായനാസമൂഹവും പറഞ്ഞുതുടങ്ങി.

ശരിയാണ്, അവനവന് വേണ്ടി ജീവിക്കാൻ മറന്നുപോകുന്ന ഒരു കൂട്ടം പ്രവാസികൾ ഇപ്പോഴും ശേഷിക്കുന്നു ഗൾഫ് നാടുകളിൽ. അവരുടെ നീക്കിയിരിപ്പ് കുറേ രോഗങ്ങൾ മാത്രമായിരിക്കും. ജീവിതശൈലീ രോഗങ്ങൾ ബാധിച്ച് ശിഷ്ടകാലം വീട്ടുകാർക്ക് പോലും ബാധ്യതയായി മാറിയ പ്രവാസികൾ കേട്ട് പഴകിയ കഥയൊന്നുമല്ല. ഇന്നുമുണ്ട് അത്തരം ഹതഭാഗ്യർ. കോവിഡിനെ തുടർന്ന് തൊഴിൽ നഷ്ടമായി ആനുകൂല്യങ്ങളും ആറേഴുമാസത്തെ ശമ്പളംതന്നെയും കിട്ടാതെ നരകിച്ച്, ഒടുവിൽ എങ്ങനെയും നാട്ടിലേക്ക് പോയാൽ മതിയെന്ന് തീരുമാനിച്ച ഒരു പ്രവാസിയുടെ അനുഭവം വിവരിക്കാം. കടുത്ത ഡയബറ്റിക്കായിരുന്നു അയാൾ. മുടങ്ങാതെ മരുന്നു കഴിക്കണമെന്ന് ഡോക്ടർ നിർദ്ദേശിച്ചിരുന്നു. കോവിഡിനെതുടർന്ന് ആഹാരത്തിനുള്ള വകപോലും മറ്റുള്ളവരുടെ കാരുണ്യത്തിൽ നിവർത്തിച്ചുപോന്ന അയാളെ സംബന്ധിച്ച് മരുന്നിനുള്ള വക കണ്ടെത്താൻ കഴിഞ്ഞില്ല. അതേത്തുടർന്നുള്ള ബുദ്ധിമുട്ടുകൾ ശരീരം പ്രകടിപ്പിച്ചുതുടങ്ങി. ഒടുവിൽ വന്ദേഭാരത് മിഷനിലൂടെ നാട്ടിലേക്കുള്ള ടിക്കറ്റ് സംഘടിപ്പിച്ച് യാത്രയായി. അതോടെ അയാളുടെ പ്രശ്നങ്ങൾ അവസാനിച്ചുവെന്ന് തോന്നുന്നുണ്ടോ?

ഒരിക്കലുമില്ല, അയാളുടെ പ്രശ്നങ്ങൾ അവിടെ തുടങ്ങുകയാണ്.

ദീർഘകാലം ഗൾഫിൽ പണിയെടുത്തിട്ടും ഗുരുതരരോഗം മാത്രം മിച്ച മുണ്ടാക്കി വന്ന ആ പ്രവാസിയുടെ ഇനിയങ്ങോട്ടുള്ള ജീവിതം എങ്ങ നെയായിരിക്കും. ചികിത്സക്കുള്ള പണം എവിടെനിന്ന് കണ്ടെത്തും?

നാട്ടിലൊരു ആരോഗ്യ ഇൻഷുറൻസ് പദ്ധതിയിൽ അയാൾ അംഗ മായിരിക്കുമോ?

കഴിഞ്ഞ 18 കൊല്ലമായി കേരളത്തിലും ആൻഡമാൻ നിക്കോബർ ദ്വീപിലടക്കം വൃക്കരോഗികളുടെ ചികിത്സയുമായി ബന്ധപ്പെട്ട ഡയാലി സിസ് യൂണിറ്റുകൾ ഉൾപ്പെടെ സജ്ജമാക്കാൻ മുൻകൈ എടുത്ത ശാന്തി മെഡിക്കൽ ഇൻഫർമേഷൻ ഡയറക്ടർ ഉമാപ്രേമൻ പ്രവാസികളുടെ ജീവിതശൈലീ രോഗത്തിന്റെ ഗുരുതരവശങ്ങൾ ചൂണ്ടിക്കാണിക്കുന്നു. '2002 മുതൽ ശാന്തി മെഡിക്കൽ ഇൻഫർമേഷൻ പ്രവാസികളുമായുള്ള ബന്ധം സുദൃഢമാണ്. ശാന്തിയുടെ ചാരിറ്റബിൾ പ്രവർത്തനങ്ങളിൽ പങ്കാളികളാവുന്നവരും ചികിത്സ തേടിയെത്തുന്നവരും ഭൂരിഭാഗവും പ്രവാ സികളാണ്. കഴിഞ്ഞ രണ്ടു ദശാബ്ദത്തിനിടയിൽ കേരളത്തിലെ ഓരോ പ്രദേശങ്ങളിലും തുടങ്ങിയിട്ടുള്ള ഡയാലിസിസ് യൂണിറ്റുകളുടെ എണ്ണം പരിശോധിച്ചാൽ വൃക്കരോഗികളുടെ എണ്ണത്തിൽ ഉണ്ടായിട്ടുള്ള വർധന മനസ്സിലാക്കാം. ഇതിൽത്തന്നെ 50%ത്തിന് മുകളിൽ പ്രവാസികളോ മട ങ്ങിയെത്തിയ പ്രവാസികളോ ആണ്. വൃക്കരോഗമാണെന്ന് തിരിച്ചറി യുന്നതിന് മുമ്പ് രോഗിയുടെ കൂടെ ഉറ്റബന്ധുക്കൾ കാണും. പിന്നീട് ഗുരുതരമാണെന്നും ഡയാലിസിസ് കൊണ്ട് കാര്യമില്ലെന്നും വൃക്ക മാറ്റി വയ്ക്കലിന് ശ്രമിക്കണമെന്നും നിർദ്ദേശിക്കുന്നതോടെ കൂടെയുള്ള ബന്ധുക്കളുടെ എണ്ണംതന്നെ ശുഷ്കമാകുന്ന സന്ദർഭങ്ങളും നേരിട്ടു കണ്ടിട്ടുണ്ട്. വൃക്ക മാറ്റിവയ്ക്കൽ ശസ്ത്രക്രിയയ്ക്ക് വേണ്ടിവരുന്ന പണം കണ്ടെത്താനുള്ള ബുദ്ധിമുട്ട് ഇതെല്ലാം ബന്ധുക്കളെ രോഗിയിൽനിന്ന കറ്റാൻ കാരണമാണ്.

പ്രമേഹവും ഉയർന്ന രക്തസമ്മർദ്ദവുമാണ് വൃക്കരോഗത്തിന്റെ പ്രഥ മകാരണം. പ്രമേഹരോഗികളിൽ 40%ത്തോളം ആളുകൾക്ക് പത്തോ പതി നഞ്ചോ വർഷത്തിന് ശേഷം വൃക്കരോഗത്തിന്റെ ലക്ഷണങ്ങൾ കണ്ടു തുടങ്ങാം. പ്രവാസലോകത്ത് ഒട്ടുമിക്കയാളുകൾക്കും പ്രമേഹവും ഹൈപ്പർടെൻഷനും വർഷങ്ങളായി ഉണ്ടാകും. ആദ്യമേ തിരിച്ചറിഞ്ഞ് മരുന്ന് കഴിക്കുന്നവരൊക്കെ എണ്ണത്തിൽ കുറവാണ്.

ഇനി ഗുരുതര വൃക്കരോഗത്തിലേക്ക് കടന്നുവെന്നിരിക്കട്ടെ, നിരന്തരം ഡയാലിസിസിന് വിധേയമാകേണ്ടിവരും. ഗൾഫുകാരൻ എന്ന ലേബൽ ഉള്ളിടത്തോളം കാലം സർക്കാർ നൽകുന്ന കാരുണ്യ ബെനവലന്റ്

ഫണ്ടോ ഏതെങ്കിലും ചാരിറ്റി ഓർഗനൈസേഷൻ നൽകുന്ന സഹായമോ കിട്ടില്ല. സർക്കാരിന്റെ കാരുണ്യപദ്ധതിയിൽ നിന്ന് പ്രവാസിയെ നിഷ്കരുണം ഒഴിവാക്കുന്നത് എങ്ങനെയെന്നല്ലേ?

കേരളസർക്കാരിന്റെ ആരോഗ്യചികിത്സാസഹായ പദ്ധതിയായ കാരുണ്യ ഫണ്ട് സാധാരണയായി BPL കാർഡുള്ളവർക്കും വരുമാനം മൂന്ന് ലക്ഷം രൂപയിൽ താഴെയുള്ള APL കുടുംബങ്ങൾക്കും അർഹതപ്പെട്ടതാണ്.

ഇതിനായി സമർപ്പിക്കേണ്ട രേഖകൾ

1. റേഷൻ കാർഡിന്റെ പതിപ്പ്
2. ബന്ധപ്പെട്ട ആശുപത്രിയിൽ നിന്ന് ലഭിക്കുന്ന എസ്റ്റിമേറ്റ് ഓഫ് എക്സ്പെൻഡിച്ചർ
3. രോഗിയുടെ പാസ്പോർട്ട് സൈസ് ഫോട്ടോ
4. രോഗി കുടുംബാംഗങ്ങൾക്കൊപ്പം വീടിനുമുന്നിൽ നിന്നെടുത്ത, വീട് മുഴുവനായി കാണാൻ കഴിയുന്ന ചിത്രം.

ഇതിൽ ആദ്യത്തെ മൂന്നെണ്ണം ബന്ധപ്പെട്ട അധികാരികൾ അംഗീകരിക്കുന്നു. നാലാമത്തേതിൽ എത്തുമ്പോൾ റിജക്ട് ചെയ്യും. കാരണം കുറഞ്ഞത് ഒരു മൂന്ന് നാല് കൊല്ലം ഗൾഫിൽ ജോലി ചെയ്യുന്ന ഒരാൾ എന്തായാലും തന്റെ കുടുംബം താമസിക്കുന്ന വീട് അത്യാവശ്യം മെച്ചപ്പെട്ടതാക്കുകയോ അല്ലെങ്കിൽ പുതിയൊരു വീട് പണി കഴിപ്പിക്കുകയോ ചെയ്തിട്ടുണ്ടാവും. അത്തരമൊരു മെച്ചപ്പെട്ട വീടുള്ളയാൾക്ക് ചികിത്സക്കും പണമുണ്ടാകും എന്നതാണ് അംഗീകാരം നൽകേണ്ട സമിതിയുടെ കണക്കുകൂട്ടൽ. അതോടെ അപേക്ഷ നിരസിക്കും. പിന്നീടങ്ങോട്ട് അയാളുടെ ജീവിതത്തിൽ സംഭവിക്കുന്നതൊക്കെ അയാളുടെ വിധിയാണ്. അതായത് അയാൾക്ക് യാതൊരുവിധത്തിലും ഇടപെടാൻ കഴിയാത്ത തീരുമാനങ്ങൾ. ഉള്ളതെല്ലാം വിറ്റുപെറുക്കി അയാളെ ചികിത്സിക്കണമോ വേണ്ടയോ എന്ന് വീട്ടുകാരാണ് തീരുമാനിക്കേണ്ടത്. ചിലർ അതിന് തയ്യാറാവും. മറ്റുചിലർ പാടേ ഉപേക്ഷിച്ചു കടന്നുകളയും.

ശാന്തി ഇൻഫർമേഷൻ അട്ടപ്പാടി സെന്ററിൽ ചികിത്സക്കെത്തിയ ഒരു പ്രവാസിയെക്കുറിച്ച് ഉമാപ്രേമൻ ഓർമ്മിക്കുന്നു. അലൈനിലെ ഒരു ഹോട്ടലിൽ ജോലി ചെയ്തിരുന്നയാളാണ്. ഏതാണ്ട് 50 വയസ്സ് പ്രായം. വൃക്കരോഗിയായതോടെ ഡയാലിസിസും മറ്റും തുടർച്ചയായി വേണ്ടി വന്നപ്പോൾ ഭാര്യയും മകനും ഉപേക്ഷിച്ചു. ചെന്നൈയിലാണ് കുടുംബം താമസിക്കുന്നത്. ഫ്ളാറ്റ് ഭാര്യയുടെ പേരിലും. ചികിത്സക്കുള്ള പണമില്ലാത്തതല്ല അവരുടെ പ്രശ്നം. ഇത്തരം ബാധ്യതകളൊന്നും ഏറ്റെടുക്കാൻ

കഴിയില്ലെന്ന ആറ്റിറ്റ്യൂഡ്. കഷ്ടപ്പെട്ട് അധ്വാനിച്ചുണ്ടാക്കിയത് മുഴുവൻ മറ്റുപലരുടേയും പേരിലായിക്കഴിഞ്ഞാൽ ഇതുപോലുള്ള പ്രതിസന്ധി ഘട്ടങ്ങളിൽ ഒരു തുള്ളി വെള്ളംപോലും കൊടുക്കാനാളില്ലാത്ത പ്രവാസികളെ ഏറ്റെടുക്കേണ്ടി വന്നിട്ടുണ്ടെന്ന് കൂടി ഉമാപ്രേമൻ പറയുന്നു.

വിശ്രമമില്ലാത്ത ജീവിതത്തിരക്കുകൾ, ജോലിയിൽനിന്നുള്ള മാനസിക സമ്മർദ്ദം, ആരോഗ്യകരമല്ലാത്ത ഭക്ഷണരീതി, വ്യായാമമില്ലായ്മ, വരണ്ട കാലാവസ്ഥ സൃഷ്ടിക്കുന്ന പ്രശ്നങ്ങൾ ഇതെല്ലാം പ്രവാസിയുടെ ആരോഗ്യകരമായ ജീവിതത്തെ ബാധിക്കുന്നുണ്ട്. ചൂടുകാലത്തുപോലും ആവശ്യത്തിന് വെള്ളം കുടിക്കാതിരുന്നതും ഭക്ഷണരീതി ശ്രദ്ധിക്കാത്തതുമൊക്കെ ജീവിതശൈലീ രോഗങ്ങൾക്ക് കാരണമായി മാറുകയും ചെയ്യുന്നു.

ദിനംപ്രതി ഹൃദയാഘാതത്താൽ മരിക്കുന്നവരുടെ പ്രായം പ്രവാസിക്കിടയിൽ കുറഞ്ഞുവരുന്നതും ഗുരുതരമായി കാണണം. നേരത്തെ 40 വയസിന് മുകളിൽ കണ്ടുവന്നിരുന്ന ഹൃദയാഘാതം ഇപ്പോൾ 30നും താഴെ പ്രായമുള്ളവരിലും കൂടിവരുന്നുണ്ട്.

ആടുജീവിതത്തിലെ നജീബോ പത്തേമാരിയിലെ പള്ളിക്കൽ നാരായണനോ ഒക്കെ ഇനിയുള്ള കാലം ക്ലീഷേ കഥാപാത്രങ്ങളാണ്. എന്നാൽ നമ്മൾ അങ്ങനെ ആവില്ല എന്ന് തീരുമാനിക്കേണ്ടത് പ്രവാസികളാണ്. ജീവിക്കാനുള്ള വക കണ്ടെത്തുന്നതിനിടെ ജീവിക്കാൻ മറന്നുപോകരുത്. ഞാനവർക്കുവേണ്ടി ജീവിക്കുകയായിരുന്നു എന്ന് ഇനിയുള്ള കാലം പറയുന്നയാൾ കാലത്തിനൊത്ത് മാറാത്തയാളാണ്. ഞാൻ എനിക്ക്വേണ്ടി കൂടിയാണ് ജീവിക്കുന്നത്. വരവേല്പിലെ മുരളീധരനെപ്പോലെ തോറ്റുപോകുന്ന പ്രവാസികളെക്കുറിച്ച് ഇനിയും പറയുന്നതിൽ അർത്ഥമില്ല. അങ്ങനെ തോൽക്കുന്നവരുടെ എണ്ണം ഇപ്പോഴും കുറവല്ലെങ്കിൽക്കൂടിയും. അയാളുടെ കൈയിലുള്ള പണത്തിന് വേണ്ടി സ്നേഹം നടിക്കുന്ന വീട്ടുരകാരെപ്പോലെയുള്ള ഇമോഷണൽ മൈഗ്രേഷന്റെയൊക്കെ കാലം കഴിഞ്ഞു. അവനവന് വേണ്ടി കൂടി ജീവിക്കാൻ പ്രവാസി പഠിക്കേണ്ടിയിരിക്കുന്നു.

ഗൾഫ് രാജ്യങ്ങൾ സ്വദേശിവത്ക്കരണത്തിലേക്ക് നീങ്ങിത്തുടങ്ങി. സൗദിയിൽ നിതാഖാത്ത്മൂലം ലക്ഷങ്ങൾ നാട്ടിലേക്ക് മടങ്ങി.

ഗഫൂർ കാ ദോസ്ത്

ഒരു പ്രധാനപ്പെട്ട മത്സരം ജയിച്ചശേഷം പത്രസമ്മേളനത്തിനിരുന്ന വനിതാ ടെന്നീസ് താരത്തോട് മാധ്യമപ്രവർത്തകൻ ചോദിച്ചു. എങ്ങനെയാണ് ഈ 42-ാം വയസ്സിലും കളിക്കളത്തിൽ മികവ് പുലർത്തുന്നത്. ഒരു പുഞ്ചിരിയോടെ താരം പറഞ്ഞ മറുപടി,

"താങ്കൾക്കും എനിക്കും എന്റെ പ്രായത്തെക്കുറിച്ച് നല്ല ബോധ്യമുണ്ട്, പക്ഷേ, ടെന്നീസ് ബോളിന് അറിയില്ലല്ലോ എനിക്കെത്ര വയസ്സായി എന്ന്."

സ്വന്തം പരിമിതികളോട് മാത്രം സംവദിക്കുന്നവർ എല്ലാം എളുപ്പം അവസാനിപ്പിക്കും. പഠിച്ചുവച്ചതിനപ്പുറം പുതുതായി എന്തെങ്കിലും പഠിക്കാനോ നിശ്ചിതസമയത്തിനപ്പുറം എന്തെങ്കിലും ജോലികൾ ഏറ്റെടുക്കാനോ അവർക്ക് വിമുഖതയാണ്. അങ്ങനെയുള്ളവർ പറയുന്ന ഒഴികഴിവുകൾ സ്വയം കണ്ടെത്തിയ തടസ്സങ്ങളായിരിക്കും. ഈ പ്രായത്തിൽ ഇനി ഒന്നും പഠിക്കാൻ കഴിയില്ല. പഠിച്ചാലും തലയിൽ കയറില്ല, ഞാൻ പഠിച്ചത് ഈ ജോലിയല്ല, അല്ലെങ്കിൽ അതെന്റെ വകുപ്പിന് കീഴിലല്ല ഇങ്ങനെ നിരവധി നിഷേധാത്മക ചിന്തകൾ രൂപപ്പെടുത്തിക്കൊണ്ടിരിക്കും. അതുതന്നെയാണ് നിഷ്ക്രിയതയ്ക്ക് കാരണമാകുന്നത്. സ്വയം ഉള്ളറിഞ്ഞു ചോദിച്ചുനോക്കുക, പരിമിതികൾ മാത്രമല്ലല്ലോ സാധ്യതകൾ കൂടിയില്ലേ, അതിനോട് സംവദിക്കാൻ തയ്യാറാകൂ; മാർഗ്ഗതടസ്സങ്ങൾ പതിയെ വഴിമാറും.

മാറിയ കാലം ആവശ്യപ്പെടുന്നത് ഇത്തരക്കാരെയാണ്. അതേത് തൊഴിലിനും ബാധകമാണ്. കോവിഡ് കൊണ്ടുണ്ടായ തൊഴിൽമാറ്റത്തെക്കുറിച്ച് വ്യക്തമായ ധാരണ ഉണ്ടായിരിക്കണം. വർക്ക് ഫ്രം ഹോം എന്നത് ഒരു സാധ്യതയാണെന്ന് പല വമ്പൻ കമ്പനികളും തിരിച്ചറിഞ്ഞു. വർക്ക് ഫ്രം എനിവേർ (Work from anywhere) ന്യൂ നോർമലിന്റെ ഭാഗമാണ്. കൊറോണ വ്യാപനം തടയുകയായിരുന്നു റിമോട്ട് വർക്ക് കൊണ്ടുദ്ദേശിച്ചതെങ്കിലും അതുമൂലം productivity ക്ക് കുറവുണ്ടായിട്ടില്ല എന്ന് മനസ്സിലാക്കിയ കമ്പനികൾ ഓഫീസ് സ്പെയ്സുകൾ ഒഴിവാക്കി കഴിഞ്ഞു. തിരുവനന്തപുരം ടെക്നോപാർക്കിലുൾപ്പെടെ

കമ്പനികൾ വർക്ക് ഫ്രം ഹോം തുടരാൻ നിശ്ചയിച്ചിട്ടുണ്ട്. ആഴ്ചയിൽ ഒന്നോ രണ്ടോ ദിവസം മാത്രം ആൾട്ടർനേറ്റീവായി വന്നുപോകുന്ന സമ്പ്രദായം നടപ്പാക്കിക്കഴിഞ്ഞു. അതായത് ഒരു എംപ്ലോയിക്ക് സ്വന്തമായി ഒരു ഓഫീസ് സ്പെയ്സ് ഉണ്ടായിരിക്കില്ല. ഇന്നൊരാൾ ഇരിക്കുന്നിടത്ത് നാളെ മറ്റൊരാളിരിക്കും. അത്രയും കുറച്ച് ഓഫീസ് സ്പെയ്സിൽ ജോലി നടക്കും. സ്ഥാപനത്തെ സംബന്ധിച്ച് റണ്ണിങ്ങ് കോസ്റ്റ് കുറയ്ക്കാൻ കഴിയും. അതായത് മനുഷ്യരാശിയെ ഒന്നാകെ ഭയപ്പെടുത്തിയ, അതിന്റെ ഉറവിടത്തെക്കുറിച്ച് പോലും ഇന്നും ഇരുട്ടിൽ തപ്പിക്കൊണ്ടിരിക്കുന്നതിനിടയിൽ നമ്മളെത്രവേഗം ന്യൂനോർമലുകളുടെ ഭാഗമായി മാറി.

മാറിയ കാലത്തെ കുടിയേറ്റവും ഇതുപോലെയാണ്. അതേക്കുറിച്ചുള്ള വ്യക്തമായ ധാരണ കേരളീയ പൊതുസമൂഹത്തിനുണ്ടാവണം. ഗൾഫിലേക്ക് കണ്ണുംനട്ടിരിക്കുന്നവർ പ്രവാസത്തെക്കുറിച്ചുള്ള പുഷ്പുൾ തിയറിയിൽ മാത്രം വിശ്വസിച്ചിട്ട് കാര്യമില്ല. പൊന്നുവിളയുന്ന നാട്ടിൽ പോയി എന്തെങ്കിലും പണിയെടുത്ത് കാശ് വാരാമെന്ന ആഗ്രഹമൊന്നും ഇനിയുള്ള കാലം നടക്കില്ല. കാരണം തൊഴിൽ തേടി വിദേശരാജ്യങ്ങളിലേക്ക് കുടിയേറുന്നവരുടെ കൂട്ടത്തിൽ ഒരു കൂട്ടർ മാത്രമാണ് ഇന്ത്യക്കാർ. പാക്കിസ്ഥാനികളും ബംഗ്ലാദേശികളും നേപ്പാളുകാരും ഫിലിപ്പീനികളും ആഫ്രിക്കക്കാരും ശ്രീലങ്കക്കാരും പോലെ ഒരുകൂട്ടർ. അവിദഗ്ധ തൊഴിൽമേഖലയിൽ ഇവരുടെ സാന്നിദ്ധ്യം മുൻകാലങ്ങളേക്കാൾ കൂടിയിട്ടുണ്ട്.

വിദ്യാഭ്യാസം നേടിയ മലയാളി യുവാക്കൾ ഗൾഫിൽ പോയി ലൈഫ് സെറ്റാക്കാം എന്ന് സ്വപ്നം കാണുന്നതിൽ തെറ്റില്ല. എന്നാലത് ഇനിയുള്ള കാലം അത്ര ഈസിയായിരിക്കില്ല. നാടോടിക്കാറ്റിലെ ദാസനും വിജയനും ദുബായ് സ്വപ്നം കണ്ട് അസലാമു അലൈക്കും വഅലൈക്കും അസലാം എന്ന അഭിവാദന പ്രത്യഭിവാദന വാക്കുകളും പഠിച്ച് ഗഫൂർക്കാ ദോസ്തെന്ന് പറഞ്ഞാൽ ജോലി ഉറപ്പെന്നും കരുതി നാടുവിട്ടതുപോലെ ഇനിയുള്ള കാലത്ത് നടക്കില്ല. ദാസനും വിജയനും കബളിപ്പിക്കപ്പെട്ടത് മറ്റൊരു തരത്തിലായിരുന്നു. ദുബൈ കടപ്പുറമെന്ന് കരുതി ചെന്നൈ തീരത്ത് ചെന്നിറങ്ങേണ്ടിവന്നവർ. അത്തരം തട്ടിപ്പുകൾ ഇപ്പോഴുമുണ്ട്, ഇനിയും നടക്കും. വിസ നൽകാമെന്ന് പറഞ്ഞ് പണം വസൂലാക്കും. അതൊക്കെ നിർബാധം തുടരുന്നുണ്ട്.

എന്നാൽ ന്യൂനോർമ്മൽ കാലത്തെ മൈഗ്രേഷൻ ഒരു തരത്തിൽ പറഞ്ഞാൽ ഫ്ളോട്ടിങ്ങ് മൈഗ്രേഷനായിരിക്കും. ഒരിടത്തു മാത്രം ആയു

ഷ്കാലം കഴിയാനൊന്നും പുതിയ തലമുറ തയ്യാറാവില്ല. അവസരം എവിടെയാണോ അവിടേക്ക് പായും.

അതായത്, എന്തെങ്കിലും പണിയെടുക്കാമെന്നോ, കിട്ടുന്ന ശമ്പളം മതിയെന്നോ ആയുഷ്കാലം മുഴുവൻ ഗൾഫിൽ കഴിയാമെന്നോ ചിന്തിക്കുന്നത് പരമ അബദ്ധമാണ്. ഇതുവരെ ഉണ്ടായിരുന്നതുപോലെ തൊഴിലാളികളെ മൂന്നായി തരംതിരിക്കുന്ന രീതിക്ക് പോലും മാറ്റം വന്നുകഴിഞ്ഞിട്ടുണ്ട്. ഇതുവരെ സ്കിൽഡ് ലേബർ, സെമി സ്കിൽഡ് ലേബർ, അൺസ്കിൽഡ് ലേബർ എന്നിങ്ങനെയാണ് തരംതിരിച്ചിരുന്നതെങ്കിൽ പുതിയ കാലത്ത് സ്പെസിഫിക് സ്കിൽഡ് ലേബർ എന്ന തരത്തിലേക്ക് റിക്രൂട്ട്മെന്റുകൾ ആരംഭിച്ചു കഴിഞ്ഞു.

അടുത്തിടെ ഇൻഡ്യയും ജപ്പാനും തമ്മിൽ മനുഷ്യവിഭവം കൈമാറുന്നതിനെ കുറിച്ചൊരു ധാരണാപത്രം ഒപ്പിട്ടത് നോക്കിയാൽ ഇതു വ്യക്തമാകും. ഇന്ത്യയിൻ നിന്ന് Specific Skilled Workers (SSW) നെ ജപ്പാന് ആവശ്യമുണ്ട്. 2019ലാണ് ജപ്പാൻ ഇത്തരമൊരു പുതിയ റസിഡന്റ്സ് സ്റ്റാറ്റസ് സൃഷ്ടിച്ചത്. അതായത് ഇന്ത്യക്കാർക്ക് ജപ്പാനിൽ തൊഴിൽ ചെയ്ത് താമസിക്കുന്നതിനുള്ള അനുമതി നൽകുന്നതിനുള്ള റസിഡന്റ് നിയമം. പതിനാലോളം കാറ്റഗറികളാണ് ഈ SSWവിലുള്ളത്. അതിൽ നഴ്സിങ് കെയറുണ്ട്, അഗ്രിക്കൾച്ചറുണ്ട്, ഓട്ടോമൊബൈൽ മെയിന്റനൻസ്, ഏവിയേഷൻ, ഇലക്ട്രിക്, ഇലക്ട്രോണിക്സ് മേഖല ഷിപ്പിങ്ങ്, ഫിഷറീസ് ഒക്കെയുണ്ട്. ഈ തൊഴിലിലേക്ക് തിരഞ്ഞെടുക്കണമെങ്കിൽ അവരാവശ്യപ്പെടുന്ന യോഗ്യതാമാനദണ്ഡങ്ങളിൽ ഒന്ന് ജപ്പാനിസ് ഭാഷയിലുള്ള അവഗാഹമാണ്. മറ്റൊന്ന് വർക്ക് സ്കിൽസ് ടെസ്റ്റ് പാസാകണമെന്നും.

2023ഓടെ നഴ്സിങ്ങ് കെയറിൽ മാത്രം 60,000 പേർക്ക് തൊഴിലവസരമുണ്ടാകുമെന്നാണ് വിലയിരുത്തിയിരിക്കുന്നത്. ഫുഡ് സർവ്വീസ് ഇൻഡസ്ട്രീസിൽ 53000 പേർക്കും കൺസ്ട്രക്ഷൻ ഇൻഡസ്ട്രിയിൽ 40,000 പേർക്കും തൊഴിലവസരങ്ങളുണ്ടാകും. അതായത് കുടിയേറ്റം അവസാനിക്കുന്നില്ല എന്നുമാത്രമല്ല മറ്റുപല രാജ്യങ്ങളിലും തൊഴിലവസരങ്ങൾ ഉണ്ടാകുകയും ചെയ്യുന്നുണ്ട്. ഗൾഫെന്ന സ്വപ്നത്തിലേക്ക് മാത്രം കണ്ണും നട്ടിരുന്നാൽ മലയാളിക്ക് ചിലപ്പോൾ അടിപതറും. പ്രൊഫഷണലുകളെ സംബന്ധിച്ച് കരിയറാണ് പ്രധാനം. ജോബ് സാറ്റിസ്ഫാക്ഷൻ, ഉയർന്ന ശമ്പളം, കരിയർ ഗ്രോത്തിനുള്ള അവസരം എന്നിവയിലൂന്നി തൊഴിൽ തെരഞ്ഞെടുക്കുന്ന പ്രൊഫഷണലുകൾക്ക് ഗൾഫെന്നോ അമേരിക്കയെന്നോ കാനഡയെന്നോ ഒന്നും ഒരു വിഷയ

മല്ല.

അതുകൊണ്ട് മാറിയകാലത്തെ തൊഴിൽ സാഹചര്യം മനസ്സിലാക്കി ക്കൊണ്ടുള്ള തൊഴിൽ നൈപുണ്യം നേടുകയെന്നതാണ് ഏറ്റവും പ്രധാനം. രണ്ടാമത്തേത് ഭാഷാപ്രാവീണ്യം കൈവരിക്കുക. മൂന്നാമ ത്തേത് മൾട്ടിപ്പിൾ സ്കിൽ ഡെവലപ്പ് ചെയ്യുക. ഇതുമാത്രമേ ഞാൻ പഠിച്ചിട്ടുള്ളൂ, ഇതുമാത്രമേ ഞാൻ ചെയ്യൂ എന്നതാവരുത് ആറ്റിറ്റ്യൂഡ്. മാറാൻ തയ്യാറാകാനും പുതിയത് പഠിക്കാനുള്ള മനോഭാവം പുതിയ കാലത്ത് അത്യാവശ്യമാണ്. എപ്പോഴും അപ്ഡേറ്റഡായിരിക്കുക എന്നാണ് ഈ കാലം നമ്മോടാവശ്യപ്പെടുന്നത്. നോക്കിയ കമ്പനിക്കു ണ്ടായ അവസ്ഥ ഓർത്തുനോക്കൂ. ഒരു കാലത്ത് ഫോണിന്റെ പര്യായ മായിരുന്നു നോക്കിയ. അവസരത്തിനൊത്തു മാറാൻ നോക്കിയ തയ്യാ റായില്ല. തങ്ങളുടെ ബ്രാൻഡിനെ അവർ അമിതമായി വിശ്വസിച്ചുവെന്നു മാത്രമല്ല തങ്ങളെ തോൽപ്പിക്കാൻ ആരുമില്ല എന്ന ധാരണയും പുലർത്തി. ആൻഡ്രോയിഡ് ഓപ്പറേറ്റിങ് സിസ്റ്റത്തിൽ സാംസങ്ങും ഐഒഎസിൽ ആപ്പിളും സ്മാർട്ട്ഫോണുകൾ അവതരിപ്പിച്ചപ്പോഴും നോക്കിയ മാറാൻ തയ്യാറായില്ല. നോക്കിയയുടെ തകർച്ച അവിടെ തുട ങ്ങുകയായിരുന്നു.

മാനേജ്മെന്റ് തലത്തിൽ നോക്കിയയുടെ പതനത്തിന് വേറെയും പല കാരണങ്ങളുണ്ടായിരുന്നു. Ringtone: Exploring the rise and fall of working in mobile phones എന്ന പുസ്തകത്തിൽ യെവ്സ്ഡോഡ് വാദിക്കുന്നത് ആപ്പിളോ ഗൂഗിളോ സാംസങ്ങോ വിപണിയിൽ വലിയ മാറ്റങ്ങളുണ്ടാക്കുന്നതിന് മുമ്പ് തന്നെ നോക്കിയ ഇന്റേണലി തകർന്നു തുടങ്ങിയിരുന്നു. അതായത് അപക്വമായ മാനേജ്മെന്റ് തീരുമാനങ്ങൾ, ഓർഗനൈസേഷനൽ സ്ട്രക്ചറിൽ വരുത്തിയ മാറ്റങ്ങൾ വേണ്ടരീതി യിൽ പ്രവർത്തിക്കാത്തത്, കമ്പനിയുടെ വർദ്ധിച്ചുവന്ന ബ്യൂറോക്രസി പ്രശ്നങ്ങൾ, ആഭ്യന്തരമായി പല വകുപ്പുകൾ തമ്മിലുള്ള ശത്രുത, ഈഗോ പ്രശ്നങ്ങൾ എന്നിവയെല്ലാം നോക്കിയയുടെ പതനത്തിന് കാര ണമായി.

എങ്കിലും കാലോചിതമായ മാറ്റങ്ങൾ ഉൾക്കൊള്ളാനോ പുതിയ ആശ യങ്ങൾ ചർച്ച ചെയ്യാനോ, പരീക്ഷണത്തിന് തയ്യാറാവത്തതോ, സ്വന്തം ബ്രാൻഡിനെക്കുറിച്ചുള്ള അമിതവിശ്വാസമോ, വിപണിയിൽ മത്സരങ്ങ ളുണ്ടായാലും തങ്ങളെ ആരും കൈവിടില്ല എന്ന അബദ്ധധാരണയോ ഒക്കെയാണ് നോക്കിയയെ പെട്ടിയിലാക്കിയത്.

നോക്കിയയുടെ കാര്യം മാത്രമല്ല, 20-ാം നൂറ്റാണ്ടിൽ ഫോട്ടോഗ്രാ

ഫിക് ഫിലിം മാർക്കറ്റിൽ 'കൊഡാക്' എന്ന ബ്രാൻഡിന് ശക്തരായ എതിരാളികൾ ഇല്ലായിരുന്നു. കൊഡാക്കിന്റെ ഫിലിം ഉപയോഗിക്കാത്ത ഒരു കാമറയും ആ കാലത്തില്ലായിരുന്നു. അതുകൊണ്ടുതന്നെ തങ്ങളുടെ ബ്രാൻഡ് എന്നെന്നും നിലനിൽക്കുന്ന, ഗ്യാരൻഡീഡ് ബ്രാൻഡാണെന്ന മൗഢ്യം കൊഡാക് മാനേജ്മെന്റിനുണ്ടായിരുന്നു. വാസ്തവത്തിൽ 1975ൽ കൊഡാക്കിലെ എൻജിനിയറായ സ്റ്റീവ് സാംസൺ ഡിജിറ്റൽ ക്യാമറ കണ്ടുപിടിച്ചു. അതായത് ഫിലിമില്ലാതെയുള്ള ഫോട്ടോ പകർത്തൽ. ഫിലിം കച്ചവടത്തിൽ തങ്ങളെ വെല്ലാൻ ആരുമില്ലാതിരുന്ന കാലത്താണ് സ്റ്റീവിന്റെ കണ്ടുപിടുത്തം. മാനേജ്മെന്റിന് മുന്നിൽ അവതരിപ്പിച്ചപ്പോൾ ലഭിച്ച മറുപടി 'That's cute, but don't tell anyone about it' എന്നായിരുന്നു.

സംഗതി കൊള്ളാം, പക്ഷേ രഹസ്യമായിരുന്നോട്ടെ എന്ന്.

ഡിജിറ്റൽ ക്യാമറ ഭാവിയിൽ ഫോട്ടോഗ്രാഫി മേഖലയെ ഉടച്ചുവാർക്കുമെന്ന് ചിന്തിക്കുന്നതിന് പകരം നിലവിലുള്ള ഫിലിം ബിസിനസിന്റെ കടക്കൽ കത്തിവയ്ക്കുന്ന നീക്കമാണെന്ന് കൊഡാക്ക് മാനേജ്മെന്റ് വിശ്വസിച്ചു. ഫലമോ ഡിജിറ്റൽ ഫോട്ടോഗ്രാഫിയുടെ മഹാപ്രളയത്തിൽ കൊഡാക്ക് മുങ്ങിത്താണു. ഫിലിം ഉപയോഗിക്കേണ്ട ആവശ്യമില്ലാത്ത ക്യാമറകൾ വിപണിയിൽ എത്തിയതോടെ ഫിലിമിന് ആവശ്യക്കാരില്ലാതായി. കൊഡാക്കിന്റെ മുൻ വൈസ്പ്രസിഡന്റ് ഡോൺ സ്ട്രിക്ക്‌ലാൻഡ് ഇതേക്കുറിച്ച് പറഞ്ഞതിങ്ങനെയാണ്.

'ലോകത്തിലെ ആദ്യത്തെ കൺസ്യൂമർ ഡിജിറ്റൽ ക്യാമറകൾ വികസിപ്പിച്ചുവെങ്കിലും അത് മാർക്കറ്റിൽ അവതരിപ്പിക്കാനോ വിൽക്കാനോ ഉള്ള അനുമതി മാനേജ്മെന്റ് നൽകിയില്ല. തങ്ങളുടെ ഫിലിം മാർക്കറ്റിനെ അതു പ്രതികൂലമായി ബാധിക്കുമെന്ന ഭയമായിരുന്നു കാരണം. ഡിജിറ്റൽ വിപ്ലവം വിപണിയെ കീഴടക്കിയപ്പോഴും കാലത്തിനൊത്ത് മാറാൻ തയ്യാറാകാതെ ഫിലിം കച്ചവടത്തിൽ മാത്രം ഫോക്കസ് ചെയ്തുകൊണ്ടിരുന്നു. ഒടുവിൽ 2012ൽ കൊഡാക് കമ്പനി പാപ്പർ ഹർജി ഫയൽ ചെയ്തു."

ചുരുക്കം ഇത്രമാത്രമേയുള്ളൂ, ഉപഭോക്താവിന്റെ ആവശ്യത്തെ തൃപ്തിപ്പെടുത്താൻ കഴിയാത്ത ഒരു ബ്രാൻഡും നിലനിൽക്കില്ല. അത് നോക്കിയയുടെ കാര്യത്തിലും കൊഡാക്കിന്റെ കാര്യത്തിലും ജനറൽ മോട്ടേഴ്സിന്റെ കാര്യത്തിലുമൊക്കെ കണ്ടതാണ്. ഇതിന് നേർവിപരീതമായി കാലത്തിനൊപ്പം മാറാൻ തയ്യാറായ ഒരു ബ്രാൻഡിനെ കുറിച്ചു പറയാം. നെറ്റ്ഫ്ളിക്സ് - ലോകത്തിലെ ഏറ്റവും വലിയ ഓൺലൈൻ

സബ്സ്ക്രിപ്ഷൻ വീഡിയോ സർവ്വീസ് പ്രൊവൈഡർ.

പ്രാരംഭഘട്ടത്തിൽ DVD കാസറ്റുകൾ വാടകക്ക് എത്തിച്ചിരുന്ന ഒരു digital store മാത്രമായിരുന്നു NETFLIX. അതായത് ഉപഭോക്താവിന് വിവിധ കാസറ്റ് സ്റ്റോറുകൾ സന്ദർശിച്ച് ഇഷ്ടമുള്ള മൂവി കാസറ്റുകൾ തിരഞ്ഞെടുക്കുന്ന സമയം ലാഭിക്കാം. NETFLIX digital പ്ലാറ്റ്ഫോമിൽ മൂവി സെലക്ട് ചെയ്യാം. അത് ഉപഭോക്താവിന് ആ ദിവസം തന്നെ എത്തിച്ചുകൊടുക്കും. 1997ലാണ് നെറ്റ്ഫ്ളിക്സിന് തുടക്കം കുറിക്കുന്നത്. അക്കാലത്ത് വി.എച്ച്.എസ്. കാസറ്റുകളായിരുന്നു പ്രചാരത്തിൽ. ഡി.വി.ഡിയൊക്കെ ലക്ഷ്വറിയായിരുന്നു. ആ സമയത്താണ് ലോകത്തിലെ ആദ്യത്തെ ഓൺലൈൻ ഡി.വി.ഡി. റെന്റൽ സ്റ്റോർ നെറ്റ്ഫ്ളിക്സ് ആരംഭിക്കുന്നത്. നെറ്റ്ഫ്ളിക്സ് എന്ന പേരുപോലും ശ്രദ്ധിക്കപ്പെട്ടു. NET - (INTERNET) FLIX (Refers to Flicks)

നെറ്റ് ഇന്റർനെറ്റിനെയും ഫ്ളിക്സ് മൂവിയെയും സൂചിപ്പിക്കുന്ന വാക്കുകളായിരുന്നു.

പണംകൊടുത്ത് കാസറ്റ് വാടകക്കെടുക്കുന്ന രീതിയിൽ വെറും 923 സിനിമാ ടൈറ്റിലുകളുമായി തുടങ്ങിയ സ്ഥാപനം മൂന്ന് കൊല്ലം കൊണ്ട് മൂന്ന് ലക്ഷം വരിക്കാരിലെത്തി.

അഞ്ചുകൊല്ലം കൂടി കഴിഞ്ഞപ്പോൾ 35000 ടൈറ്റിലുകളും പത്തു ലക്ഷം സബ്സ്ക്രിപ്ഷനുമായി.

ഇത്ര വിശദമായി നെറ്റ്ഫ്ളിക്സിന്റെ ചരിത്രം പ്രതിപാദിച്ചത് ഇതേ കാലയളവിൽ കേരളത്തിന്റെ ഒട്ടുമിക്ക നഗരപ്രദേശങ്ങളിലും വീഡിയോ ഓഡിയോ കാസറ്റ് കടകൾ സജീവമായിരുന്നു എന്നോർമ്മിപ്പിക്കാൻ കൂടിയാണ്. ഈ കടകൾക്ക് പിന്നീട് എന്ത് സംഭവിച്ചു. വീഡിയോ ഓഡിയോ കാസറ്റുകളുടെ കാലം അവസാനിക്കുകയും ഡിജിറ്റൽ വിപ്ലവം ഉണ്ടാവുകയും ചെയ്തപ്പോൾ ഈ ഷോപ്പുകളൊക്കെ അടച്ചുപൂട്ടി. മറ്റൊന്ന് കൂടിയുണ്ട്. ഗൾഫുകാരന്റെ വീടുകളിലായിരുന്നു അന്ന് ഇത്തരം വീഡിയോ കാസറ്റു പ്ലെയറുകൾ കൂടുതലും കാണാൻ കഴിഞ്ഞിരുന്നത്. VCP/VCRകൾ വാടകക്ക് കൊടുക്കുന്ന കടകളും നമ്മുടെ നാട്ടിൽ സജീവമായിരുന്നു.

മാറുന്ന കാലം മുന്നിൽക്കണ്ട് നെറ്റ്ഫ്ളിക്സ് പ്രവർത്തിച്ചു. വീഡിയോ കാസറ്റുകളുടെ കാലം അവസാനിക്കുമെന്ന് മനസ്സിലാക്കിയ നെറ്റ്ഫ്ളിക്സ് സ്ഥാപകർ സ്വന്തമായി വീഡിയോ കണ്ടന്റ് നിർമ്മിച്ചു. ഇന്റർനെറ്റ് സജീവമായതോടെ സിനിമയിൽ ഓൺലൈൻ സ്ട്രീം ചെയ്യാൻ തുടങ്ങി. 2003ൽ ഇതു തുടങ്ങിയെങ്കിലും അന്ന് ഇന്റർനെറ്റിന്റെ

വേഗം കുറവായതിനാൽ ആ നീക്കം വിജയിച്ചില്ല. രണ്ടു വർഷം കാത്തിരുന്നാണ് അത് വിജയം കണ്ടത്. പിന്നെയെല്ലാം ചരിത്രം. 2021ന്റെ രണ്ടാം പാദത്തിലെ കണക്ക് നോക്കിയാൽ ലോകത്താകെ209 ദശലക്ഷം വരിക്കാരുണ്ട്.

ഡിജിറ്റൽ ടെക്നോളജി അതിവേഗം പരിവർത്തനത്തിന് വിധേയമായപ്പോൾ ആ മാറ്റം ഉൾക്കൊള്ളാനും അതിനനുസരിച്ച് നൂതന ആശയങ്ങൾ രൂപപ്പെടുത്താനും തയ്യാറായി എന്നതാണ് നെറ്റ്ഫ്ളിക്സിന്റെ വിജയം.

ഇതൊരു സ്ഥാപനത്തിന്റെയോ ബ്രാൻഡിന്റെയോ കാര്യത്തിൽ മാത്രമല്ല, വ്യക്തികളുടെ കാര്യത്തിലും പരമപ്രധാനമാണ്. അപ്ഡേറ്റാവാത്തതൊന്നിനും നിലനില്പുണ്ടാവില്ല. സ്മാർട്ട് ഫോണുകളുടെ അതിപ്രസരമുള്ള ഇക്കാലത്ത് ഈ അപ്ഡേഷനെപ്പറ്റി പറയാൻ ഇതിലും വലിയ ഉദാഹരണം വേറെയില്ല. സോഫ്റ്റ്വേർ അപ്ഡേഷൻ, അതിനനുസരിച്ച് ആപ്പുകളുടെ അപ്ഡേഷൻ, ഒക്കെ നിർബന്ധമാണെന്ന് ഏതൊരു സ്മാർട്ട്ഫോൺ ഉപയോക്താവിനും അറിയാം. അതിന് തയ്യാറല്ല എന്ന് ബലം പിടിച്ചിരുന്നാൽ ഫോൺ പതിയെപ്പതിയെ 'സ്ലോ' ആകും. പല ആപ്ലിക്കേഷനും വർക്ക് ചെയ്യാതെ വരും. അത്തരമൊരു സ്മാർട്ട്ഫോൺ ഉപയോഗശൂന്യമാണ്. മനുഷ്യന്റെ കാര്യത്തിലും ഇത് ബാധകമല്ലേ എന്നു ചിന്തിച്ചുനോക്കൂ. എന്നാൽ ആ അപ്ഡേഷന് നമ്മൾ തയ്യാറാകുന്നില്ല. പഠിച്ചതൊക്കെ മതി എന്നതാണ് പലരുടെയും ആറ്റിറ്റ്യൂഡ്. എന്താണ് പഠിച്ചുവച്ചിരിക്കുന്നത് എന്നൊരു ചോദ്യം സ്വയം ചോദിക്കുകയും ആത്മാർത്ഥമായി അതിനൊരുത്തരം കണ്ടെത്താൻ ശ്രമിക്കുകയും ചെയ്താൽ ഉള്ളി തൊലിച്ചതുപോലാകും, ഉള്ളിൽ ഒന്നുമില്ലാത്ത അവസ്ഥ.

കൈയിലൊരു യൂനിവേഴ്സിറ്റി സർട്ടിഫിക്കറ്റുണ്ട് എന്നതിനപ്പുറം പ്രായോഗികമായ ഒരറിവും നമ്മുടെ കുട്ടികൾ നേടുന്നില്ല. നമ്മുടെ എഞ്ചിനീയറിംഗ് പഠനത്തിന്റെ കാര്യം എടുത്ത് പരിശോധിച്ചാൽ ഇത് വ്യക്തമാകും. എഞ്ചിനിയറിംഗ് കോളേജുകൾ കൂണുപോലെ മുളച്ചുപൊന്തിയതോടെ കേരളത്തിലിന്ന് എഞ്ചിനിയർമാരുടെ ചാകരയാണ്. എവിടെത്തിരിഞ്ഞൊന്ന് നോക്കിയാലും അവിടെല്ലാം എഞ്ചിനിയർമാരാണ് എന്ന് ആധുനികനായ ഏതെങ്കിലും കവി ചങ്ങമ്പുഴയുടെ കവിതയ്ക്ക് സ്പൂഫ് ഉണ്ടാക്കിയാലും തെറ്റില്ല. 10-15 വർഷത്തിനിടെ കേരളത്തിൽ എഞ്ചിനിയറിംഗ് സീറ്റുകൾ അരലക്ഷമായി വർദ്ധിച്ചു. അതായത് ഒന്നര ദശാബ്ദത്തിന് മുമ്പ് വെറും 3000 മാത്രമായിരുന്ന എഞ്ചിനിയറിംഗ് സീറ്റാണ്

ഇത്രയും വർദ്ധിച്ചത്. ഇതിനനുസരിച്ച് എഞ്ചിനിയർമാർക്ക് നമ്മുടെ തൊഴിൽ മേഖലയിൽ ഡിമാന്റുണ്ടോ? വാസ്തവത്തിൽ ഇല്ല. എഞ്ചിനിയറിംഗ് പാസാകുമ്പോൾ പിന്നീട് അവരുടെ തൊഴിൽ മേഖല ഒന്നുകിൽ ഐ.ടി. കമ്പനികളിലായിരിക്കും അല്ലെങ്കിൽ ബാങ്കിംഗ് മേഖലയിലോ മറ്റോ ആയിരിക്കും. എഞ്ചിനിയറിംഗ് കഴിഞ്ഞ് MBAയെയും പഠിച്ച് സെയിൽസ് ജോലി ചെയ്യുന്നവരും കുറവല്ല.

എഞ്ചിനിയറിംഗ് കോളേജുകളുടെ എണ്ണം കുത്തനെ ഉയർന്നത് നിലവാരത്തകർച്ചയ്ക്ക് കാരണമായിട്ടുണ്ട്. തിയറിക്കൊപ്പം പ്രായോഗിക പരിശീലനത്തിനും തുല്യപ്രാധാന്യം നൽകി എഞ്ചിനിയറിംഗ് മേഖലയിൽ തൊഴിൽ ചെയ്യാൻ കുട്ടികളെ പ്രാപ്തരാക്കുന്നുണ്ടോ നമ്മുടെ എഞ്ചിനിയറിംഗ് കോളേജുകൾ? പരമ്പരാഗതമായി പഠിപ്പിച്ചുകൊണ്ടിരിക്കുന്ന സിലബസ് കാലാനുസൃതമായി പരിഷ്കരിച്ചിട്ടുണ്ടോ? ആർട്ടിഫിഷ്യൽ ഇന്റലിജൻസ്, ബ്ലോക്ചെയിൻ പോലുള്ള വിഷയങ്ങൾ കൂടി പഠിച്ചെടുക്കാൻ ഉള്ള സൗകര്യമുണ്ടോ? കരിക്കുലത്തിന് പുറത്തേക്ക് കൂടി പഠനം വ്യാപിപ്പിക്കാൻ നമുക്ക് കഴിയുന്നുണ്ടോ?

ഇങ്ങനെ ചോദ്യങ്ങൾ നിരവധിയാണ്. ടെക്നോളജി അപ്ഡേഷൻ കൃത്യമായ ഇടവേളകളിൽ സംഭവിക്കുന്നതുപോലെ വിദ്യാഭ്യാസ മേഖലയിൽ പ്രത്യേകിച്ച് കരിക്കുലം തയ്യാറാക്കലിൽ അപ്ഡേഷൻ നല്കുന്നില്ല. അതുകൊണ്ടുതന്നെ, എന്തിന് പഠിക്കുന്നു എന്ന് ചോദിച്ചാൽ എഞ്ചിനിയറിംഗിന് പഠിക്കുന്നു എന്ന് പറയാമെന്നല്ലാതെ പ്രത്യേകിച്ച് ഗുണമൊന്നുമുണ്ടാകുന്നില്ല.

ഈ പറഞ്ഞതിന്റെയർത്ഥം എഞ്ചിനിയറിംഗ് പഠനം പൂർത്തിയാക്കി പുറത്തിറങ്ങുന്നവർ ഒന്നിനും കൊള്ളാത്തവരാണെന്നല്ല. വ്യക്തമായ അഭിരുചിയോടുകൂടി എഞ്ചിനിയറിംഗ് മേഖല തിരഞ്ഞെടുത്ത് അതിൽ ആഭിമുഖ്യം വളർത്തി മികച്ച വിജയം നേടി പുറത്തിറങ്ങുന്ന ധാരാളം എഞ്ചിനീയർമാരുണ്ട്. അതേസമയം തന്നെ മാതാപിതാക്കളുടെ നിർബന്ധത്തിന് വഴങ്ങി അല്ലെങ്കിൽ കൂട്ടുകാരൻ/കൂട്ടുകാരിയുടെ സ്വാധീനത്തിന് വഴങ്ങി യാതൊരു വാസനയുമില്ലാത്ത ഏതെങ്കിലും കോഴ്സിന് ചേരുന്ന കുട്ടികളുടെ കാര്യമാണ് കഷ്ടം. ഇത്തരക്കാരിൽ പലരും തോറ്റു തോറ്റ് നാലുകൊല്ലം വെറുതെ കളയുകയായിരിക്കും. ഒരു പരീക്ഷ പോലും ജയിക്കാതെ നാലു വർഷവും പഠിക്കാമെന്നതാണല്ലോ എഞ്ചിനിയറിംഗ് പഠനത്തിന്റെ ഒരു പ്രത്യേകത. കണ്ണൂർ എഞ്ചിനിയറിംഗ് കോളേജിലെ മുൻ പ്രിൻസിപ്പാളും റിട്ടയേഡ് പ്രൊഫസറുമായ ആർ വി ജി മേനോൻ എഞ്ചിനീയറിംഗ് വിദ്യാഭ്യാസമേഖലയിലെ അപചയത്തെക്കു

റിച്ച് കൃത്യമായി നിരീക്ഷിച്ചിട്ടുണ്ട്. അതായത് കുട്ടികൾ പരീക്ഷയിൽ തോൽക്കുമ്പോൾ അധ്യാപകരുടെ പിടിപ്പുകേടിനെപ്പറ്റി പഴിപറയുന്ന മാതാപിതാക്കൾ മക്കളുടെ അഭിരുചി തിരിച്ചറിയാൻ തയ്യാറാകുന്നില്ല. ഫലമോ തോൽക്കുന്നവരുടെ എണ്ണം കൂടിവരും. 2019ൽ 33.4 ശതമാനമായിരുന്നു എഞ്ചിനീയറിംഗ് വിജയശതമാനം. കഴിഞ്ഞ കുറച്ചു വർഷങ്ങളായി ഇതുതന്നെയാണ് സ്ഥിതി. അതായത് 60%ത്തിന് മേലെ കുട്ടികളും കോഴ്സ് പാസാകുന്നില്ല. നാലുകൊല്ലം പാഴാക്കിക്കളഞ്ഞ ഇവർ എന്തുചെയ്യുന്നു എന്നത് പഠനവിധേയമാക്കണം. ഒരു തൊഴിലും ചെയ്യുന്നതിനുള്ള പ്രായോഗിക പരിജ്ഞാനമോ ഏതെങ്കിലും കോർപ്പറേറ്റ് സ്ഥാപനത്തിൽ ജോലിക്ക് അപേക്ഷിക്കാനുള്ള യോഗ്യതയോ ഇല്ലാതെ ഈ കുട്ടികൾ എങ്ങനെയാണ് കരിയർ പാത്ത് കണ്ടെത്തുന്നത്. ഇങ്ങനെയുള്ളവർക്കും പിടിവള്ളി ഗൾഫ് മേഖല മാത്രമാണ്. ഈ സാധ്യതയും മങ്ങലേറ്റു തുടങ്ങി എന്നതാണ് ഇതുവരെ പറഞ്ഞതിന്റെയൊക്കെയർത്ഥം. തൊഴിൽ നൈപുണ്യമില്ലാത്തവർക്ക് മികച്ച കരിയർ കണ്ടെത്താൻ ഇനിയുള്ള കാലം പ്രയാസമായിരിക്കും. മറ്റൊരു വൈരുദ്ധ്യം കൂടിയുണ്ട്. രണ്ടുകൊല്ലം ഐ.ടി.ഐ കോഴ്സ് പൂർത്തിയാക്കിയ ഒരാൾക്ക് നാലുകൊല്ലം എഞ്ചിനിയറിങ്ങ് പഠിച്ച ഒരാളേക്കാൾ തൊഴിൽ വൈദഗ്ദ്യം കൂടുതലാണ് എന്നതിനാൽ തൊഴിലവസരങ്ങൾ ധാരാളമുണ്ട്.

അഭിരുചി ഇല്ലെങ്കിലും വേണ്ടില്ല മകൻ/മകൾ എഞ്ചിനിയറിംഗിന് പഠിക്കുന്നു എന്ന് മേനി നടിക്കാൻ മലയാളിക്ക് ഇഷ്ടമാണ്. പഠിച്ചുകഴിഞ്ഞ് ജോലി കിട്ടിയില്ലെങ്കിലും എഞ്ചിനിയറിംഗ് കഴിഞ്ഞുനിൽക്കുന്നു എന്നു പറയുന്നതൊരന്തസ്സായി കാണുന്നകൂട്ടർ. ഈ മേനി നടിക്കുന്നവരുടെ എണ്ണം കൂടിയപ്പോഴാണ് എഞ്ചിനീയറിംഗ് കോളേജുകളുടെ എണ്ണവും കൂടിയത്. സെൽഫ് ഫിനാൻസിങ്ങ് കോളേജുകളടക്കം നടത്തുന്ന കച്ചവടക്കാരുടെ എണ്ണം കൂടി. കുട്ടികളിൽനിന്ന് പിരിക്കുന്ന പണം കൊണ്ട് മാത്രം ചെലവു നടത്തുന്ന കോളേജുകൾ. അവിടെ സൗകര്യങ്ങളുണ്ടോ, തൊഴിൽ പരിചയത്തിനുള്ള സാമഗ്രികളുണ്ടോ കരിക്കുലത്തിന് പുറത്തുള്ള, നിർമ്മിതബുദ്ധിപോലുള്ള പുതിയകാല സാധ്യതകൾ പഠിക്കാനുള്ള മാർഗ്ഗങ്ങളുണ്ടോ എന്നതൊന്നും വിഷയമല്ല. എഞ്ചിനീയറിംഗിന് ചേരണം, മേനി നടിക്കണം.

ചെക്കോസ്ലോവാക്യൻ സഹോദരങ്ങളായ കാറൽ ചാപെകും ജോസഫ് ചാപെകും എഴുതിയ 'ദി ഇൻസെക്ട് പ്ലേ' (Insect Play) എന്നൊരു നാടകത്തിൽ ചാണകയുണ്ട ഉരുട്ടിക്കൊണ്ടുപോകുന്ന രണ്ടു

വലിയ കരിവണ്ടുകളുണ്ട് കഥാപാത്രങ്ങളായി. Mr. Beetle and Mrs. Beetle. ഇണകളാണ് രണ്ടുപേരും. ഇവരുടെ ഒരു വിലയേറിയ സമ്പാദ്യംപോലെ കൊണ്ടുനടക്കുന്നത് ഒരു ചാണകയുണ്ടയാണ്. അത് വളരെ അഭിമാനത്തോടെയും ശ്രദ്ധയോടും കൂടിയാണ് ഇവർ ഉരുട്ടിക്കൊണ്ട്പോകുന്നത്. മാത്രമല്ല, ഇടക്കിടക്ക് ചാണകയുണ്ടയിൽ അമർന്നിരിക്കുകയും ആശ്ലേഷിക്കുകയും നക്കി രസിക്കുകയും ചെയ്യും. എന്താണ് ഇതുകൊണ്ട് പ്രയോജനം എന്ന് ചോദിച്ചാൽ പറയാൻ ഒന്നുമാത്രം. എന്തെങ്കിലും ഒന്ന് സ്വന്തമായിരിക്കുന്നത് നല്ലതാണ്. അത് ഉരുട്ടിക്കൊണ്ടു നടക്കാം, സൂക്ഷിച്ചുവയ്ക്കാം, അതൊക്കെത്തന്നെ.

ഈ നാടകത്തെ വിശേഷിപ്പിക്കുന്നത് തന്നെ Allegory of human folly എന്നാണ്.

മനുഷ്യമുഢതയുടെ രൂപകാലങ്കാരമെന്ന്.

കൊറോണ വൈറസ്
മനുഷ്യരാശിയെയൊന്നാകെ പിടി
കൂടി.
ഗൾഫ് പ്രവാസികൾ ഒറ്റപ്പെട്ടു.
ഭയം
ഉത്കണ്ഠ
അടച്ചിടൽ
മാസ്ക്
സാമൂഹിക അകലം
കൈകഴുകൽ
തൊഴിൽ നഷ്ടപ്പെടൽ
തിരികെ പോകാനുള്ള നിലവിളി

സമയമെന്ന ബാങ്ക് ഡെപ്പോസിറ്റ്

'നിങ്ങളെല്ലാം നീളേ നീളേ
നിഴൽ നോക്കി നടന്നവർ.'

വസ്തുവും നിഴലും തമ്മിൽ തിരിച്ചറിയാൻ കഴിയാതെ വരുന്ന മനുഷ്യന്റെ മൂഢതയെക്കുറിച്ച് ജി. ശങ്കരപ്പിള്ള എഴുതിയ നാടകത്തിലൊരിടത്ത് പറയുന്ന സംഭാഷണമാണിത്. 'നിഴൽ' എന്നാണ് നാടകത്തിന്റെ പേര്. രാജ്ഞിയുടെ കളവുപോയ വൈരമാല തേടിയുള്ള ഭടന്മാരുടെ യാത്രയാണ് നാടകത്തിന്റെ കഥാതന്തു.

ഉണ്മയെന്തെന്ന് തിരിച്ചറിയാനുള്ള മനുഷ്യന്റെ കഴിവുകേട് എടുത്തു പറയുന്നുണ്ട് കുട്ടികൾക്കുള്ള ഈ നാടകത്തിൽ.

'കുട്ടികൾക്ക് രാജ്ഞിയുടെ കളവുപോയ വൈരമാലയെക്കുറിച്ചുള്ള കഥ മുത്തശ്ശി പറഞ്ഞുകൊടുക്കുന്നു. മാല അന്വേഷിച്ചിറങ്ങിയ ഭടന്മാർ ക്ഷീണിച്ചവശരായപ്പോൾ തടാകത്തിലിറങ്ങി വെള്ളം കുടിച്ച് മുഖം കഴുകാനൊരുങ്ങവെ, തടാകമധ്യത്തിൽ തിളങ്ങിക്കിടക്കുന്ന വൈരമാല കാണുന്നു. അവർക്കാർക്കും നീന്താനറിയില്ല. അതുകൊണ്ട്തന്നെ മുങ്ങിത്തപ്പിയെടുക്കാൻ ഭയം. തടാകജലം വറ്റിച്ച ശേഷം അതു തിരയുമ്പോൾ കാണാതെയാകുന്നു. എന്നാൽ തടാകത്തിൽ വൈരമാല കണ്ടതാണെന്ന് ഭടന്മാർക്ക് ഉറപ്പാണ്. തടാകത്തിൽ വീണ്ടും വെള്ളം നിറയ്ക്കാനായി രാജകല്പന.

'തമ്പുരാന്റെ കുളം നിറയ്ക്കാൻ വായോ വാ!
പെരുങ്കടലേ പറകൊട്ടി ആടിയാടി എഴുന്നള്ളൂ
വായോ വാ വായോ വാ വന്നിവിടെ കുടികൊള്ളൂ
പോയ വെള്ളം തിരിച്ചുവന്നാൽ
പൊയ്ദോഷം മാറിയെന്നാൽ
കടലമ്മേ നിന്റെ മുന്നിൽ
അടിയങ്ങൾ നേർച്ച വയ്ക്കാം."

രാജാവും പരിവാരങ്ങളും വെള്ളം നിറഞ്ഞ തടാകത്തിനരികിലെത്തുന്നു. വെള്ളമുള്ള തടാകത്തിൽ വൈരമാലയുണ്ട്. വെള്ളമില്ലാത്തപ്പോൾ

വൈരമാല കാണാതാകുന്നു. ഇങ്ങനെയൊരവസ്ഥയ്ക്ക് പരിഹാരം കാണാതെ വിഷമിച്ച രാജാവ് അവധൂതനെ വന്നു കണ്ട് പരിഹാരം തേടുന്നു. അവധൂതൻ തടാകത്തിനരികെയെത്തി കൈക്കുമ്പിളിൽ വെള്ളം കോരിയെടുത്ത് പറയുന്നതിങ്ങനെയാണ്.

'നിങ്ങളെല്ലാം നീളെ നീളെ
നിഴൽ നോക്കി നടന്നവർ'

കാരണം വൈരമാല തടാകത്തിനരികിലുള്ള വാകമരത്തിന്റെ കൊമ്പിലെ കിളിക്കൂടിലായിരുന്നു. വൈരമാലയുടെ നിഴലിൽ പിടിക്കാനായിരുന്നു എല്ലാവരും ശ്രമിച്ചത്.

യാഥാർത്ഥ്യം തിരിച്ചറിയാതെ എന്തൊക്കെ പുകിലാണ് നമ്മളൊക്കെ നടത്തുന്നത്. ഉണ്മയെന്തെന്ന് തിരിച്ചറിയാനുള്ള മനുഷ്യന്റെ കഴിവുകേടുതന്നെയാണ് കോവിഡുകാലത്ത് പ്രവാസിയെ തിരിച്ചറിയാതെ പോയതിന്റെ കാരണങ്ങളിലൊന്ന്.

"സൂര്യഗോളം ചരിക്കുന്ന സത്യത്തിൻ പാത തേടുവോരാരുണ്ട്" എന്ന ചോദ്യം പ്രവാസിയുടെ നിഴലിൽ പിടിക്കാൻ മാത്രം ശ്രമിച്ചുകൊണ്ടിരിക്കുകയും ഉണ്മ തിരിച്ചറിയാതിരിക്കുകയും ചെയ്യുന്ന മലയളി പൊതുസമൂഹത്തിന്റെ മുന്നിൽ വയ്ക്കുന്നു. തിരിച്ചറിയാതിരിക്കുന്നത് ഒരു കുറ്റമായി പരാമർശിച്ചതല്ല. ഓരോ ഇടത്തെയും ജീവിതാനുഭവങ്ങൾ വ്യത്യസ്തമാണെന്ന് തിരിച്ചറിയാൻ ആ ഇടങ്ങളിൽ ജീവിക്കുകയേ നിവൃത്തിയുള്ളൂ.

കൊറോണ മൂലം അടച്ചുമൂടപ്പെട്ട ലോകത്ത് ഏറെ ബുദ്ധിമുട്ടനുഭവിച്ച കുട്ടികളെയും കൂട്ടിയാണ് പലരും നാട്ടിലേക്ക് പോകാൻ ആഗ്രഹിച്ചത്. ആ തീരുമാനത്തിന് പിന്നിൽ കുട്ടികളുടെ ഒറ്റപ്പെടലിനെങ്കിലും ശമനമുണ്ടാകുമല്ലോ എന്ന ചിന്തയായിരുന്നുവെന്ന് പല രക്ഷിതാക്കളും പറഞ്ഞിട്ടുണ്ട്. ഫ്ളാറ്റു മുറിക്കുള്ളിൽ, ഡിജിറ്റൽ ഡിവൈസുകളുമായുള്ള ചങ്ങാത്തവുമായി കഴിയേണ്ടിവന്ന കുട്ടികളിൽ പലർക്കും പല തരത്തിലുള്ള മാനസിക പ്രശ്നങ്ങളുണ്ടായി, പ്രത്യേകിച്ച് കൗമാരക്കാരായവരിൽ. ഒന്നും ഒന്നും ചെയ്യാനില്ലാതെ ഗെയിം കളിച്ചും വെബ് സീരീസുകൾ കണ്ടും ആദ്യമൊക്കെ ലോക്ഡൗൺ കാലം അനുഗൃഹീതകാലം എന്നൊക്കെ തോന്നിയിരുന്ന കുട്ടികളിൽ പലർക്കും പിന്നീട് വിഷാദരോഗങ്ങൾവരെ പിടിപെട്ടുതുടങ്ങി. കോവിഡ് സൃഷ്ടിച്ച ഭീതി, ജോലി നഷ്ടപ്പെടുമോയെന്നുള്ള ഉത്ക്കണ്ഠ, സാലറി കട്ട് സൃഷ്ടിച്ച സാമ്പത്തിക പ്രായസങ്ങൾ ഇങ്ങനെ എണ്ണിയാലൊടുങ്ങാത്ത പ്രശ്നങ്ങളിൽ രക്ഷിതാക്കൾ ആകുലരായിരിക്കുമ്പോൾ കുട്ടികൾ തീർത്തും ഒറ്റപ്പെട്ടു.

പ്രത്യേകിച്ച് ഒരു കുട്ടി മാത്രമുള്ള ഫ്ളാറ്റുകളിൽ. digital addiction കുട്ടികളിൽ ബിഹേവിയറൽ ചെയ്ഞ്ച് വരുത്തി. രക്ഷിതാക്കളോട് അനാവശ്യമായി കയർക്കുകയും ദേഷ്യം നിയന്ത്രിക്കാൻ കഴിയാതെ പലതും തല്ലിപ്പൊട്ടിക്കുന്ന സ്വഭാവംവരെ പ്രകടിപ്പിച്ചവരുണ്ട്. പലർക്കും ക്ലിനിക്കൽ സൈക്കോളജിസ്റ്റുകളുടെ സഹായം തേടുകയല്ലാതെ മറ്റൊരു മാർഗ്ഗവുമില്ലാതായി. ഇത് കോവിഡ് കാലം സൃഷ്ടിച്ച പ്രത്യേക പ്രതിഭാസമൊന്നുമല്ല. കോവിഡിന് മുമ്പും ഡിജിറ്റൽ അഡിക്ഷൻ കുട്ടികളിൽ, പ്രത്യേകിച്ച് കൗമാരപ്രായക്കാരിൽ ഈ പെരുമാറ്റ വ്യതിയാനം സൃഷ്ടിച്ചിരുന്നു. കോവിഡ് അത് രൂക്ഷമാക്കിയെന്നേയുള്ളൂ.

ഡ്രഗ് അഡിക്ഷൻപോലെ തന്നെ ഡിജിറ്റൽ അഡിക്ഷനും ഒരാളെ നിരുത്തരവാദപരമായും വിവേകരഹിതമായും പലതും ചെയ്യാൻ പ്രേരിപ്പിക്കും. വീണ്ടുവിചാരമില്ലാതെ ചെയ്യുന്ന പ്രവൃത്തികൾ ചിലപ്പോൾ കുടുംബബന്ധങ്ങളെപ്പോലും താറുമാറാക്കും. അതുകൊണ്ടാണ് സ്മാർട് സ്ക്രീനുകളെ ഇലക്ട്രോണിക് കൊക്കെയിൻ എന്ന് പോലും ചില പഠനങ്ങളിൽ വിശേഷിപ്പിക്കുന്നത്. രാത്രി ഉറങ്ങാതെ മുഴുവൻ സമയവും ഓൺലൈൻ ഗെയിം കളിച്ച് മാനസിക, ശാരീരിക ആരോഗ്യം നഷ്ടപ്പെടുത്തിയ കൗമാരപ്രായക്കാരെക്കുറിച്ച് എത്രയോ വാർത്തകൾ പ്രവാസലോകത്ത് നിന്നും കേട്ടു. ഇതൊരു ആഗോളവിഷയമാണ്. അതുകൊണ്ടുതന്നെ പ്രവാസത്തിന്റെ മാത്രം ആകുലതകളിൽ ഉൾക്കൊള്ളിക്കാൻ കഴിയില്ല. എന്നാൽ ഇത്തരം വിഷയങ്ങൾ അഭിമുഖീകരിക്കേണ്ടി വരുന്ന പ്രവാസി രക്ഷിതാക്കളെ സംബന്ധിച്ച് പലപ്പോഴും ഒറ്റമാർഗ്ഗമേ മുന്നിലുണ്ടാവൂ. നാട്ടിലേക്ക് പറിച്ചു നടുക.

പ്രവാസത്തിന്റെ നോവും വേവും സിനിമയിലും സാഹിത്യത്തിലും പലതരത്തിലും അടയാളപ്പെടുത്തിയിട്ടുണ്ടെങ്കിലും പ്രവാസം മതിയാക്കി നാട്ടിലേക്ക് മടങ്ങേണ്ടിവരുന്ന കുട്ടികളുടെ മാനസികാവസ്ഥ ആരും ഗൗരവമായി പരിഗണിച്ച് കണ്ടിട്ടില്ല. എഴുത്തുകാരായ സോണിയാ റഫീഖും രാജേഷ് ചിത്തിരയും എഴുതിയ രണ്ടു വ്യത്യസ്ത നോവലുകളിൽ ഈ വിഷയം വിശദമായിത്തന്നെ ചർച്ചക്കെടുക്കുന്നുണ്ട്. കോവിഡ് കാലത്തിന് മുമ്പാണ് സോണിയാ റഫീഖിന്റെ ഹെർബേറിയം പുറത്തിറങ്ങുന്നത്. മരുഭൂമിയുടെ ഊഷരതയിൽ നിന്ന് ജൈവപ്രകൃതിയുടെ പച്ചപ്പിലേക്കെത്തുന്ന ടിപ്പു എന്ന ബാലന്റെ മനസ്സാണ് ഹെർബേറിയത്തിലൂടെ സോണിയ പറയുന്നത്.

ടിപ്പുവിനെ പരിചയപ്പെടുത്തുന്നത് പോലും നേരത്തെ സൂചിപ്പിച്ച ഡിജിറ്റൽ ഡിവൈസുകളുമായി മാത്രം കൂട്ടുള്ള ഫ്ളാറ്റിന്റെ ഇത്തിരിച്ച

തുരത്തിൽ ജീവിക്കുന്ന കുട്ടിയായിട്ടാണ്.

'ടിപ്പു അടുത്ത ഫ്ളാറ്റിലെ കുട്ടികളോടൊപ്പം കളിക്കുവാൻ പോയിരിക്കുകയാണ്. എന്ത് കളിയാണ്? ഫ്ളാറ്റിൽ ഒറ്റയ്ക്കിരുന്ന് കളിക്കാറുള്ള അതേ കളികളൊക്കെതന്നെ. കൂട്ടുകൂടിയും ഏകനായും കളിക്കാറുള്ളത് മൈൻ ക്രാഫ്റ്റും, ജി.റ്റി.എ.യും സ്റ്റാർവാർസും ഒക്കെത്തന്നെയാണ്. സൂക്ഷ്മദർശിനി കുഴലിലൂടെ സസൂക്ഷ്മം നോക്കിയിരുന്ന് ലോകത്തിന്റെ നിഗൂഢതകൾ കണ്ടെത്തുന്ന ശാസ്ത്രജ്ഞന്മാരെപ്പോലെയാണ് അവനും അവന്റെ സുഹൃത്തുക്കളും കുട്ടിക്കണ്ണടകൾക്കുള്ളിലൂടെ ടാബിലെ ഗെയിമുകളിൽ കൺപാകിയിരിക്കുന്നത്."

പ്രകൃതിയിൽനിന്നും ജൈവികതയിൽനിന്നുമൊക്കെ അകന്നുമാറി ഫ്ളാറ്റിനുള്ളിലെ അചേതനവസ്തുക്കളുമായി മാത്രം ഇടപഴകിയിരുന്ന ടിപ്പുവിന് നാട്ടിലേക്കുള്ള പറിച്ചുനടീൽ ആദ്യമൊക്കെ വിരസമായി തോന്നി. നാട്ടിലെ വിശാലമായ വീട്പോലും അവനിൽ ഭയം ജനിപ്പിച്ചു.

"ടിപ്പു മുറികളോരോന്നായി കയറിയിറങ്ങിക്കണ്ടു. സ്വീകരണമുറിയുടെ ഒരു കോണിൽ നിന്നും മറുകോണിലേക്ക് അവൻ ചുവടളന്ന് നോക്കി. ഓഹ് ഇത് ദുബായി ഫ്ളാറ്റിന്റെയത്രയുമുണ്ടല്ലോ. ഇതിനുള്ളിൽ ഒരു കിടപ്പുമുറിയും കിച്ചനും ടോയ്ലറ്റും ഇറക്കിവയ്ക്കാം. കിടപ്പുമുറികളുടെ രണ്ടു ചുമരുകൾ തമ്മിലുള്ള അകലം അവനെ ഭയപ്പെടുത്തി. ഇടുങ്ങിയ ചുമരുകൾ നൽകുന്ന സുരക്ഷിതത്വബോധത്തിൽനിന്നും വിശാലമായൊരു പരപ്പിലേക്ക് മാറ്റപ്പെട്ടപ്പോൾ അവനാകെ ഒറ്റപ്പെട്ടതുപോലെ. ഈ നാലു ചുവരുകളും ഇങ്ങടുത്തുവന്ന് അവനെ പരമാവധി ഇടുക്കിയെങ്കിൽ എന്നാശിച്ചുപോയി."

ഒടുവിൽ അനുഭവങ്ങളിൽനിന്ന് അനായാസം പഠിക്കുന്ന ടിപ്പുവിനെ നമുക്ക് നോവലിൽ കാണാം. പ്രകൃതിയിലേക്കും ജൈവികതയിലേക്കും ലയിച്ചുചേർന്ന് ഒരു സാമൂഹിക മനുഷ്യനായി ടിപ്പു മാറുന്നു. ഏതൊരു മനുഷ്യന്റെയും വികാസത്തിന്റെ സ്ഥൂലമായ മണ്ഡലങ്ങളെ ശാരീരികം, വൈജ്ഞാനികം, വൈകാരികം, സാമൂഹികം, സർഗ്ഗാത്മകം എന്നിങ്ങനെ തരംതിരിക്കാമെന്നാണ് വിദ്യാഭ്യാസ വിചക്ഷണന്മാർ അഭിപ്രായപ്പെടുന്നത്. വിദ്യാഭ്യാസവുമായി ബന്ധപ്പെട്ട പല രേഖകളിലും ഇതു കടന്നുവരുന്നത് അതുകൊണ്ടാണ്. എന്നാൽ സാമൂഹികമായി നമ്മുടെ കുട്ടികൾക്ക് കിട്ടുന്ന അനുഭവമണ്ഡലത്തെയാണ് നമ്മൾ സൂക്ഷ്മമായി നിരീക്ഷിക്കേണ്ടത്. അങ്ങനെയൊന്ന് ഇന്നത്തെ സാഹചര്യത്തിൽ പല കുട്ടികൾക്കും കിട്ടുന്നില്ല. പ്രത്യേകിച്ച് പ്രവാസലോകത്തെ കുട്ടികൾക്ക് അത് അപ്രാപ്യമാണ്. കൊറോണക്കാലത്ത് അത് അസാധ്യമായിത്തീർന്നു.

അതോടെ അമൂർത്തമായി ചിന്തിക്കാനുള്ള കഴിവ് നഷ്ടപ്പെട്ടവരായി മാറുന്നു. സ്ക്രീനിൽ കാണുന്ന അനുഭവലോകത്തെ യഥാർത്ഥ ലോകമെന്ന് തെറ്റിദ്ധരിക്കുന്നു. cognitive domain അല്ലെങ്കിൽ വൈജ്ഞാനിക മണ്ഡലം വികസിപ്പിക്കുന്നതിന് ഓൺലൈൻ എജുക്കേഷൻ വഴിയും സാധിക്കുമെങ്കിലും ശിശുവികാസത്തിൽ പരസ്പരം ബന്ധപ്പെട്ടുകിടക്കുന്ന emotional and social domain (വൈകാരികവും സാമൂഹികവുമായ) മണ്ഡലങ്ങളിലുള്ള വളർച്ച മുരടിച്ചുപോയി. തങ്ങളുടെ സമപ്രായക്കാരുമായി അടുത്തിടപഴകാനോ അവരുമായി ഫിസിക്കലായ കളികളിൽ പങ്കെടുക്കാനോ സാമൂഹികമായി കിട്ടുന്ന മനുഷ്യബന്ധങ്ങളിലെ ഊഷ്മളത അനുഭവിക്കാനോ കഴിയാതെ സ്ക്രീനുകളിൽ കാണുന്ന അമാനുഷികതയിലും യാതൊരു നൈതികതയുമില്ലാത്ത മാത്സര്യത്തിലേക്കും മനസ്സു പായുന്നു.

രാജേഷ് ചിത്തിര കോവിഡിന്റെ പശ്ചാത്തലത്തിലാണ് ആദി ആന്റ് ആത്മ എന്ന നോവലെഴുതിയത്. മഹാമാരിക്കാലത്ത് പല പ്രവാസി കുടുംബങ്ങളും നേരിട്ട വലിയൊരു വിഷയത്തെ രണ്ടു കുട്ടികളുടെ മടങ്ങിപ്പോക്കുമായി ബന്ധപ്പെടുത്തി പറഞ്ഞിരിക്കുന്നു.

'എന്റെ പേര് ആദി. എനിക്കിപ്പോൾ പതിനാലു വയസ്സുണ്ട്. ഈ ഒഴിവുകാലം അച്ഛനൊപ്പം ചെലവഴിക്കാൻ വേണ്ടി ദുബൈയിലേക്ക് പോവാൻ വിമാനത്താവളത്തിൽ ഇരിക്കുന്നു.

ഞാൻ ജനിച്ചത് കേരളത്തിലാണെങ്കിലും വളർന്നത് ദുബായിലാണ് ഏഴാംക്ലാസ് വരെ അവിടെയാണ് പഠിച്ചത്. എനിക്ക് ഒരു അനിയത്തി ഉണ്ട്, ആത്മ. അമ്മയും ആത്മയും രണ്ടാഴ്ചയ്ക്ക് ശേഷം ഞങ്ങൾക്ക് ഒപ്പം ചേരും."

ഇങ്ങനെ ആദി സ്വയം പരിചയപ്പെടുത്തിക്കൊണ്ടാണ് നോവൽ തുടങ്ങുന്നത്. അച്ഛന്റെ ജോലി നഷ്ടപ്പെട്ടതോടെയാണ് അമ്മയ്ക്കും രണ്ട് മക്കൾക്കും നാട്ടിലേക്ക് മടങ്ങേണ്ടിവന്നത്.

"അമ്മ അടുക്കളക്ക് അവധി പ്രഖ്യാപിക്കുന്നത് വ്യാഴാഴ്ച വൈകുന്നേരങ്ങളിലാണ്." ഒരു വ്യാഴാഴ്ച വൈകുന്നേരം പതിവുപോലെആദ്യം മാളിൽ പോയി സിനിമ കണ്ടു. അവിടെനിന്ന് ഫുഡ്കോർട്ടിൽ എത്തി ഭക്ഷണം കഴിച്ചുകൊണ്ടിരുന്നപ്പോൾ പപ്പ പറഞ്ഞുതുടങ്ങി. നിങ്ങളോട് ചിലത് പറയാനുണ്ട്. എന്റെ ജോലി സംബന്ധിച്ചാണ്.

ആറുമാസം കൂടിയേ എനിക്ക് ഇപ്പോഴുള്ള സ്ഥലത്ത് ജോലി ചെയ്യാനാകൂ. മാനേജർ ഇന്നലെ വിളിച്ചു നോട്ടീസ് തന്നു.

"കേട്ടതും അമ്മയുടെ മുഖം വല്ലാതായി. എനിക്കപ്പോൾ ഓർമ്മ വന്ന

ത് പേരന്റ്സിന് ജോലി നഷ്ടപ്പെട്ട കാരണങ്ങളാൽ എന്റെ ക്ലാസിൽനിന്ന് പല കുട്ടികളും നാട്ടിൽ പോയതാണ്."

ഇങ്ങനെ ആദിയുടെ എഴുത്തിലൂടെ നാട്ടിലേക്ക് പറിച്ചുനടപ്പെട്ട രണ്ടു കുട്ടികൾ തങ്ങളുടെ ഇനിയുള്ള കാലം എങ്ങനെയാണ് രൂപപ്പെടുത്തേണ്ടത് എന്ന് കണക്കുകൂട്ടുന്നതാണ് നോവൽ. ബാൽക്കണിപ്പച്ച മാത്രം സ്വന്തമായുണ്ടായിരുന്ന കുട്ടികൾ അങ്ങനെ അവരുടെ ബക്കറ്റ് ലിസ്റ്റിൽ ആദ്യമെഴുതുന്നത് പൂന്തോട്ടമെന്നാണ്.

നാട്ടിൽ പോയി വലിയ ഒരു പൂന്തോട്ടം ഉണ്ടാക്കണം. ഒരുപാട് ചെടികൾ, പൂക്കൾ കൃഷിത്തോട്ടം.

ഒരുപക്ഷേ പ്രവാസികളനുഭവിക്കുന്ന ഏറ്റവും വലിയ നഷ്ടം ജൈവികതയുമായി ബന്ധപ്പെട്ടതാണ്. പ്രത്യേകിച്ച് പ്രവാസി കുട്ടികൾ. അതാണ് ടിപ്പുവിന്റെ ജീവിതത്തിലൂടെയും ആദി, ആത്മ എന്നിവരിലൂടെയും എഴുത്തുകാർ പറഞ്ഞുവയ്ക്കുന്നത്. ആത്യന്തികമായി പ്രകൃതി മാത്രമാണ് ഉണ്മ. അതിനെ തൊട്ടും അതിനെ നനച്ചും അതിൽ നനഞ്ഞുമൊക്കെ ജീവിക്കാൻ കഴിയുന്നതാണ് യഥാർത്ഥ ജീവിതം. ബാക്കിയെല്ലാം യന്ത്രവത്കൃതമാണ്. താമസിക്കുന്ന ഫ്ളാറ്റിലെ ലിഫ്റ്റെന്ന യന്ത്രത്തിൽ നിന്ന് കാറെന്ന യന്ത്രത്തിൽ കയറി വീണ്ടും ഓഫീസിലെ ലിഫ്റ്റിലേക്ക്. ഇതിനിടയിൽ യന്ത്രങ്ങളിൽ പണി. യന്ത്രങ്ങളെപ്പോലെ പണിയെടുക്കുന്ന മനുഷ്യർ. പരസ്പരം സംസാരിക്കുന്നത്പോലും യാന്ത്രികം. മനുഷ്യനൊരു സാമൂഹ്യജീവിയാണെന്ന് മറന്നുകൊണ്ട് കുറേ യന്ത്രമനുഷ്യർ ജീവിക്കുന്നത് പോലൊരു ജീവിതം. ഇതുതന്നെയല്ലേ കുട്ടികൾക്കും സംഭവിക്കുന്നത് സാമൂഹികമായ ബന്ധങ്ങളിലൂടെ കൈമാറുന്ന മനുഷ്യത്വമോ ഹൃദയാർദ്രതയോ യന്ത്രങ്ങളിൽ മുഴുകിക്കഴിയുന്ന അവർക്കും ഉണ്ടാകണമെന്ന് നാം ശഠിക്കുന്നതിലർത്ഥമുണ്ടോ?

ശീലങ്ങൾ നമ്മെ നിയന്ത്രിക്കുന്ന അടിമത്തത്തിലേക്ക് കുട്ടികൾ മാറാതിരിക്കണമെങ്കിൽ താല്കാലിക സംതൃപ്തിക്ക് വേണ്ടിയോ നേട്ടങ്ങൾക്ക് വേണ്ടിയോ അവരെ കുരുക്കിയിടുന്ന ഡിജിറ്റൽ ദിനചര്യകൾ ഒഴിവാക്കുക എന്നതാണ്. അതിന് കുട്ടികളെ കൂടുതലായി ശ്രദ്ധിക്കണം.

അതേസമയം ഭാര്യയും ഭർത്താവും ജോലിക്ക് പോകാതെ ഗൾഫിലെ ജീവിതച്ചെലവ് താങ്ങാനാകില്ല എന്നതൊരു വാസ്തവമാണ്. അതുകൊണ്ടുതന്നെ കുട്ടികളുടെ കാര്യത്തിൽ പലപ്പോഴും ശ്രദ്ധിക്കാനും കഴിയാറില്ല. ജോലികഴിഞ്ഞ് മടങ്ങിവന്നാൽത്തന്നെ കുട്ടികളുമായി കൂടുതൽ സമയം ചെലവഴിക്കാനും സാധിക്കാറില്ല. അല്പനേരം കിട്ടിയാൽ റിലാക്സായിരിക്കാൻ രക്ഷിതാക്കൾ ശ്രമിക്കും. ഫലമോ

ഓരോ മൂലകളിലായി സ്മാർട്ട്ഫോണുകളിൽ കണ്ണുനട്ടിരിക്കുന്ന കുടുംബാംഗങ്ങളെ കാണാം. പരസ്പരം സംസാരിക്കാനൊന്നുമില്ലാതെ യന്ത്രങ്ങളുമായി സംവദിക്കുന്നവർ.

കോവിഡ് നൽകിയ പാഠങ്ങളിൽ പരമപ്രധാനം ജീവിച്ചിരിക്കുകയെന്നതാണെന്ന് നമ്മൾ തിരിച്ചറിഞ്ഞുകഴിഞ്ഞു. ജീവിക്കാൻ കിട്ടിയ നിമിഷങ്ങളൊക്കെ പ്രയോജനപ്രദമായി ജീവിക്കാൻ സാധിച്ചോ എന്ന്കൂടി പുനർവിചിന്തനം നടത്താൻ നമ്മളെ പ്രേരിപ്പിച്ചു. ഓരോ ദിനവും ഓരോ മിനിറ്റും ഓരോ സെക്കന്റും വിലപ്പെട്ടതാണെന്ന് തിരിച്ചറിഞ്ഞുകൊണ്ട് ജീവിക്കണമെന്നൊക്കെ പറുയമ്പോഴും നമ്മുടെ ഉള്ളിലിരുന്ന് യഥാർത്ഥ നാം സ്വയം മറുവാദമുയർത്തുന്നത് കേൾക്കാം. 'ഒരു സെക്കന്റിന് എന്തു വില' എന്നൊക്കെ. ഒരു സെക്കന്റിന്റെ വില അറിയണമെങ്കിൽ അപകടത്തിൽനിന്ന് തലനാരിഴയ്ക്ക് രക്ഷപ്പെട്ട ആളോട് ചോദിച്ചുനോക്കണം. സെക്കന്റിന്റെ വ്യത്യാസത്തിൽ ജീവൻ തിരിച്ചുകിട്ടിയ മനുഷ്യരുണ്ട്. ചിലപ്പോഴൊക്കെ അത്യാവശ്യത്തിന് എവിടെയെങ്കിലും പോകാനായി ബസ്സോ ട്രെയിനോ കയറാൻ നിൽക്കുമ്പോൾ കേട്ടിട്ടുണ്ടാവും ഇപ്പോ പോയതേയുള്ളൂ. ഒരു മിനിറ്റ് ആയിക്കാണും. ആ ഒരു മിനിറ്റിന് മുമ്പ് എത്തിയിരുന്നെങ്കിൽ എന്നാശിച്ചുപോയ നിമിഷങ്ങളില്ലേ.

ഒരു ദിവസത്തിന്റെ വില അറിയണമെങ്കിൽ ഒരു കുടുംബത്തിന്റെ ഉത്തരവാദിത്തം മുഴുവൻ പേറുന്ന ഒരു ദിവസവേതനത്തൊഴിലാളിയോട് ചോദിക്കണം. തന്റെ അന്നത്തെ കൂലികൊണ്ട് കുടുംബത്തിന്റെ വിശപ്പകറ്റുന്ന അയാൾ പറയും ദിവസത്തിന്റെ വില.

ഒരു നിമിഷത്തിന്റെ ചെറിയൊരംശംപോലും വളരെ വിലയേറിയതാണ് എന്നറിയണമെങ്കിൽ ഒളിമ്പിക്സിലെ നൂറുമീറ്റർ ഓട്ടമത്സരത്തിൽ വെള്ളിമെഡൽ നേടിയ താരത്തോട് ചോദിച്ചാൽ മതിയാകും. വെറും മില്ലിസെക്കന്റുകളുടെ വ്യത്യാസത്തിൽ തനിക്ക് സ്വർണ്ണം നേടാനാവാതെ പോയതിന്റെ സങ്കടം അയാൾ പറയും.

വാസ്തവത്തിൽ സമയം ഒരു ബാങ്ക് ഡെപ്പോസിറ്റാണ് എന്ന് കരുതുക. ദിവസവും എൺപത്തിയാറായിരത്തി നാനൂറ് രൂപ നമ്മുടെ അക്കൗണ്ടിൽ ആരോ നിക്ഷേപിക്കുന്നു. അന്നന്ന് ഉപയോഗിച്ചു തീർക്കണം എന്ന വ്യവസ്ഥയിൽ. അടുത്തദിവസത്തേക്ക് ആ പണം കാരിഓവർ ചെയ്യില്ല. നമ്മൾ ഉറപ്പായും ഒരു ഉപേക്ഷയും വിചാരിക്കാതെ അന്നന്ന് തന്നെ ആ പണം വിനിയോഗിക്കും. കാരണം ബാക്കി വച്ചിരുന്നാൽ നാളത്തേക്ക് കിട്ടില്ലല്ലോ. ജീവിതത്തിന്റെ ബാങ്ക് അക്കൗണ്ടാണ് ടൈം അഥവാ കാലം. ദിവസവും എൺപത്തിആറായിരത്തി നാനുറ്

സെക്കന്റുകളാണ് നിക്ഷേപിക്കുന്നത്. അന്നന്ന് വിനിയോഗിക്കേണ്ടതാണ്. പിറ്റേന്നത്തേക്ക് കാരിഓവർ ഇല്ല. എത്ര പ്രയോജനപ്രദമാക്കി അത് ഉപയോഗിച്ചുവെന്നതാണ് നാം ആലോചിക്കേണ്ടത്.

യന്ത്രങ്ങളുമായി സംവദിക്കാനെടുക്കുന്ന സമയത്തിന്റെ ഒരംശമെങ്കിലും മനുഷ്യരുമായി സംസാരിക്കാൻ നമ്മൾ ചെലവഴിക്കുന്നുണ്ടോ? കുടുംബത്തിൽ, കുട്ടികൾക്കൊപ്പം എങ്കിലും. അതില്ലാതെയാണ് സ്ട്രസ്ഫുൾ ലൈഫ് എന്ന് പഴി പറയുന്നത്. വാസ്തവത്തിൽ ജി. ശങ്കരപ്പിള്ളയുടെ നാടകം മനുഷ്യരാശിയുടെയാകെ മൂഢതയാണ് പറയുന്നത്. വസ്തുവും നിഴലും തമ്മിൽ തിരിച്ചറിയാൻ കഴിയാത്ത മൂഢത.

"നമ്മളെല്ലാം നീളേ നീളേ നിഴൽ നോക്കി നടക്കുന്നു."

കൊറോണവാഹകരെന്ന ആക്ഷേപം

ഒറ്റപ്പെടുത്തൽ ക്വാറന്റൈൻ കാലയളവിലെ തിരസ്കാരങ്ങൾ

വിശ്വപൗരനായ പ്രവാസി

ഓരോ മനുഷ്യജന്മവും ഓരോ കഥയാണ്. ചിലപ്പോഴത് വളരെ ചെറുതായിരിക്കും. അല്ലെങ്കിൽ നിരർത്ഥകമായിരിക്കും. ആരെങ്കിലുമൊക്കെ എവിടെയെങ്കിലുമൊക്കെ ആ കഥ പറയും. മികച്ച വൈകാരികാനുഭവമോ ചിലപ്പോൾ ആഴമേറിയ ആത്മവേദനയോ അതിൽ കലർന്നിരിക്കും. ഗൾഫ് പ്രവാസത്തിന്റെ ഏറ്റവും വലിയ സവിശേഷത ഏതു കോണിലുമുള്ള മനുഷ്യരെ അടുത്തറിയാനും അവർക്കും നമുക്കും ചിലപ്പോൾ ഒരേ കഥയാണല്ലോ എന്ന് തിരിച്ചറിയാനും പിന്നെന്തിന് മനുഷ്യൻ വൃഥാ കലഹിക്കുന്നുവെന്ന് സ്വയം ചോദിക്കാനും അവസരം നൽകുന്നു എന്നതാണ്. വിരഹത്തിന്റെയും ഗൃഹാതുരതയുടെയും കഥകൾ നമ്മുടെ മാത്രമാണ് എന്ന് തെറ്റിദ്ധരിച്ചിട്ടുള്ള ആളുകളുണ്ട്. മലായളിക്ക് അല്ലെങ്കിലും 'നൊസ്റ്റു' കൂടുതലാണെന്ന പരിഹാസവും. അത് വാസ്തമവല്ല.

കൃഷ്ണദാസ് എഴുതിയ കടലിരമ്പങ്ങൾ എന്ന കൃതിയിൽ അമാനുള്ളാഖാൻ എന്ന പത്താൻകോടുകാരനെ കുറിച്ചൊരു അധ്യായമുണ്ട്. ലോകത്തിന്റെ വിശാലതകൾ തേടി ഞാൻ യാത്ര പുറപ്പെട്ടു. മരുഭൂമികയിൽ നിന്ന് മലമുകളിലേക്കൊരു യാത്ര പത്താൻകോടുകാരനെത്തേടി.

"പ്രാകൃതമായ ഒരു ഗോത്രശൈലിയിൽ അവർ മരുഭൂമികളിലും വസിച്ചു പോന്നു. താല്കാലിക ടെന്റുകളോ ഉപയോഗശൂന്യമായ കെട്ടിടങ്ങളോ അവർ തങ്ങളുടെ വാസസ്ഥലമാക്കി. ചൂടികൊണ്ടോ നാടകൊണ്ടോ വരഞ്ഞതായിരുന്നു അവരുടെ കട്ടിലുകൾ. നൊയ്മ്പ് പെരുന്നാളിനും ഹജ്ജ് പെരുന്നാളിനും അവർ റോഡരികിൽ കല്ലുകൾ വച്ച് അടുപ്പുകൾ തീർക്കുകയും കരിപിടിച്ച വലിയ അലൂമിനിയം പാത്രങ്ങളിൽ ആട്ടിറച്ചി വേവിക്കുകയും ചെയ്യുന്നത് കാണാമായിരുന്നു."

വിജനമായ മൈതാനങ്ങളുടെ ഇരുണ്ട ഏകാന്തതയിലിരുന്ന് അവർ കത്തുകൾ വായകൊണ്ട് മൊഴിഞ്ഞു. വർണ്ണത്തുണികളിലും സ്റ്റിക്കറുകളിലും പൊതിഞ്ഞ അവരുടെ ടേപ്പ് റെക്കോർഡറുകൾ ഈ ശബ്ദങ്ങൾ പിടിച്ചെടുക്കുകയും പോസ്റ്റുവഴി വിദൂരമായ അഫ്ഗാൻ ഗ്രാമങ്ങളിലെത്തിക്കുകയും ചെയ്തു. അവിടെ നിന്നിങ്ങോട്ടും അങ്ങനെ ആയി

രുന്നു. പകൽ വണ്ടിയോടിക്കുന്ന ഒരു അഫ്ഗാനി അവന്റെ മറുപടി ടേപ്പുകൾ ആവർത്തിച്ചു കേട്ടു. തന്റെ ഭാര്യയുടെ ശബ്ദം കേൾപ്പിച്ചുതന്നിട്ട് ഒരിക്കൽ ഒരു പത്താൻകാരൻ നെടുവീർപ്പോടെ എന്നോട് പറഞ്ഞു. “ജീവിതം ഏറെ കഷ്ടപ്പാട് നിറഞ്ഞതാണ് ഭായീ; നാട്ടിൽ നിന്ന് പോന്നിട്ട് അഞ്ചുവർഷങ്ങളായി. ബീബി പറയുന്നു അവൾക്കും ജീവിതം മടുത്തെന്ന്.

അവന്റെ ഭാര്യയുടെ ശബ്ദം ആർദ്രമായിരുന്നുവെന്ന് ഞാൻ ശ്രദ്ധിച്ചിരുന്നു. കിലുക്കാംപെട്ടികൾ പോലെയുള്ള അവന്റെ കുട്ടികളുടെ ശബ്ദവും വളർത്തുമൃഗങ്ങളുടെ കരച്ചിലും ആ ടേപ്പുകളിലൂടെ കേൾപ്പിക്കാൻ അയാളുടെ പ്രിയപത്നി മറന്നിരുന്നില്ല. ഈ പത്താൻകാരനെ അടുത്തറിയുമ്പോൾ അയാളുടെ ഭാര്യയുടെ സങ്കടം മനസ്സിലാക്കുമ്പോൾ നമുക്ക് പരിചിതമായ ഏതോ ഒരു മലയാളിയെപ്പോലെ തോന്നുന്നില്ലേ. ആ മനുഷ്യന്റെയും അയാളുടെ ഭാര്യയുടെയും സങ്കടം കത്തുപാട്ടിലൂടെ കേട്ട് നമുക്കും സങ്കടം വന്നതല്ലേ.

“ഞാനൊന്ന് ചോദിക്കുന്നു
ഈ കോലത്തിൽ എന്തിന്
സമ്പാദിക്കുന്നു
ഒന്നുമില്ലെങ്കിലും തമ്മിൽ
കണ്ടുകൊണ്ട്
നമ്മൾ രണ്ടും ഒരേ പാത്രത്തിൽ
ഉണ്ണാമല്ലോ...
ഒരു പായ്...
വിരിച്ചൊന്നിച്ചുറങ്ങാമല്ലോ...”

ഇതുതന്നെയല്ലേ ആർദ്രമായി പത്താൻകാരന്റെ ഭാര്യയും അയാളോട് പറഞ്ഞത്. നാടും വീടും വിട്ടുപോന്ന അയാൾക്ക് കുട്ടികളുടെ ശബ്ദവും വളർത്തുമൃഗങ്ങളുടെ ശബ്ദം വരെയും റെക്കോർഡ് ചെയ്ത് അയച്ചു കൊടുത്തില്ലേ അവർ.

ഒന്നാലോചിച്ചു നോക്കൂ. പ്രപഞ്ചം എത്ര വിസ്മയമായി നിലകൊള്ളുന്നു. അവിടെ മനുഷ്യൻ എത്ര ചെറുതും നിസ്സാരവുമാണ്. അവന്റെ സ്വപ്നങ്ങൾ, സന്തോഷങ്ങൾ, വ്യഥകൾ ഒക്കെ ഏതാണ്ട് സമാനമാണ്. കാലാന്തരത്തിൽ നേരിയ മാറ്റങ്ങൾ അവിടെയും ഇവിടെയും സംഭവിക്കുന്നുവെന്നല്ലാതെ. അടിസ്ഥാനപരമായി മനുഷ്യസ്വഭാവത്തിൽ മാറ്റങ്ങൾ ഒന്നും തന്നെ ഇല്ല. ടെക്നോളജി വികസിച്ചപ്പോൾ കത്തുകളും ടേപ്പ് റെക്കോർഡറും ഒക്കെ വാട്സാപ്പിനും ബോട്ടിമിനും സൂമിനുമൊക്കെ

വഴിമാറിക്കൊടുത്തു. നേരിൽ കണ്ട് വിശേഷം പറയാമെന്നായി. അതോടെ നിൽക്കുന്ന ഇടങ്ങൾ തമ്മിൽ അകലം കുറഞ്ഞു. പക്ഷേ ബന്ധങ്ങൾ തമ്മിൽ അകലം കൂടിയതല്ലാതെ കുറഞ്ഞില്ല.

ടേപ്പ്റെക്കോർഡറിൽ വളർത്തുമൃഗങ്ങളുടെ വരെ ശബ്ദം റെക്കോർഡ് ചെയ്ത് അയച്ചുകൊടുക്കുന്നതിന് പകരം ഇന്ന് വീഡിയോകോളിലൂടെ അവരെ കാണിച്ചുകൊടുക്കുന്നു. നാട്ടിലെ മഴ വീഡിയോകോളിലൂടെ കണ്ട് ആ കുളിരിൽ ഞാൻ നനയുന്നു എന്ന് സ്റ്റാറ്റസിടുന്ന ഗൃഹാതുരത്വമാർന്ന കാലങ്ങളെ താലോചിച്ചുകൊണ്ടിരിക്കുന്ന പ്രവാസി ഇന്നുമുണ്ട്.

എന്നാൽ ഇതിനെല്ലാമപ്പുറം ഗൾഫ് പ്രവാസം നൽകുന്ന ഏറ്റവും വലിയ സാധ്യത അവനവനിലേക്ക് ചുരുങ്ങിപ്പോകാതെ ലോകത്തോളം വലുതാവാൻ ഗൾഫ് പ്രവാസിക്ക് കഴിയുന്നു എന്നതാണ്. കാരണം ലോകത്തെ എല്ലാ ഭൂഖണ്ഡങ്ങളിലെയും മനുഷ്യരുമായി ഗൾഫ് പ്രവാസി ഏതെങ്കിലും വിധത്തിൽ ബന്ധപ്പെട്ടു നിൽക്കുന്നു. വിവിധ രാജ്യക്കാരുമായി റൂം ഷെയർ ചെയ്യേണ്ടിവരുന്നു. ഒരുമിച്ച് തൊഴിൽ ചെയ്യേണ്ടിവരുന്നു. അവരുമായി കച്ചവടം ഉറപ്പിക്കേണ്ടിവരുന്നു. പാക്കിസ്ഥാനിയോ അഫ്ഗാനിസ്ഥാനിയോ ആഫ്രിക്കക്കാരനോ ഓടിക്കുന്ന ടാക്സിയിലെ യാത്രക്കാരനാകേണ്ടി വരുന്നു.

സിറിയയിലോ ഇറാഖിലോ ബോംബ് വീണെന്ന് കേട്ടാൽ സഹപ്രവർത്തകനായ സിറിയക്കാരനെയോ ഇറാഖികളെയോ വിളിച്ച് കാര്യങ്ങൾ അന്വേഷിക്കുന്ന തരത്തിൽ ഗൾഫ് പ്രവാസി അതിരുകൾ ഭേദിച്ച് യഥാർത്ഥ മനുഷ്യനായി മാറി.

പ്രവാസം കൊണ്ട് എന്ത് നേടി എന്ന ചോദ്യത്തിന് നല്ലൊരു മനുഷ്യനായിരിക്കാൻ സാധിച്ചു എന്ന് ഉത്തരം പറയുന്ന ധാരാളം പ്രവാസികളുണ്ടാവും.

കോസ്മോപൊളിറ്റൻ ലോകത്ത് ജീവിക്കുന്ന തന്റെ ഏറ്റവും വലിയ ഗുണവും അതുതന്നെയാണ്. അതുവരെ വച്ചുപുലർത്തിയിരുന്ന സങ്കുചിതമായ ചിന്തകൾ അവസാനിപ്പിക്കാൻ കഴിയും. ഓരോ രാജ്യക്കാരെയും കുറിച്ചുള്ള മുൻവിധികൾ മാറാൻ അവരുമായി ഇടപഴകാതെ വേറെ വഴിയില്ല. പാക്കിസ്ഥാനികളോട് ഇപ്പോഴും അന്ധമായ വിദ്വേഷം വച്ചുപുലർത്തുന്ന ധാരാളം ഇന്ത്യാക്കാർ/ധാരാളം മലയാളികളുണ്ട്. ഗൾഫ് രാജ്യത്ത് കഴിയുന്ന ഏതൊരു ഇന്ത്യാക്കാരനോടും/മലയാളിയോടും ചോദിച്ചു നോക്കുക. പാക്കിസ്ഥാനികൾ വെറുക്കപ്പെടേണ്ടവരല്ലെന്ന് അവർ അനുഭവത്തിൽനിന്ന് പറയും.

ദുബായ് ദേരയിൽ ഓട്ടോമൊബൽ ഷോപ്പ് നടത്തുന്ന കാസർകോഡുകാരൻ ഫ്രാൻസിസിനോടൊപ്പം കഴിഞ്ഞ 18 വർഷമായി ജോലി ചെയ്യുന്ന പാക്കിസ്ഥാൻ സ്വദേശിയാണ് ഹഫീസ്. മുൾട്ടാനിലാണ് വീട്. ഭാര്യയും മൂന്ന് കുട്ടികളും അവിടെയാണ്. ഹഫീസ് പാക്കിസ്ഥാനിയാണെന്ന് അദ്ദേഹത്തെ പരിചയപ്പെടുന്ന ഒരു മലയാളിക്കും മനസ്സിലാവില്ല. അദ്ദേഹം അത് വെളിപ്പെടുത്തുംവരെ. നല്ല ഭംഗിയായി മലയാളം സംസാരിക്കും. അതും കാസർകോഡ് ശൈലിയിൽ. മലയാളസിനിമകളെല്ലാം കാണും. മമ്മൂട്ടിയെയും മോഹൻലാലിനെയും പെരുത്തിഷ്ടം. അതുപോലെ ജഗതിശ്രീകുമാറിനെയും. ഷോപ്പിലെ ജീവനക്കാരിൽ രണ്ടുപേർ മാത്രമേ പാക്കിസ്ഥാനികളായുള്ളൂ. ബാക്കി എല്ലാവരും മലയാളികൾ. എല്ലാവരും താമസിക്കുന്നത് ഒരുമിച്ചാണ്. പാചകവും ഒരുമിച്ച്. ഹഫീസിപ്പോൾ കഴിക്കുന്നത് തനി നാടൻ മലയാളി ഭക്ഷണമാണ്.

കടയുടമയായ ഫ്രാൻസിസിന്റെ വിശ്വസ്തനാണ് ഹഫീസ്. മിടുക്കനായ ടെക്നീഷ്യനാണ് എന്നു മാത്രമല്ല, ജോലി ചെയ്യാൻ മടിയോ മുഷിപ്പോ ഇല്ല. നമുക്ക് നമ്മുടെ സ്വന്തം ഒരാളെന്ന നിലയ്ക്ക് ഏൽപ്പിച്ചിട്ടുപോകാം എന്നാണ് ഹഫീസിനെക്കുറിച്ച് ഫ്രാൻസിസ് പറയുന്നത്. എങ്ങനെ ഇത്ര ഭംഗിയായി മലയാളം സംസാരിക്കുന്നുവെന്ന് ചോദിച്ചപ്പോൾ തമാശ നിറഞ്ഞ ഒരു മറുപടി കിട്ടി. റൂമിലെല്ലാവരും ഒരുമിച്ചാണല്ലോ. ആദ്യമായി വന്നപ്പോൾ മലയാളികളിൽ ഒരാൾക്കും ഹിന്ദി സംസാരിക്കാനറിയില്ല. എല്ലാവരെയും ഹിന്ദി പഠിപ്പിച്ചെടുക്കുന്നതിനേക്കാൾ നല്ലത് താൻ മലയാളം പഠിക്കുന്നതാണെന്ന് ഹഫീസ് തീരുമാനിക്കുകയായിരുന്നു. ഹഫീസ് മാത്രമല്ല നല്ലപോലെ മലയാളം സംസാരിക്കുന്ന നിരവധി പാക്കിസ്ഥാനി ടാക്സി ഡ്രൈവർമാരും അറബികളുമുണ്ട് ഗൾഫിൽ. വിവിധ ദേശക്കാരുമായുള്ള ചങ്ങാത്തത്തിലൂടെ അവരുടെ സംസ്കാരത്തെ അറിയാൻ സഹായിക്കുന്നു. മനുഷ്യനാകലിന്റെ ആദ്യത്തെ പടിയാണത്. എന്റെ വിശ്വാസം മാത്രമല്ല അപരന്റെ വിശ്വാസവും ബഹുമാനിക്കപ്പെടേണ്ടതാണെന്നുള്ള തിരിച്ചറിവ്. അതിൽ ജാതിയും മതവും സംസ്കാരവും എല്ലാം അടങ്ങിയിരിക്കും. എന്റെ ഭാഷയാണ് എല്ലാറ്റിലും മികച്ചതെന്ന ധാരണ തിരുത്തുമ്പോൾതന്നെ ഒരു നല്ല മനുഷ്യൻ പിറവിയെടുക്കുന്നു.

അപരന്റെ സ്വാതന്ത്ര്യത്തെ ഹനിക്കുന്നതൊന്നും ചെയ്യാൻ കഴിയില്ല. സ്വാതന്ത്ര്യത്തിലേക്കുള്ള പ്രയാണത്തിന് വിഘാതമായി നില്ക്കുന്ന എല്ലാറ്റിനും എതിരാവുകയും ചെയ്യും. ഒരു തികഞ്ഞ ഹ്യൂമണിസ്റ്റ്.

അത് വെറും മനുഷ്യസ്നേഹമല്ല മനുഷ്യൻ ആരെന്നും മനുഷ്യത്വ

ത്തിന്റെ പൂർണ്ണതയിലേക്കുള്ള യാത്രയെ സാർത്ഥകമാകുന്ന ഘടകങ്ങൾ എന്തൊക്കെ എന്നും കൃത്യമായ തിരിച്ചറിവാണ്.

ഒ.എൻ.വി. കുറുപ്പ് എഴുതിയതുപോലെ 'മനുഷ്യൻ എവിടെയും ഒരുപോലെയാണെന്ന വിശ്വാസം' ഗൾഫ് മലയാളിക്ക് തീർച്ചയായും ഉണ്ടാകും.

"ഒരു അരയാലും ഒരു ഒലിവുമരവും ഒരു ഈന്തപ്പനയും അടുത്തടുത്ത് നിന്ന് കാറ്റിൽ സ്നേഹമർമ്മരം കൈമാറുന്ന ഒരു ഭൂമി എന്റെ സ്വപ്നമാണ്" എന്നാണ് ഒ.എൻ.വി. എഴുതിയത്. ഗൾഫ് നാടുകളിലെ ബാച്ചിലർ അക്കമഡേഷനുകൾ ഈ സ്വപ്നത്തെ സാക്ഷാത്ക്കരിക്കുന്ന ഇടങ്ങളാണ്. ഗൾഫ് നാടുകളിൽ ഓണവും ക്രിസ്മസും പെരുന്നാളും ആഘോഷിക്കുന്നത് നേരത്തെ പറഞ്ഞ ഹ്യൂമനിസ്റ്റ് വിചാരധാരയിലൂന്നിക്കൊണ്ടാണ്.

അപക്വമായ അഹംബോധത്തെ ഇല്ലായ്മ ചെയ്തുകൊണ്ട് മാത്രമേ ഇതു സാധ്യമാകൂ. അതിനു സഹായിക്കുന്നതോ അളവറ്റ ജീവിതാനുഭവങ്ങളാണ്. സാമാന്യബോധവും ജീവിതാനുഭവവും ജീവിതമൂല്യങ്ങളും സർവപര വീക്ഷണവും മാത്രമല്ല താൻ ജീവിക്കുന്ന ഇടം മുമ്പോട്ടുവെയ്ക്കുന്ന കാഴ്ചപ്പാടും ഒരാളുടെ വിചാരധാരയെ സ്വാധീനിക്കുന്നു. യു.എ.ഇ മുന്നോട്ടുവയ്ക്കുന്ന 'സഹിഷ്ണുത' ഹ്യൂമനിസ്റ്റ് ചിന്താഗതിയിലുള്ളതാണ്. ലോകത്തിന്റെ സകല ഭൂപ്രദേശങ്ങളിലുമുള്ള മനുഷ്യർ സഹവർത്തിത്തത്തോടുകൂടി ഈ രാജ്യത്ത് ജീവിക്കുന്നു.

ഇസ്രയേലും പലസ്തീനും തമ്മിൽ സംഘർഷം നടക്കുമ്പോൾ, ഇന്ത്യയും പാക്കിസ്ഥാനും തമ്മിൽ വെടിവെപ്പുണ്ടായപ്പോൾ, ഇറാഖ്-കുവൈത്ത് യുദ്ധം നടന്നപ്പോൾ ഈ പറഞ്ഞ രാജ്യങ്ങളിലെല്ലാമുള്ള മനുഷ്യർ യാതൊരു ശത്രുതയും കൂടാതെ സമാധാനത്തോടെ ഈ നാട്ടിൽ ജീവിച്ചത് ഈ നാടും ഇവിടത്തെ ഭരണാധികാരികളും ഉയർത്തിപ്പിടിക്കുന്ന സഹിഷ്ണുതാ മനോഭാവം ഒന്നുകൊണ്ട് മാത്രമാണ്.

അതാണ് പൗരന്മാരിലേക്കും പകർന്നുകിട്ടുന്നത്.

വംശീയ ലഹളകൾ അരങ്ങേറുമ്പോൾ വിരുദ്ധചേരികളിലുള്ളവർക്ക് സംരംക്ഷണം നൽകിയിരുന്ന ഒരു മനുഷ്യന്റെ കഥ കേട്ടിട്ടുണ്ട്. ഒരു യുദ്ധകാലത്ത് എതിർചേരികളിലുള്ള ഓരോരുത്തരെ തന്റെ വീട്ടിൽ രഹസ്യമായി പാർപ്പിച്ചു. അവർ പരസ്പരം കാണുകയോ സംസാരിക്കുകയോ ചെയ്തില്ല.

അവരുടെ ആവശ്യങ്ങളെല്ലാം ആ മനുഷ്യൻ നിറവേറ്റിക്കൊണ്ടിരുന്നു. ഒരുനാൾ ആ മനുഷ്യൻ മരിച്ചു. അന്നാദ്യമായാണ് ഒരേ വീട്ടിൽ

താമസിച്ചിരുന്ന വിരുദ്ധ ചേരിയിലുള്ളവർ പരസ്പരം തിരിച്ചറിയുന്നത്, നിത്യവൈരികളായ തങ്ങൾക്ക് ഒരു കൂരയ്ക്ക് കീഴിൽ കഴിയാമെന്ന്. അടുത്തു ജീവിക്കാൻ തുടങ്ങുമ്പോൾ മനസ്സിലാകും പരസ്പരം അകറ്റി നിർത്തിയിരുന്ന ഘടകങ്ങൾ അർത്ഥരഹിതമായിരുന്നുവെന്ന്.

സ്വയം കണ്ടെത്തിയതോ മറ്റുള്ളവർ കണ്ടെത്തിത്തന്നതോ ആയ കാരണങ്ങളുടെ പേരിൽ വിദ്വേഷവും ശത്രുതയും പുലർത്തിക്കൊണ്ടിരിക്കുന്ന എത്രയോ മനുഷ്യരുണ്ട്, എത്രയോ രാഷ്ട്രങ്ങളുണ്ട്.

ശത്രുതയെ അലിയിച്ചുകളയാനുള്ള കാരണവും അവർതന്നെ കണ്ടെത്തേണ്ടിയിരിക്കുന്നു.

ജിബ്രാൻ പറയുന്നുണ്ട്,

വഴിയിൽ നിന്ന് നിലവിളിക്കുന്നവരും ഉറക്കെ വിളിച്ചുപറയുന്നവരും വാസ്തവത്തിൽ നമ്മുടെ ഉള്ളിൽ കിടന്ന് നിലവിളിക്കുകയും പറയുകയും ചെയ്യുന്നവരാണ്.

ഇങ്ങനെ ഭൂമിയുടെ ഓരോ ഇടങ്ങളിലുമുള്ള മനുഷ്യർ പരസ്പരം അത്താണിയാവുന്ന കാഴ്ച കാണാം ഗൾഫ് ജീവിതത്തിൽ

'ദുഃഖഭാരങ്ങ-
ളിറക്കുവാനന്യോന്യ
മത്താണിയായി നാം'

എന്ന് കവി എഴുതിയതുപോലെ ഈ 'നാം' ആരുമാകാം. ഒരു രക്തബന്ധവും അതിന് നിർബന്ധമില്ല. ദേശാതിർത്തികളോ നിറമോ ജാതിയോ ഒന്നും തടസ്സമല്ല.

എനിക്ക് രാജ്യങ്ങളില്ല
മതിലുകളില്ല
അതിർത്തിയില്ല
മതമില്ല
ഞാനൊരു വിശ്വപൗരനാണ്.
എവിടെയുമെനിക്കൊരു
വീടുണ്ട്.

ഇനി?

പ്രവാസം അവസാനിക്കുമോ?

അതോ സാധ്യതകളുടെ കാലമാണോ?

ഗൾഫ് സ്വപ്നം കാണുന്നവർക്ക് മുന്നിലുള്ള വഴികൾ

നാടോടിക്കാറ്റിലെ

ദാസനെയും വിജയനെയും പോലെ

വെറും ഗൾഫ് മോഹം മാത്രം

പോര

ഇനിയുള്ള കാലം

പിന്നെയോ...?

പ്രവാസലോകത്തെ മാധ്യമപ്രവർത്തനം

മനുഷ്യർ എന്തുകൊണ്ട് ജീവിക്കുന്നുവെന്ന കഥയിൽ ലിയോ ടോൾസ്റ്റോയി എഴുതുന്നത്, അവനവനെക്കുറിച്ച് മാത്രമല്ല, അപരനെക്കുറിച്ചുള്ള ചിന്തയും അപരനോടുള്ള കരുതലും കൂടി ഉൾച്ചേർന്നിരിക്കുന്നത് കൊണ്ടാണ് മനുഷ്യർ ജീവിക്കുന്നതെന്നാണ്. മിഷേൽ മാലാഖ ജീവിതത്തിന്റെ പൊരുളറിയുന്നതാണ് കഥ. ഉറവ വറ്റാത്ത ദയ, കാരുണ്യം, സ്നേഹം ഇവയൊക്കെ തന്നെയാണ് മനുഷ്യനെ ഭൂമിയിൽ ജീവിക്കാൻ പ്രാപ്തനാക്കുന്നതെന്ന് വ്യത്യസ്തങ്ങളായ സന്ദർഭങ്ങളിലൂടെ മാലാഖ തിരിച്ചറിയുന്നു. വാസ്തവത്തിൽ ഗൾഫ് പ്രവാസത്തിൽ ഒന്നരപ്പതിറ്റാണ്ടിനുമേലെ മാധ്യമപ്രവർത്തനം നടത്തുന്ന ഒരാളെന്ന നിലയ്ക്ക് ടോൾസ്റ്റോയിയുടെ കഥയിലെ മാലാഖയുടെ തിരിച്ചറിവിലാണ് ലേഖകനും. കാരണം, ഇക്കാലയളവിൽ ശബ്ദമില്ലാത്തവരുടെ ശബ്ദമാവാനും കാഴ്ചയില്ലാത്തവരുടെ കാഴ്ചയാവാനും യാതൊരു പരപ്രേരണയുമില്ലാതെ മുന്നോട്ടുവന്ന ധാരാളം മനുഷ്യരെ അടുത്തറിയാനുള്ള ഭാഗ്യമുണ്ടായിട്ടുണ്ട്.

ഗൾഫിലെ മാധ്യമപ്രവർത്തനം യഥാർത്ഥ മാധ്യമപ്രവർത്തനമല്ല അതൊരുതരം സാമൂഹിക പ്രവർത്തനമാണെന്ന പരിഹാസം പലപ്പോഴും സമകാലികരായ നാട്ടിലെ മാധ്യമപ്രവർത്തകരിൽ നിന്നു കേൾക്കേണ്ടി വന്നിട്ടുണ്ട്.

ഒരർത്ഥത്തിൽ അതു ശരിയാണ്. നിമിഷംതോറും സൃഷ്ടിക്കപ്പെടുന്ന ബ്രേക്കിംഗ് ന്യൂസിനോ, കുക്ക്ഡ് അപ്പ് സ്റ്റോറികൾക്കോ, എക്സ്ക്ലൂസീവിനോ ഒന്നും സാധ്യതയില്ലാത്ത സർക്കാർ സംവിധാനങ്ങളുടെ പി. ആർ ഏജൻസികൾ നൽകുന്ന പത്രക്കറിപ്പുകളെ മാത്രം ആശ്രയിച്ച് വാർത്ത തയ്യാറാക്കുന്ന വെറും പബ്ലിക് റിലേഷൻസ് മാധ്യമപ്രവർത്തനം തന്നെയാണ് ഗൾഫിലേത്. ഇതിനിടയിൽ മാധ്യമപ്രവർത്തനം തൊഴിലാക്കിയവരെ സംബന്ധിച്ച് 'ഈ പാഴ്കർമ്മം' കൊണ്ടെന്തു പ്രയോജനം എന്ന ആത്മനിന്ദയിൽ പോലും രക്ഷനേടാൻ കഴിയുന്നത് നിരാലംബ ജീവിതങ്ങളെ ഇരുളിൽനിന്ന് വെളിച്ചത്തിലേക്ക് നടത്തിക്കുവാൻ കഴി

യുന്ന തരം ഇടപെടലുകൾ കൊണ്ടാണ്. അങ്ങനെ ജീവിതം സാർത്ഥകമാക്കിയ നിരവധി മാധ്യമപ്രവർത്തകരുണ്ട് ഗൾഫ് പ്രവാസ പത്രപ്രവർത്തന ചരിത്രത്തിൽ.

തന്റേതല്ലാത്ത കുറ്റത്തിന് ജയിൽശിക്ഷ അനുഭവിക്കേണ്ടിവന്ന പല തടവുപുള്ളികൾക്കും മോചനം സാധ്യമാക്കിയ ഇടപെടലുകൾ, വൻ സാമ്പത്തിക പ്രതിസന്ധിയിൽ അകപ്പെട്ട് ജീവിതം തന്നെ അവസാനിപ്പിക്കാനൊരുങ്ങിയവരെ ജീവിതത്തിലേക്ക് മടക്കിക്കൊണ്ടുവന്ന സന്ദർഭങ്ങൾ, പാക്കിസ്ഥാനി പെൺകുട്ടിയെ വിവാഹം കഴിച്ച മലയാളി യുവാവിന് ഇൻഡ്യയിൽ നേരിടേണ്ടിവന്ന നിയമക്കുരുക്കുകളിൽ നിന്ന് രക്ഷ നേടാൻ നയതന്ത്ര തലത്തിലുള്ള ഇടപെടലുകൾ നടത്തിയത്, ഇങ്ങനെ എണ്ണിയാലൊടുങ്ങാത്ത ജീവൽപ്രശ്നങ്ങളിൽ നിരന്തരമായി ഇടപെടേണ്ടിവരുന്നുണ്ട് ഗൾഫ് മാധ്യമപ്രവർത്തകന്.

അതുകൊണ്ട്തന്നെയാണ് നിങ്ങളുടെ മാധ്യമപ്രവർത്തനം സാമൂഹ്യപ്രവർത്തനമാണ് എന്ന ആക്ഷേപം കേൾക്കുമ്പോഴെല്ലാം നിഗൂഢമായി ചിരിക്കാനും ആത്മവിശ്വാസത്തോടെ പ്രതികരിക്കാനും കഴിയുന്നത്.

ഗൾഫ്മേഖലയിലെ റേഡിയോ മാധ്യമത്തിന്റെ ശക്തി

എന്താണീ ജീവിതം? അവ്യക്തമായൊരു
സുന്ദരമായ വളകിലുക്കം
സംഗീതതുന്ദിലം, നൈമിഷികോജ്ജ്വലം
പിന്നെയോ ശൂന്യം, പരമശൂന്യം'

എന്ന് ചങ്ങമ്പുഴ എഴുതിയത് പോലെ പ്രവാസജീവിതം തീർക്കുന്ന ശൂന്യതയിൽ നിന്നുള്ള രക്ഷപ്പെടലാണ് റേഡിയോയെന്ന് ബാച്ചിലർമാർ ഉൾപ്പെടെ നിരവധി ശ്രോതാക്കൾ സാക്ഷ്യം പറഞ്ഞിട്ടുണ്ട്. ഇടക്കാലത്ത് ടെലിവിഷന്റെയും മറ്റും അതിപ്രസരത്തിൽ നമ്മുടെ നാട്ടിൽ റേഡിയോ മാധ്യമത്തിന് മാറ്റു കുറഞ്ഞെങ്കിലും എഫ്.എം. റേഡിയോയുടെ വരവോടെ പ്രസക്തി വർദ്ധിച്ചിട്ടുണ്ട്. മികച്ച ഗുണനിലവാരത്തിൽ പാട്ടുകൾ ആസ്വദിക്കാം, റേഡിയോ ജോക്കികളുടെ സല്ലാപം കേൾക്കാം, ഓൺ എയർ മത്സരങ്ങളിൽ പങ്കെടുത്ത് സമ്മാനം നേടാം തുടങ്ങിയ ഘടകങ്ങൾ പുതിയകാല റേഡിയോ പ്രക്ഷേപണത്തിന്റെ വിജയത്തിന് നിദാനങ്ങളാണ്. എന്നാൽ നാട്ടിലുള്ളതിനേക്കാൾ റേഡിയോക്ക് ജനപ്രീതി കൂടുതലുള്ളത് ഗൾഫ് നാടുകളിലാണ്. റേഡിയോ അവതാരകർക്കും. അതിന്റെ കാരണങ്ങളിലൊന്ന് റേഡിയോയും ശ്രോതാവും തമ്മിൽ ഉറപ്പുള്ളൊരു ആത്മബന്ധം സൃഷ്ടിക്കപ്പെടുന്നതാവണം. ഒറ്റപ്പെടൽ തീർക്കുന്ന വിരസതയിൽ നിന്ന് വിടുതി നേടാൻ റേഡിയോയെ ആശ്ര

യിക്കുന്നവരുണ്ട്. ട്രാഫിക് ബ്ലോക്കിൽപെട്ട് വീർപ്പുമുട്ടുന്ന അവസ്ഥക ളിൽ ആസ്വാദ്യകരമായ റേഡിയോ പരിപാടികൾ മാനസികപിരിമുറുക്കം കുറയ്ക്കുന്നുണ്ട് എന്നത് മറ്റൊരു കാരണമാണ്. വീട്ടമ്മമാരെ സംബ ന്ധിച്ച് ഭർത്താവ് ഓഫീസിലേക്കും കുട്ടികൾ സ്കൂളിലേക്കും പോയി ക്കഴിഞ്ഞാൽ വീട്ടിലൊരാളനക്കം ഉണ്ടെന്ന് തോന്നൽ സൃഷ്ടിക്കുന്നതിൽ റേഡിയോ സഹായിച്ചിട്ടുണ്ടെന്ന് പറഞ്ഞവരും ധാരാളമുണ്ട്. എഫ്.എം. റേഡിയോയുടെ വരവോടെ എഴുതിത്തയ്യാറാക്കി അവതരിപ്പിക്കുന്ന പരി പാടികൾക്ക് പകരം അപ്പപ്പോൾ ഉള്ളിൽ നിന്നുവരുന്നത് പറയുന്ന രീതി യായി. പറയുന്നത് അങ്ങോട്ട് കേട്ടാൽ മതി എന്ന one way communication ൽ കുറച്ചെങ്കിലും മാറ്റമുണ്ടാക്കുന്നതിൽ ആധുനിക ആശ യവിനിമയ സംവിധാനങ്ങളും സഹായിച്ചു. എസ്.എം.എസ്. വഴിയോ വാട്സാപ്പ് വഴിയോ, ഫോൺവിളിച്ചോ ശ്രോതാക്കൾക്കും തത്സമയം പ്രതികരിക്കാവുന്ന സാഹചര്യം വന്നുചേർന്നു. ഇപ്രകാരം സ്ഥിരമായി റേഡിയോ പരിപാടികൾ ശ്രദ്ധിക്കുകയും ഒടുവിൽ അതൊരു ശീലമായി മാറുമ്പോൾ ആ പരിപാടിയുടെ അവതാരകർ ഏറ്റവും അടുത്ത സുഹൃ ത്തുക്കളായി തോന്നുന്നത് സ്വാഭാവികമാണ്. നിങ്ങൾ ഞങ്ങളുടെ വീട്ടിലെ ഒരംഗത്തെപ്പോലെയാണ് എന്ന് എത്രയോ തവണ പലരിൽ നിന്നും കേൾക്കാനിടയായിട്ടുണ്ട്. അതുകൊണ്ട് തന്നെ നിത്യജീവിത ത്തിൽ ഏതെങ്കിലും തരത്തിലുള്ള പ്രതിസന്ധിയിലകപ്പെട്ടാൽ പരിഹാ രം തേടി റേഡിയോ സുഹൃത്തുക്കളിലേക്ക് 'വിളിയെത്തുക' സാധാര ണമാണ്.

2004ലാണ് ദുബായിൽ അറേബ്യൻ റേഡിയോ നെറ്റ്‌വർക്കിന്റെ ഭാഗ മായി ഹിറ്റ് എഫ്.എം. തുടങ്ങിയപ്പോൾ വാർത്താവിഭാഗത്തിന്റെ ചുമ തല ഏറ്റെടുത്ത് ഞാൻ പ്രവർത്തിച്ചുതുടങ്ങുന്നത്. ഓരോ മണിക്കൂർ ഇടവിട്ടുള്ള വാർത്താബുള്ളറ്റിനുകൾ, കായിക വാർത്തകൾ, ബിസിനസ് വാർത്തകൾ, വാർത്താധിഷ്ഠിത ഫീച്ചറുകൾ എന്നിവ എഴുതി തയ്യാ റാക്കി അവതരിപ്പിക്കുന്നതിനൊപ്പം ആദ്യനാളുകളിൽ, ശ്രോതാക്കളുമായി സംവദിക്കുന്ന 'ഞാനും എന്റെ നാടും' പോലുള്ള വാരാന്ത്യപരിപാടി കളും അവതരിപ്പിച്ചിരുന്നു.

എന്നാൽ ഇന്നും എന്റെ കർമ്മപഥത്തിൽ എനിക്ക് ഊർജ്ജം നല്കു ന്നത്, കഴിഞ്ഞ പതിനേഴ് വർഷമായി ദിവസവും രാവിലെ 8 മണിക്കുള്ള വാർത്താബുള്ളറ്റിനൊപ്പം അവതരിപ്പിക്കുന്ന സ്പെഷ്യൽ ന്യൂസ് എന്ന പരിപാടിയാണ്. ഒരുപക്ഷേ പതിനേഴ് വർഷത്തോളം തുടർച്ചയായി (ഇ തെഴുതുമ്പോഴും തുടരുന്ന) അവതരിപ്പിക്കപ്പെടുന്ന ഇത്തരമൊരു പരി

പാടി 'ഗൾഫ് റേഡിയോ' ചരിത്രത്തിൽ വേറെയുണ്ടോയെന്ന് സംശയമാണ്. സമകാലികവിഷയങ്ങളെ ശ്രോതാവിന്റെ മനസ്സിൽ പതിയുന്നവിധം ലളിതമായി അവതരിപ്പിക്കുകയാണ് സ്പെഷ്യൽ ന്യൂസിന്റെ ശൈലി. അതിന് യോജിക്കുംവിധം കവിതാശകലങ്ങളോ, പഴഞ്ചൊല്ലുകളോ സാഹിത്യകൃതികളിലെ ഭാഗങ്ങളോ ഒക്കെ ഇഴചേർത്തുകൊണ്ടാണ് അത് എഴുതിതയ്യാറാക്കുന്നത്. എന്നെ സംബന്ധിച്ച് നാലുമിനിറ്റു മുതൽ ഏഴുമിനിറ്റുവരെ ദൈർഘ്യമുള്ള ഒരു ഫീച്ചർ എഴുതി തയ്യാറാക്കുന്നത് മുതൽ ലൈവായി സംപ്രേഷണം ചെയ്യുന്നതുവരെയുള്ള ദിവസവും രാവിലെ 7.15 മുതൽ 8.15 വരെയുള്ള സമയമാണ് റേഡിയോ മാധ്യമ കർമ്മപഥത്തിലെ ഏറ്റവും ആത്മസംതൃപ്തമായ നിമിഷങ്ങൾ. അന്നത്തെ ദിവസത്തിന്റെ ഊർജ്ജം മുഴുവൻ ആ 'സൃഷ്ടി' നൽകുന്ന എൻഡ് റിസൾട്ടാണ്. ശ്രോതാക്കളിലുണ്ടാകുന്ന ഇംപാക്ടാണ്.

രാവിലെ എട്ട് മണിക്ക് ഓഫീസിൽ അറ്റൻഡൻസ് പഞ്ച് ചെയ്യേണ്ടവർ സ്പെഷ്യൽ ന്യൂസ് കേൾക്കാനായി സമയം ക്രമീകരിച്ചുകൊണ്ട് മാനേജ്മെന്റിന്റെ അനുമതിയോടെ 8.15 ആക്കി മാറ്റിയ നിരവധി അനുഭവസാക്ഷ്യങ്ങൾ എന്നെ കൂടുതൽ വിനീതനാക്കിയിട്ടുണ്ട്. അതിലുപരിയായി കൂടുതൽ ഉത്തരവാദിത്തബോധമുള്ളവനുമാക്കി തീർത്തു. കാരണം, ഇത്തരം അനുഭവസാക്ഷ്യങ്ങളും പ്രതികരണങ്ങളും പറഞ്ഞവരിൽ ജനറൽ മാനേജർ പദവിയിലുള്ളവർ മുതൽ ലോവർ പോസ്റ്റിലുള്ളവർ വരെയുണ്ട്. അതൊരു അംഗീകാരമാണ്, ആനന്ദനിർവൃതിയാണ്. ഈ ആനന്ദനിർവൃതി തനിക്കും ശ്രോതാക്കൾക്കും ഒരുപോലെ പങ്കുവയ്ക്കാൻ സാധിക്കുന്നതിന് കാരണം അതിലെ സാധാരണത്വമാണ്. പണ്ഡിതനും പാമരനും ഒരുപോലെ മനസ്സിലാക്കാൻ പറ്റുന്ന ശൈലി.

ഇക്കാലയളവിൽ സ്പെഷ്യൽ ന്യൂസ് ഫീച്ചറിൽ ഉൾപ്പെടുത്തിയ നിരവധി ജീവകാരുണ്യ സംഭവങ്ങളുണ്ട്. അവയ്ക്കൊക്കെ ഏതെങ്കിലും വിധത്തിൽ പരിഹാരം കാണാനും സാധിച്ചിട്ടുണ്ട്. ഈ ലേഖനത്തിന്റെ തുടക്കത്തിൽ സൂചിപ്പിച്ചതുപോലെ മനുഷ്യർ എന്തുകൊണ്ട് ജീവിക്കുന്നുവെന്ന് ബോധ്യപ്പെടുത്തിയ വ്യത്യസ്ത സന്ദർഭങ്ങൾ ശ്രോതാക്കൾ നൽകിയ അകമഴിഞ്ഞ പിന്തുണയും കാരുണ്യവും സ്നേഹവും കരുതലും കൊണ്ട് പടുകുഴിയിലേക്ക് വീണുപോകേണ്ടിയിരുന്ന എത്രയെത്ര ജീവിതങ്ങളെ സുരക്ഷിതമായി കരയ്ക്കടുപ്പിക്കാൻ സാധിച്ചിട്ടുണ്ട്. മനുഷ്യൻ എത്ര സുന്ദരമായ പദം എന്നാവർത്തിച്ച് വിശ്വസിക്കാൻ പ്രേരിപ്പിച്ച സന്ദർഭങ്ങൾ. അവയോരോന്നും വിവരിക്കാൻ ഈ ഇടം മെനക്കെടുത്തുന്നില്ല. എങ്കിലും ചിലത് പറയാതെ നിവൃത്തിയില്ല. അത്തരത്തി

ലൊന്നാണ് ഒരു മാതൃദിനത്തിൽ പ്രക്ഷേപണം ചെയ്ത സ്പെഷ്യൽ ന്യൂസ് ഉണ്ടാക്കിയ ഇംപാക്ട്. കേരളത്തിൽ അമ്മമാരെ നടതള്ളുന്ന റിപ്പോർട്ടിനെ ആധാരമാക്കി തയ്യാറാക്കിയതായിരുന്നു വികാരസാന്ദ്രമായ ആ ഫീച്ചർ. അത്തരത്തിൽ ഗുരുവായൂരുള്ള ഒരമ്മയെ ടെലിഫോണിൽ വിളിച്ചു സംസാരിച്ചതിന്റെ ചെറിയൊരു ഭാഗവും അതിലുൾപ്പെടുത്തിയിരുന്നു. മക്കൾ മൂന്നുപേരുണ്ടായിട്ടും അവരാൽ ഉപേക്ഷിക്കപ്പെട്ട ഒരമ്മയുടെ കണ്ണീരിൽ കുതിർന്ന വാക്കുകൾ ആരെയും നൊമ്പരപ്പെടുത്താൻ പോന്നതായിരുന്നു. ഒടുവിൽ ആ അമ്മ പറഞ്ഞ വാചകം ഇങ്ങനെയായിരുന്നു.

"അമ്മയ്ക്കൊരു പരാതിയുമില്ല മോനേ, മക്കളൊക്കെ എപ്പോഴും തിരക്കല്ലേ, അവർക്ക് എപ്പോഴും അമ്മയെ നോക്കിയിരിക്കാൻ കഴിയില്ലല്ലോ, ഇതുതന്നെയാണ് നല്ലത്. അവർ തെരഞ്ഞെടുത്ത വഴിയാണ് നല്ലത്. അമ്മയ്ക്ക് ഒരു പരിഭവവുമില്ല. എവിടെയായാലും മക്കള് സുഖമായിരുന്നാൽ മതി."

ഷാർജയിൽ നിന്നു ദുബായിലേക്കുള്ള യാത്രയിൽ കാറിലിരുന്ന് ഇതു കേട്ട ഒരു ശ്രോതാവിന്റെ പ്രതികരണം ഇന്നും എന്റെ ഓർമ്മയിൽ തെളിഞ്ഞുനിൽക്കുന്നു.

സ്പെഷ്യൽ ന്യൂസ് പ്രക്ഷേപണം കഴിഞ്ഞ് ഞാൻ സ്റ്റുഡിയോയിൽനിന്ന് പുറത്തിറങ്ങുന്നതിനുമുമ്പ് SMS Screenൽ ഒരു മെസേജ് പ്രത്യക്ഷപ്പെട്ടു. കഴിയുമെങ്കിൽ എന്നോട് സംസാരിക്കണം എന്നാവശ്യപ്പെട്ടുകൊണ്ടുള്ള സന്ദേശമായിരുന്നു അത്. സ്റ്റുഡിയോയിൽ നിന്ന് പുറത്തിറങ്ങിയ ഉടൻ ഞാനദ്ദേഹത്തെ വിളിച്ചു. ഫോണിന്റെ മറുതലയ്ക്കൽ നിന്ന് ഗദ്ഗദം മാത്രം. കാര്യം പറയാൻ നിർബന്ധിച്ചപ്പോൾ കരച്ചിലൊതുക്കി അദ്ദേഹം പറഞ്ഞു.

"പതിവുയാത്രയ്ക്കിടയിലാണ് സ്പെഷ്യൽ ന്യൂസ് കേൾക്കാറുള്ളത്. ഇന്നും അതുപോലെതന്നെ. എന്നാൽ ഇന്ന് അമ്മയെക്കുറിച്ചുള്ള വാക്കുകൾ കേട്ടപ്പോൾ എന്റെ ഉള്ളൊന്ന് കലങ്ങിയതുപോലെ. എമിറേറ്റ്സ് റോഡിന്റെ ഓരത്ത് വണ്ടി നിർത്തിയിട്ട് ഞാനതു മുഴുവൻ കേട്ടത് കരച്ചിലിന്റെ വക്കത്തുനിന്നാണ്. കേട്ടുകഴിഞ്ഞപ്പോൾ പൊട്ടിക്കരഞ്ഞുപോയി. ഇപ്പോഴും എനിക്ക് കരച്ചിലടക്കാൻ കഴിയുന്നില്ല.

വീണ്ടും ഒരു നിമിഷം മൗനം. അയാൾ കരയുകയായിരുന്നു. ആശ്വസിപ്പിക്കാൻ ഞാൻ നന്നേ പാടുപെട്ടു. കരയാതെ കാര്യം പറയൂ എന്നായി ഞാൻ.

അമ്മയുമായി കുറച്ചു നാളായി അത്ര രസത്തിലായിരുന്നില്ല ഞാൻ,

വല്ലപ്പോഴുമൊന്ന് വിളിച്ചാലായി. അമ്മയെ കാണണമെന്ന് പോലുമുണ്ടായിരുന്നില്ല."

അയാളുടെ ഭാര്യയും അമ്മയും തമ്മിലുള്ള ഇണക്കമില്ലായ്മയുടെ ബാക്കിപത്രമാണ് അമ്മയോടുള്ള അയാളുടെ രസക്കേടിനു കാരണം.

കുറച്ചധികം നേരം ഞാനയാളുമായി സംസാരിച്ചു. ഒടുവിൽ ഫോൺ ഡിസ്കണക്ട് ചെയ്യുന്നതിനുമുമ്പ് അയാൾ പറഞ്ഞു.

"ഞാനൊരു ദിവസം വരും. നിങ്ങളുടെ സ്റ്റുഡിയോയിൽ, എനിക്ക് നിങ്ങളെ കാണണം."

അതിനെന്താ വന്നോളൂ എന്ന് സന്തോഷത്തോടെ സമ്മതം മൂളിയപ്പോൾ ഒരു വാചകം കൂടി പറഞ്ഞ് അയാൾ ഫോൺ വെച്ചു.

"ഞാൻ വരുമ്പോൾ അമ്മയും എന്റെ കൂടെയുണ്ടാകും." ആ സംഭവം കഴിഞ്ഞ് ഒരു മാസം തികയുന്നതിനുമുമ്പ് അയാൾ പറഞ്ഞതുപോലെ ചെയ്തു.

സ്റ്റുഡിയോയിൽ അയാളെത്തി.

ഒപ്പം വിസിറ്റിനെത്തിയ അയാളുടെ അമ്മയും.

റേഡിയോ ഒരു അജൈവമായ ഉപകരണമാണെങ്കിലും അതിൽനിന്ന് പുറപ്പെട്ടുവരുന്ന ശബ്ദത്തിന് ജീവൻ ഉണ്ടെന്ന് വിശ്വസിക്കാനാണെനിക്കിഷ്ടം.

അത് ഹൃദയങ്ങളെ തൊടാൻ ശേഷിയുള്ളതാണ്. പറയുന്നത് ആത്മാർത്ഥതയോടെയാണെങ്കിൽ

അതുകൊണ്ടാണ് പാട്ടുകേൾക്കാനും തത്സമയ വാർത്ത കേൾക്കാനും യൂട്യൂബ് ചാനലുകളും നിരവധി ആപ്പുകളും ഉള്ള ഇക്കാലത്ത് പോലും റേഡിയോ സജീവമായി നിലനിൽക്കുന്നത്. ഇഷ്ടാനുസരണം പാട്ടുകൾ കേൾപ്പിച്ചുകൊടുക്കുന്ന ആർട്ടിഫിഷ്യൽ ഇന്റലിജൻസ് സംവിധാനത്തിൽ പ്രവർത്തിക്കുന്ന ഉപകരണങ്ങൾ വിപണിയിലിങ്ങിയിട്ടും റേഡിയോ മരിക്കാത്തത് അവയിൽ നിന്ന് പുറപ്പെട്ടുവരുന്ന വാക്കുകൾ നിർമ്മിത ബുദ്ധിയിൽ നിന്ന് പുറപ്പെടാതെ ഹൃദയത്തിൽ നിന്ന് പുറപ്പെടുന്നതുകൊണ്ടാണ്.

മറ്റൊരിക്കൽ കഠിനമായ നെഞ്ചുവേദന മൂലം വാക്കുകൾ മുഴുമിപ്പിക്കാൻ പോലുമാകാതെ ഒരു ശ്രോതാവ് ഞങ്ങളുടെ റേഡിയോയുടെ ഹോട്ട്ലൈനിൽ വിളിച്ചിരുന്നു. രണ്ടുപേർ താമസിയ്ക്കുന്ന മുറിയിൽ അന്നേരം അയാൾ ഒറ്റയ്ക്കായിരുന്നു.

കൂടെയുണ്ടായിരുന്ന ആൾ കാലത്തേ സൈറ്റിലേക്ക് പോയി. അതികഠിനമായ നെഞ്ചുവേദനയും തളർച്ചയും തോന്നിയപ്പോൾ ഇദ്ദേഹം

ഫോണെടുത്ത് സുഹൃത്തിനെ വിളിച്ചുനോക്കി. പക്ഷേ ബെല്ലടിക്കുന്നതല്ലാതെ കോൾ എടുത്തില്ല. പിന്നെ ഡയൽ ചെയ്തത് ഞങ്ങളുടെ ഹോട്ട്ലൈൻ നമ്പറിലേക്കായിരുന്നു.

"സഹായിക്കണം, എത്രയുംവേഗമൊരു ആംബുലൻസ് വിളിച്ചു വിടണം."

വാക്കുകൾ തളർന്നുവീണു. ഏതാണ്ട് രണ്ട് രണ്ടര മണിക്കൂർ കഴിഞ്ഞ് അയാളുടെ സുഹൃത്ത് വിളിച്ചു.

"കൂട്ടുകാരന് ഇപ്പോൾ ഭേദമുണ്ട്. തക്കസമയത്ത് DHA ആംബുലൻസെത്തി. പ്രഥമശുശ്രൂഷയും നൽകി ആശുപത്രിയിലെത്തിച്ചതുകൊണ്ട് മാത്രം രക്ഷപ്പെട്ടതാ..."

റേഡിയോയും ശ്രോതാവും തമ്മിലുള്ള ജൈവികബന്ധത്തിന് ഇതിലപ്പുറം എന്തു തെളിവ് വേണം. മുറിയിൽ ഒപ്പം കഴിയുന്ന കൂട്ടുകാരനെ വിളിച്ചിട്ട് കിട്ടിയില്ലെങ്കിൽ പിന്നെ ഏറ്റവും അടുത്തതായി വിശ്വസിച്ചു വിളിക്കാവുന്ന സുഹൃത്ത് ദിവസവും കേൾക്കുന്ന റേഡിയോ ആണ് എന്ന ഉത്തമബോധ്യത്തിനപ്പുറം മറ്റെന്തുണ്ട് മഹത്തരമായി.

അഭിമാനത്തോടുകൂടി ഉറപ്പിച്ചുപറയാൻ കഴിയും ഗൾഫിലെ റേഡിയോ മാധ്യമപ്രവർത്തനം ജീവിതത്തിൽ ഇതുവരെ നൽകിയത് ഏറ്റവും വലിയ ആത്മസംതൃപ്തിയാണ്. അനുവദിക്കപ്പെട്ടിരിക്കുന്ന ഈ ആയുസ്സിനിടയ്ക്ക് ഒരാളുടെയെങ്കിലും ജീവിതത്തിൽ സന്തോഷത്തിന് കാരണമായി എന്ന വലിയ ആത്മസംതൃപ്തി.

പഠനം

ദക്ഷിണേന്ത്യ - ഗൾഫ് കുടിയേറ്റ ഇടനാഴി: ആസന്നമായ വെല്ലുവിളികൾ

പ്രൊഫ. എസ്. ഇരുദയ രാജൻ, ഡോ. ജിനു സക്കറിയ ഉമ്മൻ

കോവിഡ് മഹാമാരി ആഗോള കുടിയേറ്റത്തിന്റെ രീതി മാറ്റിമറിക്കുകയും ലക്ഷക്കണക്കിന് കുടിയേറ്റക്കാരുടെയും അവരുടെ കുടുംബങ്ങളുടെയും വിധി മുൻപില്ലാത്ത വിധത്തിൽ തകിടം മറിച്ചിരിക്കുകയാണ്. ആയിരക്കണക്കിന് കുടിയേറ്റ തൊഴിലാളികൾക്ക് ശമ്പളമോ കുടിശ്ശികയോ അടുത്തുൺ ആനുകൂല്യങ്ങളോ, കോവിഡ് ബാധയിൽ മരണപ്പെട്ടവരുടെ ബന്ധുക്കൾക്ക് സമാശ്വാസമോ നല്കാതെ, തൊഴിലുടമകൾ, മുഖ്യമായും നിർമ്മാണമേഖലയിലുള്ള കമ്പനികൾ ഈ പ്രതിസന്ധിഘട്ടത്തെ തൊഴിലാളികളെ പിരിച്ചയക്കാനുള്ള ഒരു അവസരമായി മുതലെടുക്കുകയായിരുന്നു. വേതനബാക്കിയും ആനുകൂല്യങ്ങളും തിരിച്ചുപിടിക്കാനുള്ള ശ്രമങ്ങൾ ഓവർസീസ് പാക്കിസ്താനി ഫൗണ്ടേഷനും (OPF) ഓവർസീസ് പാക്കിസ്താനി മന്ത്രാലയവും തങ്ങളുടെ വിദേശ മിഷനുകൾ വഴി നടത്തിവരുന്നുണ്ട്.

ദക്ഷിണേന്ത്യ - ഗൾഫ് കുടിയേറ്റ ഇടനാഴി ലോകത്തിലെ ഏറ്റവും വലുതാണ്. ഗൾഫ് രാജ്യങ്ങളിൽ 15 മില്യനടുത്ത് ദക്ഷിണേന്ത്യക്കാരുണ്ട്. ലോകബാങ്കിന്റെ കണക്ക്പ്രകാരം 2019ൽ ദക്ഷിണേന്ത്യൻ രാജ്യങ്ങൾ ഏതാണ്ട് 140 ബില്യൺ ഡോളർ വരുമാനം ലഭിച്ചിട്ടുണ്ട്. ഇതിൽ ഇന്ത്യക്ക് 83.1, പാക്കിസ്താന് 22.5, ബംഗ്ലാദേശിന് 18.3, നേപ്പാളിന് 8.1, ശ്രീലങ്കക്ക് 6.7 ബില്യൺ ഡോളറുകളാണ് ലഭിച്ചത്.

ഗൾഫിന്റെ സാമ്പത്തികമേഖലയുടെ നട്ടെല്ലാണ് ദക്ഷിണേന്ത്യയുടെ തൊഴിൽസേന. എന്നാൽ അവർക്ക് ഭക്ഷണത്തിനും അടിസ്ഥാന സൗകര്യങ്ങൾക്കുമായി പല വാതിലുകളിലും മുട്ടേണ്ടിവരുന്നു. രോഗവ്യാപ്തിയും കമ്പനികളുടെ അടച്ചുപൂട്ടലും അതിർത്തികളിലെ കാർക്കശ്യവും കഫാല സ്പോൺസർഷിപ്പിന്റെ ചൂഷണരീതികളും ദക്ഷിണേന്ത്യൻ കുടിയേറ്റ തൊഴിലാളികളുടെ നിലവിലുള്ള ദുരിതം വർദ്ധിപ്പി

ക്കുകയാണ് ചെയ്തത്.

നിസ്സഹായരായ ദക്ഷിണേന്ത്യൻ തൊഴിലാളികൾ സുരക്ഷാപരിരക്ഷയോ സാമൂഹ്യസുരക്ഷാ സംവിധാനങ്ങളോ ക്ഷേമപദ്ധതികളോ, തൊഴിലവകാശങ്ങളോ ഇല്ലാതെ അനാവശ്യ കുടിയേറ്റക്കാരായിരിക്കുന്നു. വന്ദേഭാരത് മിഷനിലൂടെയും മറ്റു ചാർട്ടേർഡ് ഫ്ളൈറ്റുകൾ വഴിയും ആയിരങ്ങളാണ് വെറുംകൈയോടെ അതിഥി രാജ്യം വിട്ടത്. 1990ലെ ഇറാഖിന്റെ കുവൈത്ത് അധിനിവേശകാലത്തെ തൊഴിലാളികളുടെ പലായനത്തെയാണ് ഇത് ഓർമ്മിപ്പിക്കുന്നത്. കോവിഡ്-19 ബാധിച്ച കുടിയേറ്റ തൊഴിലാളികളുടെ കാര്യം വേണ്ട രീതിയിൽ കൈകാര്യം ചെയായാൻ, പരിമിതമായ ആരോഗ്യരക്ഷാസംവിധാനങ്ങൾ മാത്രമുള്ള ഗൾഫ് രാജ്യങ്ങൾക്ക് സാധിച്ചിട്ടില്ല.

ദക്ഷിണേന്ത്യൻ തൊഴിലാളികളിൽ ഏറ്റവും വലിയ സംഖ്യ ഭാരതീയരുടേതാണ്; ഏതാണ്ട് 9 മില്ല്യൻ. പിന്നാലെ 5 മില്ല്യനുമായി ബംഗ്ലാദേശ്, 3 മില്ല്യനുമായി പാക്കിസ്താൻ, ഓരോ മില്യൻ വീതം നേപ്പാളികളും ശ്രീലങ്കക്കാരും. ലേബർ ക്യാമ്പുകളിലെ ആൾപ്പെരുപ്പവും അനാരോഗ്യകരമായ ചുറ്റുപാടുകളുമാണ് ലേബർ ക്യാമ്പുകളിൽ കോവിഡ് 19 ബാധ വർദ്ധിക്കാൻ കാരണം, ഏതായാലും ഗൾഫ് രാജ്യങ്ങളിലെ കോവിഡ് പ്രതിസന്ധിയും അതിനെ നേരിടാനുള്ള പ്രവർത്തനങ്ങളും പിന്നീട് വിലയിരുത്തിയപ്പോൾ, ഏറ്റവും അവഗണിക്കപ്പെട്ട വിഭാഗം, വീട്ടുവേല ചെയ്തുവന്ന സ്ത്രീകുടിയേറ്റക്കാരാണെന്ന് ബോധ്യമായി. അപ്പോഴത്തെ സ്ഫോടനാത്മക സാഹചര്യത്തിൽ അവരുടെ പറയപ്പെടാത്ത ദുരിതങ്ങൾ വർദ്ധിക്കുകയായിരുന്നു.

GCC രാജ്യങ്ങളിലെ സ്ഫോടനാത്മകവും അസ്ഥിരവുമായ സാഹചര്യം, വന്ദേഭാരത് മിഷൻ പോലുള്ള മാർഗ്ഗങ്ങളിലൂടെ നാട്ടുകാരെ തിരിച്ചയക്കാനുള്ള ശ്രമം നടത്താൻ ഇന്ത്യാ ഗവൺമെന്റിനെ നിർബന്ധിതമാക്കി. ഇതോടൊപ്പം, പാക്കിസ്താൻ, ബംഗ്ലാദേശ്. നേപ്പാൾ, ശ്രീലങ്ക എന്നീ രാജ്യങ്ങളും തങ്ങളുടെ പൗരന്മാരെ വിവിധ വിദേശ തൊഴിലിടങ്ങളിൽനിന്ന് തിരിച്ചെത്തിച്ചു.

പാക്കിസ്താൻ ഗൾഫിൽനിന്ന് മാത്രം സ്പെഷ്യൽ PIA ഫ്ളൈറ്റുകൾ വഴി കുടിയേറ്റ തൊഴിലാളികളെ തിരിച്ചെത്തിച്ചു. രാജ്യത്തിന് പുറത്തുള്ള പാക്കിസ്താനികൾക്കു വേണ്ടിയുള്ള മന്ത്രാലയവും, ഹ്യൂമൺ റിസോഴ്സ് ഡെവലപ്മെന്റും കുടുങ്ങിക്കിടന്ന തൊഴിലാളികളെ സഹായിക്കാനായി ഒരു പ്രത്യേക പോർട്ടൽതന്നെ തുടങ്ങി. കുടുങ്ങിക്കിടന്ന തൊഴിലാളികളെ സർക്കാർ പണമുപയോഗിച്ച് തിരിച്ചെത്തിക്കണമെന്ന

ഒരു ഇടക്കാല ഉത്തരവ് നേപ്പാളിലെ സുപ്രീം കോടതി ഇറക്കുകയുണ്ടായി. കുടിയേറ്റ തൊഴിലാളികളുടെ ക്ഷേമനിധിയിൽനിന്ന് പണമെടുത്ത്, സ്വന്തം ഉത്തരവാദിത്തത്തിൽ തിരിച്ചെത്തിയ തൊഴിലാളികളുടെ വിമാനക്കൂലി തിരിച്ചുകൊടുക്കാനും ഈ ഉത്തരവിൽ നിർദ്ദേശിച്ചു.

തിരിച്ചെത്തുന്ന തൊഴിലാളികളുടെ പുനരധിവാസമാണ് ഈ രാജ്യങ്ങൾ നേരിടുന്ന ഏറ്റവും വലിയ വെല്ലുവിളി. അത്തരം പുനരധിവാസം സാധ്യമാക്കാനാണ് ഇന്ത്യാഗവർമെണ്ട് SWADES പരിപാടി ആവിഷ്ക്കരിച്ചത്. എന്നാൽ അതിന്റെ പ്രയോഗത്തിന്റെ കാര്യത്തിൽ തികഞ്ഞ അനിശ്ചിതത്വം നിലനിൽക്കുന്നു. ഇതേ കാലയളവിൽതന്നെ, അന്താരാഷ്ട്ര കുടിയേറ്റത്തിന്റെ ഏറ്റവും വലിയ ഗുണഭോക്താവായ കേരളവും ഡ്രീം കേരള ഇനിഷ്യേറ്റീവ് എന്ന പദ്ധതി പ്രഖ്യാപിച്ചിട്ടുണ്ട്. കുടിയേറ്റക്കാരുടെ ബഹുമുഖമായ കഴിവുകളെ പ്രയോജനപ്പെടുത്തുകയാണ് ഇതിന്റെ ലക്ഷ്യം. ബംഗ്ലാദേശും തിരിച്ചുവരുന്ന കുടിയേറ്റ തൊഴിലാളികളെ പുനരധിവസിപ്പിക്കാൻ പ്രത്യേക പാക്കേജിന് രൂപം നൽകിയിട്ടുണ്ട്. കുടിയേറ്റ തൊഴിലാളികൾ തിരിച്ചെത്തുമ്പോൾ 5000 ടാക്കയും സ്വയം തൊഴിൽ പ്രോജക്ടുകൾക്കായി 3 മുതൽ 7 ലക്ഷം വരെ ടാക്ക കടവും, വ്യാധിയുടെ കാലത്ത് വിദേശത്ത് മരണമടഞ്ഞവരുടെ കുടുംബത്തിന് 3 ലക്ഷം ടാക്കയുടെ സഹായധനവും പ്രഖ്യാപിച്ചിട്ടുണ്ട്. പാക്കിസ്താനിലും തിരിച്ചെത്തുന്നവരുടെ നൈപുണീ വികസനത്തിനായി ഓവർസീസ് എംപ്ലോയ്മെന്റ് കോർപ്പറേഷൻ പ്രത്യേകപരിപാടികൾ ആസൂത്രണം ചെയ്തിട്ടുണ്ട്.

കഴിഞ്ഞ കാലത്തെ ഗൾഫിലെ മൂന്ന് മുഖ്യപ്രതിസന്ധികളിലും - ഇറാഖിന്റെ കുവൈത്ത് അധിനിവേശം, ആഗോളസാമ്പത്തികമാന്ദ്യം, സൗദിഅറേബ്യയിലെ നിതാഖത്ത് പ്രശ്നം - കുടിയേറ്റ തൊഴിലാളികളുടെ ഗണ്യമായ തിരിച്ചുവരവുണ്ടായിട്ടില്ല. എന്നാൽ കോവിഡ് - 19ന്റെ മുൻപില്ലാത്ത തരത്തിലുള്ള ബാധയും, എണ്ണവിലയിലെ അനിശ്ചിതത്വവും ചേർന്ന്, പ്രവചനാതീതമായ തിരിച്ചുവരവിന് കാരണമായി. മുൻകാലത്ത് സ്വദേശികൾക്കിടയിലെ തൊഴിലില്ലായ്മയും സാമ്പത്തിക പ്രതിസന്ധിയും ജനസംഖ്യയിലെ അസന്തുലനവും പ്രത്യേകിച്ച് അറബ് രാജ്യങ്ങൾ അടങ്ങിയ GCC രാഷ്ട്രങ്ങളിൽ തൊഴിലിന്റെ ദേശീയവത്ക്കരണത്തിനുള്ള പ്രസ്ഥാനങ്ങൾ ശക്തമായി. ഇപ്പോൾ സ്വദേശിവത്ക്കരണവും കുടിയേറ്റത്തിനെതിരായ വികാരങ്ങളും GCC രാജ്യങ്ങളിൽ പാരമ്യത്തിലാണ്.

ഒമാൻ, സൗദി അറേബ്യ തുടങ്ങിയ രാജ്യങ്ങൾ സ്വദേശി തൊഴിലി

ല്ലായ്മ കുറയ്ക്കാനായി സ്വകാര്യകമ്പനികൾക്ക് സബ്സിഡികൾ നല്കുകയാണ്. കോവിഡ് – 19 വർദ്ധിച്ചുതുടങ്ങിയപ്പോൾ GCC ഗവൺമെണ്ട് ജോലിക്കാരെ തിരിച്ചുകൊണ്ടുപോകാൻ രാജ്യങ്ങൾക്കുമേൽ നേരിട്ടും അല്ലാതെയുമുള്ള സമ്മർദ്ദങ്ങൾ ചെലുത്തുകയുണ്ടായി. അതിനുപുറമെ, കുവൈറ്റ് നാഷണൽ അസംബ്ലിയിൽ ഈയിടെ നടന്ന എക്സ്പാറ്റ് ക്വാട്ട ബിൽ ചർച്ചകൾ കുടിയേറ്റക്കാരോട് തദ്ദേശീയർക്ക് വളർന്നുവരുന്ന അതൃപ്തിയും ശക്തമായി വരുന്ന ജനസംഖ്യാ അനുപാതത്തിന്റെ അസന്തുലനത്തിൽ GCC ഗവൺമെണ്ടുകൾക്കുള്ള ഉത്ക്കണ്ഠയുമാണ് സഹജമായും പ്രകടമാക്കിയത്. എന്തായാലും ദേശീയവത്ക്കരണത്തിന്റെ യാഥാർത്ഥ്യമാക്കൽ വളരെ പ്രശ്നങ്ങൾ നിറഞ്ഞതാണ്. ചില വിഭാഗം തൊഴിലുകളുടെ മേൽ പതിഞ്ഞിട്ടുള്ള കളങ്കവും രാജകീയ ഷെയ്ക്ക് സംസ്കാരത്തിന്റെ സ്വാധീനവുമാണ് ഇതിന് കാരണം.

വിരോധാഭാസമെന്ന് പറയാം, കുടിയേറ്റക്കാരെ അയക്കുന്ന രാജ്യങ്ങളും കുടിയേറ്റത്തെ പ്രോത്സാഹിപ്പിക്കലും വർദ്ധിതതോതിൽ ശത്രുതാപരമായി പെരുമാറുന്ന രാജ്യങ്ങളിൽ കുടിയേറ്റക്കാരുടെ അവകാശങ്ങൾ സംരക്ഷിക്കലിനുമിടയിൽ കുടുങ്ങിപ്പോയിരിക്കുകയാണ്. കുടിയേറ്റക്കാരുടെയും അവരുടെ കുടുംബങ്ങളെയും സംരക്ഷിക്കാനുള്ള യു. എൻ. കൺവെൻഷനിൽ ബംഗ്ലാദേശും ശ്രീലങ്കയും മാത്രമേ ഒപ്പ് വച്ചിട്ടുള്ളൂ. അതുകൊണ്ട് ഇന്നത്തെ സാഹചര്യത്തിൽ മുഖ്യമായ ആവശ്യം ഇരുരാജ്യങ്ങളും തമ്മിലുള്ള സമഗ്രമായ ഒരു കുടിയേറ്റനിയന്ത്രണ പദ്ധതിയാണ്. എന്നാൽ ശ്രീലങ്കയൊഴികെ മറ്റു രാജ്യങ്ങൾക്കൊന്നും, പര്യാപ്തമായ ഒരു കുടിയേറ്റനയമില്ല എന്നത് വലിയ വിരോധാഭാസമാണ്. അതിനാൽ ദക്ഷിണേന്ത്യൻ കുടിയേറ്റക്കാരുടെ യഥാർത്ഥ അവകാശങ്ങൾക്കുവേണ്ടി ശബ്ദമുയർത്തണം, ദക്ഷിണേന്ത്യ-ഗൾഫ് കുടിയേറ്റ ഇടനാഴിയെ SAARC, ILO, UN എന്നിവയുടെ വ്യവസ്ഥകളുടെ പരിധിക്കുള്ളിൽ കൊണ്ടുവരാനും ഇപ്പോഴത്തെ പകർച്ചവ്യാധി നിമിത്തമായിരിക്കുന്നു.

ദക്ഷിണേന്ത്യൻ തൊഴിൽ സേനയിലെ ഏറ്റവും വലിയ വിഭാഗം ഇന്ത്യാക്കാരാണ്. ഗൾഫിലേക്കുള്ള കുടിയേറ്റം മുഖ്യമായും പുരുഷനിയന്ത്രിതമായ ഒരു പ്രതിഭാസമാണ്. കുടിയേറ്റ തൊഴിലാളികളിൽ വലിയൊരു വിഭാഗവും ഇടുങ്ങിയ മുറികളും ടോയ്ലെറ്റുമൊക്കെ പങ്കിടുന്നു. ഈ ലേബർ ക്യാമ്പുകളിൽ കോവിഡ്ബാധ വർദ്ധിക്കാൻ കാരണം ഇടുങ്ങിയ പാർപ്പും അനാരോഗ്യകരമായ ചുറ്റുപാടുകളുമാണ്. എങ്കിലും ഗൾഫ് രാജ്യങ്ങളിലെ കോവിഡ് ബാധയെക്കുറിച്ച് പഠിക്കുമ്പോൾ

ഇന്നത്തെ സ്ഫോടനാത്മകമായ സാഹചര്യത്തിൽ, ദുസ്സഹമാംവിധം ദുരിതം വർദ്ധിച്ച വീട്ടുജോലിക്കാരായ സ്ത്രീകളുടെ കാര്യമാണ് മുന്നിട്ടുനിന്നത്. പരിമിതമായ അഡ്മിനിസ്ട്രേറ്റീവ് സ്റ്റാഫ് മാത്രമുള്ള ഇന്ത്യൻ മിഷനുകൾക്ക് കുടിയേറ്റക്കാരുടെ പ്രശ്നങ്ങളോട് ഫലപ്രദമായി പ്രതികരിക്കാൻ കഴിഞ്ഞിട്ടില്ല. ഈ സാഹചര്യത്തിലാണ്, വന്ദേഭാരത് മിഷനിലൂടെയും മറ്റും കുടിയേറ്റ തൊഴിലാളികളെ തിരിച്ചെത്തിക്കാൻ ഇന്ത്യാ ഗവർമെണ്ട് നിർബന്ധിതമായത്.

(തിരുവനന്തപുരത്തെ സെന്റർ ഫോർ ഡെവലപ്മെന്റൽ സ്റ്റഡീസിലെ പ്രൊഫസറാണ് എസ്. ഇരുദയരാജൻ. ജിനു സക്കറിയ ഉമ്മൻ കേരള പബ്ലിക് സർവീസ് കമ്മീഷൻ അംഗമാണ്)

അനുബന്ധം

കണക്കുപിഴക്കുന്ന പ്രവാസം

എം. ഫിറോസ്ഖാൻ

നാടിനെ വെല്ലും ഗൾഫ് 'ബ്ലേഡ്'

ദുബൈ ദേരയിലെ തിരക്കേറിയ തെരുവ്. പ്രമുഖ ഹോട്ടലിന് പിൻവശത്തെ കെട്ടിടത്തിലെ നാലാംനിലയിലെ ഫ്ളാറ്റിൽ നാട്ടിലെ ബീവറേജസ് ഔട്ട്ലെറ്റിനെ ഓർമ്മിപ്പിക്കുന്ന തിരക്കാണ്. കൊള്ളപ്പലിശക്ക് പണം വാങ്ങാനും വാങ്ങിയത് തിരിച്ചടക്കാനുമുള്ള വരിയിൽ കൂടുതലും മലയാളികൾ. സാധാരണക്കാർ മുതൽ ബിസിനസുകാർ വരെയുണ്ട്. ത്രിപീസ് എന്ന ഓമനപ്പേരിലറിയപ്പെടുന്ന ഹുണ്ടിക പണമടവാണ് ഇവരുടെ രീതി.

കേരളത്തിലെ തെക്കൻ ജില്ലക്കാരനായ ഒരാളാണ് നേതൃത്വം നൽകുന്നത്. ലക്ഷക്കണക്കിന് ദിർഹത്തിന്റെ പണമിടപാടാണ് ദിവസവും നടക്കുന്നത്. സാമ്പത്തിക പ്രതിസന്ധിയിലകപ്പെട്ട പാവം പ്രവാസികളെ സഹായിക്കാൻ സദാ സന്നദ്ധരായവരെന്ന ഭാവത്തിലാണ് നടത്തിപ്പുകാരുടെ പെരുമാറ്റം. പക്ഷേ പലിശ ഒരു ദിവസം വൈകിയാൽ തനിനിറം പുറത്താകും.

അതുകൊണ്ട് കാശ് വാങ്ങിപ്പോകുന്നവർ അതേ ശുഷ്കാന്തിയിൽ വരിനിന്ന് വാങ്ങിയത് തിരിച്ചടക്കുന്നു. അല്ലാത്തവർ കൂടുതൽ കടക്കെണിയിൽപെട്ട് പുറത്തിറങ്ങാനാകാതെയും നാട്ടിൽ പോകാതെയും നരകജീവിതം നയിക്കുന്നു. ആത്മഹത്യയിൽ അഭയം തേടുന്നവരും കുറവല്ല.

പെട്ടെന്ന് നാട്ടിൽ പണമയക്കേണ്ട സാഹചര്യം വന്നാൽ എളുപ്പം ആശ്രയിക്കാവുന്നവർ തന്നെയാണിവർ. തിരിച്ചറിയൽ രേഖയുടെ പകർപ്പും നാട്ടിലെ ബാങ്ക് അക്കൗണ്ട് വിശദാംശങ്ങളും നൽകിയാൽ വേണ്ട പണം അവിടെ എത്തും. അത് മൂന്ന് തവണയായി മൂന്നു മാസം കൊണ്ട് തിരിച്ചടക്കുമ്പോൾ നൽകേണ്ടിവരുന്നത് നൂറിലേറെ ശതമാനം പലിശയാണെന്ന് മാത്രം.

ഇടപാട് നിയമവിരുദ്ധമായതിനാൽ ആർക്കും നേരിട്ടുചെന്ന് ചോദി

ച്ചാൽ ലഭിക്കില്ല. മുൻപരിചയമുള്ളവർവഴി പോകണം. ചിലരിൽ നിന്ന് പാസ്പോർട്ട് ഈടായി വാങ്ങും. തിരിച്ചടവ് കൃത്യമാണെങ്കിൽ എത്ര തുകയും തരാൻ തയ്യാർ. വിശ്വാസം നേടിയെടുത്താൽ ഫോണിൽ വിളിച്ചുപറഞ്ഞാലും പണം അയക്കും. എന്നാൽ, പണം വാങ്ങി നാട്ടിലേക്ക് മുങ്ങിയാൽ ഏതുവിധവും തിരിച്ചുപിടിക്കാൻ പോന്ന ഗുണ്ടാസംഘം കേരളത്തിലുണ്ട്.

മലയാളികൾ ഉൾപ്പെടെ ഒന്നരലക്ഷത്തോളം സാധാരണ തൊഴിലാളികൾ തിങ്ങിത്താമസിക്കുന്ന ദുബൈയിലെ സോണപ്പൂർ ലേബർ ക്യാമ്പിൽ ബ്ലേഡുകാരുടെ പ്രത്യേക ഏജന്റുമാർ തന്നെയുണ്ട്. ജീവിതത്തിന്റെ രണ്ടറ്റം കൂട്ടിമുട്ടിക്കാൻ പാടുപെടുന്ന ഈ പാവങ്ങൾക്ക് പണത്തിന് ആവശ്യമുണ്ടായാൽ ഇവർ ഓടിയെത്തും. നിർബന്ധസാഹചര്യത്തിൽ കൊള്ളപ്പലിശയിൽ പണം വാങ്ങുന്ന തൊഴിലാളികളിൽ പലരും ഒന്നടച്ചുതീർക്കാൻ മറ്റൊന്ന് എന്ന രീതിയിൽ വീണ്ടും വീണ്ടും തലവെച്ചുകൊടുക്കുന്ന അനുഭവങ്ങൾ നിരവധിയാണ്. കൈനനയാതെ മീൻപിടിക്കുന്ന ഈ 'ബിസിനസ്' ചെയ്യുന്നത് വമ്പൻ പലിശക്കാർ മാത്രമല്ല, ഫ്ളാറ്റ് സമുച്ചയത്തിനകത്തെ മറ്റു താമസക്കാർക്കും സഹപ്രവർത്തകർക്കും ചെറിയ രീതിയിൽ ത്രീപീസ് നൽകുന്ന 'അമേച്വറു'കളുമുണ്ട്. തെക്കൻജില്ലക്കാരൻ തന്നെയായ ദുബൈയിലെ മറ്റൊരു ബ്ലേഡ് ബിസിനസുകാരന്റെ പ്രവർത്തനരീതി വ്യത്യസ്തമാണ്. ആളെ ബോധ്യപ്പെട്ടാൽ കാറിൽ നേരിട്ടുവന്ന് പണം കൈമാറും. ഓഫീസിൽ വരിനിൽക്കേണ്ട. അടവുതെറ്റിയാലും ഇങ്ങനെതന്നെ. നേരിട്ടെത്തും. കൂടെ ആളുക

ളുമുണ്ടാകും. പേരിന് ചെറിയ ജോലി മാത്രമുള്ള ഇദ്ദേഹത്തിന്റെ സഞ്ചാരം ദശലക്ഷങ്ങൾ വിലമതിക്കുന്ന ആർഭാട കാറിലാണ്. കാരുണ്യം, അനുകമ്പ, ദയ തുടങ്ങിയവയൊന്നും ഇവരുടെ നിഘണ്ടുവിലില്ല.

*** ***

30 വർഷമായി യു.എ.ഇ.യിൽ ജീവിക്കുന്ന തൃശൂർക്കാരൻ കാദർ ഒരു വർഷത്തിലേറെയായി മുറിയിൽനിന്ന് പുറത്തിറങ്ങാനാവാത്ത അവസ്ഥയിലാണ്. പാസ്പോർട്ടും ലൈസൻസും ഉൾപ്പെടെയുള്ള രേഖകൾ പലരുടെയും പക്കലാണ്. ചെറിയൊരു കടത്തിൽനിന്ന് തുടങ്ങി അവ തന്നെ വിഴുങ്ങുകയായിരുന്നെന്ന് കാദർ പറയുന്നു. വായ്പയെടുത്ത് നാട്ടിൽ വീടുവെച്ചതാണ് തുടക്കം. അതിനിടയിൽ ഗൾഫിൽ നടത്തിയ ബിസിനസ് പൊട്ടി. സ്പോൺസറായ അറബിക്ക് വലിയ തുക കടമായി. പാസ്പോർട്ട് അദ്ദേഹത്തിന്റെ പക്കലാണ്. താൻ കൊടുത്ത ചെക് അറബി ബാങ്കിൽ ഹാജരാക്കിയാൽ ജയിലിൽ പോകേണ്ടിവരും.

പിന്നെ ജീവിക്കാനായി കാദർ ഹുണ്ടിക അടവിനെ ആശ്രയിച്ചതോടെയാണ് ശരിക്കും കടക്കെണിയിലായത്. പലതവണ പണം അയക്കേണ്ടിവന്നതോടെ കടം വരിഞ്ഞുമുറുക്കി. നാട്ടിൽ വീടും പറമ്പും വരെ വിറ്റു. ഇതിനിടയിൽ റെന്റ് എ കാർ എടുത്ത് ടാക്സിയായി ഓടിച്ചതിന് പിടിക്കപ്പെട്ടു. പിഴയടക്കാൻ ഇല്ലാത്തതിനാൽ ലൈസൻസ് അധികാരികളുടെ കൈയിലായി. അതോടെ ഒരു പണിക്കും പോകാൻ പറ്റാതായി.

ആറുമാസം കൂടുമ്പോൾ നാട്ടിൽ പോയിരുന്ന കാദർ മൂന്നുവർഷത്തിലേറെയായി വിമാനം കയറിയിട്ട്. പക്ഷേ, മക്കളിലൂടെ പ്രതീക്ഷയുടെ തീരത്തേക്ക് നടക്കാനുള്ള ശ്രമത്തിലാണിപ്പോൾ. രണ്ട് ആൺകുട്ടികളെയും ഗൾഫിലെത്തിച്ചു. മകൾ നാട്ടിൽ മെഡിസിന് പഠിക്കുന്നു. ബന്ധുക്കളാണ് മകളുടെ പഠനച്ചെലവ് വഹിക്കുന്നത്. കാദറിനെപ്പോലെ നൂറുകണക്കിനാളുകളുണ്ടിവിടെ. ബാങ്ക് വായ്പയെടുത്ത് അടക്കാനാകാതെ വരുമ്പോൾ കേസ് വരുന്നത് പേടിച്ചാണ് പലരും ബ്ലേഡുകളിലേക്ക് മാറുന്നത്.

മാനഹാനി, മരണവഴി

കൊള്ളപ്പലിശക്കാർക്കെതിരെ കേരളത്തിൽ ഓപ്പറേഷൻ കുബേര പൊടിപൊടിക്കുമ്പോൾ അബുദാബിയിൽ ദിനേശ് (പേര് യഥാർത്ഥമല്ല) എന്ന ചെറുപ്പക്കാരൻ ഭാര്യക്കും രണ്ടുമക്കൾക്കുമൊപ്പം ആത്മഹത്യ ചെയ്യുന്നതിനെക്കുറിച്ച് ചിന്തിക്കുകയായിരുന്നു. ചില ആവശ്യങ്ങൾക്കായി സഹപ്രവർത്തകനായ ബ്ലേഡുകാരനിൽനിന്ന് പല വണയായി 28,000

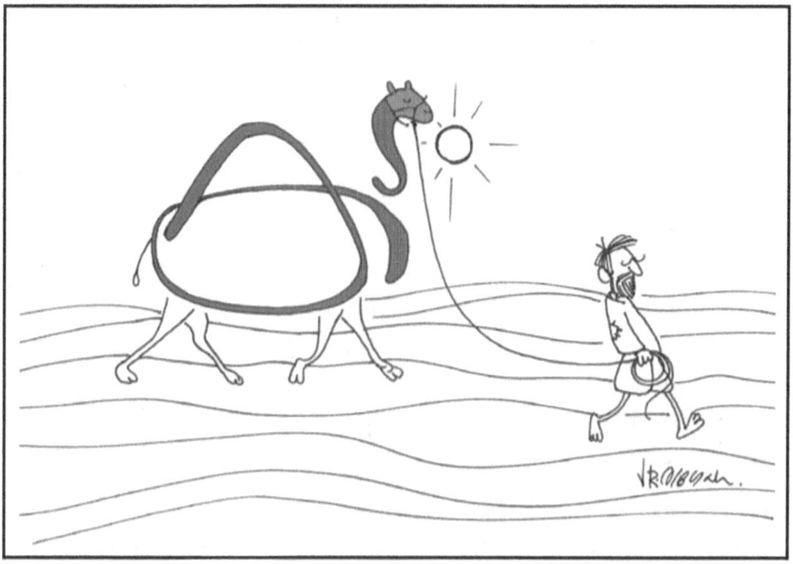

ദിർഹമോളം വാങ്ങിയിരുന്നു ദിനേശ്. പലിശയും പിഴപ്പലിശയുമായി 75,000 ദിർഹം തിരിച്ചടക്കേണ്ടിവന്നെങ്കിലും ആ ഭാരം ഇറക്കിവെച്ചുവല്ലോ എന്ന ആശ്വാസത്തിലായിരുന്നു ഈ കുടുംബം. ദിവസം 18 മണിക്കൂർ വരെ പണിയെടുത്തും പട്ടിണി കിടന്നുമെല്ലാമാണ് ഇത്രയും തുക അടച്ചത്. ഒന്നരവർഷം കഴിഞ്ഞപ്പോഴതാ പുതിയ കണക്കുമായി കൊള്ളപ്പലിശക്കാരൻ അവതരിക്കുന്നു. ആദ്യം അടച്ചത് മുഴുവൻ പലിശയാണെന്നും മുതലും പലിശയുമായി 82,000 ദിർഹം കൂടി നൽകണമെന്നും പറഞ്ഞതോടെ ദിനേശ് തളർന്നുപോയി. പണമടക്കാൻ നിവൃത്തിയില്ലാതായതോടെ ഭീഷണിയായി. നാട്ടിൽ മാതാപിതാക്കളെയും ബന്ധുക്കളെയും ഭാര്യവീട്ടുകാരെയും ഭീഷണിപ്പെടുത്തലും അപമാനിക്കലുമാണ് പ്രവാസി ബ്ലേഡുകാരുടെ രീതി. നാട്ടിൽനിന്ന് ക്വട്ടേഷൻ സംഘങ്ങളും ഫോണിലൂടെ വധഭീഷണി തുടങ്ങി. ഇതിനിടെ നാട്ടിൽ പോയിട്ട് അഞ്ചു കൊല്ലമായിരുന്നു. അതോടെ വീട്ടുകാർ വെറുത്തു. അടുത്ത സുഹൃത്തുക്കൾ വരെ അകന്നു. ചെറിയ ശമ്പളത്തിന്റെ വലിയ ഭാഗം എല്ലാ മാസവും അടച്ച് തലയൂരാൻ ശ്രമിച്ചതോടെ വീട്ടിൽ പട്ടിണിയായി. ആത്മഹത്യയുടെ വക്കിൽനിന്ന് മക്കളെയോർത്ത് മാത്രമാണ് തിരിഞ്ഞുനടന്നത്. ദിനേശ് പറയുന്നു. വർഷങ്ങളായി വിദേശത്തുള്ള മകനെ അവസാനമായി കാണാനുള്ള ആഗ്രഹം ബാക്കിയാക്കിയാണ് പിതാവ് കണ്ണടച്ചത്.

അച്ഛന്റെ ജഡം കാണാൻ നാട്ടിലെത്തിയ ദിനേശന് ഏഴാം ദിവസം തിരിച്ചുപോകേണ്ടിവന്നു. അവസാനം യാദൃച്ഛികമായി കണ്ടുമുട്ടിയ ഒരു സാമൂഹിക പ്രവർത്തകൻ ഇടപെട്ട് ബ്ലേഡുകാരനെ തിരിച്ച് ഭീഷണിപ്പെടുത്തി ഒത്തുതീർപ്പിലെത്തിക്കുകയായിരുന്നു. ഇതനുസരിച്ച് 30,000 ദിർഹം നൽകാൻ ധാരണയായി. ഇതിനുവേണ്ട പകുതി തുക പലിശരഹിത സംവിധാനത്തിലൂടെ പ്രവർത്തകർ തന്നെ ശരിയാക്കി നൽകി.

ഇങ്ങനെ എത്രയോ പേർ അബുദാബി മേഖലയിൽ മാത്രം കടക്കെണിയിൽ കുടുങ്ങിക്കഴിയുന്നുണ്ടെന്ന് ദിനേശ് പറയുന്നു. നാട്ടിലെ ബ്ലാങ്ക് ചെക്കും വെള്ളപേപ്പറിൽ ഒരു ഒപ്പും നൽകിയാൽ പണം റെഡി. മുതൽ തിരിച്ചടക്കണമെന്ന് ഇവർക്ക് ഒരു നിർബന്ധവുമില്ല. പക്ഷേ, മാസാമാസം പലിശ മുടങ്ങരുത്. ബ്ലേഡുകാരിൽ പലരും സമൂഹത്തിലെ മാന്യത ചമയുന്നവരുടെ ബിനാമികളാണെന്നും മുടക്കുമുതൽ അവരുടേതാണെന്നും ചതിക്കുഴിയിൽ വീണ മിക്കവരും പറയുന്നു.

ധനമോഹം എന്ന കടക്കെണി

തനിക്കും കുടുംബത്തിനും മാന്യമായി ജീവിക്കാനുള്ള വരുമാനം കൊതിച്ചാണ് ഓരോ മലയാളിയും കടൽ കടക്കുന്നത്. എന്നാൽ, മണലാരണ്യത്തിൽ കഠിനാധ്വാനം ചെയ്തുണ്ടാക്കുന്ന പണം എങ്ങനെ ശരിയായി ഉപയോഗിക്കാമെന്നും ഭാവിയിലേക്കായി സമ്പാദ്യമാക്കാമെന്നും ഭൂരിഭാഗത്തിനും അറിയില്ലെന്നുറപ്പ്. പതിറ്റാണ്ടുകൾ വിയർപ്പൊഴുക്കിയുണ്ടാക്കിയ പണം മുഴുവൻ പൊങ്ങച്ച വീടുണ്ടാക്കിയും ആർഭാട വിവാഹങ്ങൾ നടത്തിയും തീർക്കുന്നതു മുതൽ വരവിലും കവിയുന്ന മോഹങ്ങളിലേറി ജീവിതം താറുമാറാക്കുന്നതുവരെയുള്ള അസംഖ്യം അനുഭവകഥകൾതന്നെ ഇതിന് സാക്ഷ്യം. അവസാനം മാറാരോഗവുമായി നാട്ടിൽ തിരിച്ചെത്തി സംസ്ഥാനസർക്കാർ നൽകുന്ന 1000 രൂപ പെൻഷനുവേണ്ടി ക്യൂ നിൽക്കുന്നവരെ കേരളത്തിൽ മാത്രമേ കാണാനാകൂ. എളുപ്പത്തിൽ പണം കിട്ടുന്നിടത്ത് ഓടിക്കൂടി തലവെച്ചുകൊടുക്കുന്ന രീതിതന്നെയാണ് മലയാളിയുടെ പ്രധാനപ്രശ്നമെന്ന് ഈ മേഖലയിൽ വർഷങ്ങളായി പ്രവർത്തിക്കുന്നവർ പറയുന്നു. ബാങ്ക് വായ്പയായാലും ക്രെഡിറ്റ് കാർഡായാലും ബ്ലേഡ് കമ്പനിയായാലും ഹുണ്ടികയായാലും പണം കിട്ടുമെങ്കിൽ അത് വരുത്തിവെക്കുന്ന ബാധ്യതകളൊന്നും ഓർക്കാതെ സാധാരണ തൊഴിലാളികളുടേതു മുതൽ വൻകിട സ്ഥാപന ഉടമകളുടെവരെ ജീവിതം താറുമാറായിട്ടുണ്ട്. 2008ലെ സാമ്പത്തിക മാന്ദ്യകാലത്തും തുടർവർഷങ്ങളിലും യു.എ.ഇ.യിൽ ബിസിനസുകാരടക്കമുള്ള നിരവധി മലയാളികൾ ക്രിമിനൽ കേസിലും ചെക്ക് കേസിലും

പെട്ട് കുടുങ്ങിക്കിടപ്പുണ്ട്. വ്യാപാരനഗരമായതിനാൽ ദുബൈയിൽത്തന്നെയാണ് ഇത്തരം കഥകൾ കൂടുതലും. ഒട്ടനവധി കമ്പനിയുടെ പേരിൽ അമിതമായി വായ്പയെടുത്തും വ്യക്തിപരമായ ക്രെഡിറ്റ് കാർഡ് ഉപയോഗിച്ചും തീരാബാധ്യത വരുത്തിവെച്ചായിരുന്നു പലരും സ്വയം കുഴിതോണ്ടിയത്.

പണം തിരിച്ചുപിടിക്കാൻ 'ബ്ലേഡുകാരെപ്പോലെ എല്ലാ മാർഗവും ബാങ്കുകളും അവലംബിക്കും. വായ്പാ തുകയടക്കാൻ മുടക്കം വരുന്നതോടെ ബാങ്കുകൾ നേരത്തെ വാങ്ങിവച്ച ചെക് ഹാജരാക്കി വണ്ടിച്ചെക്കിന് ക്രിമിനൽ കേസ് കൊടുക്കുന്നു. അതോടെ ജയിലിലും പോലീസ് സ്റ്റേഷനിലുമാകും ജീവിതം. ബിസിനസ് തകരും. ജീവനക്കാരുടെ ശമ്പളം മുടങ്ങുന്നു. പുറത്തിറങ്ങാനാകാത്ത അവസ്ഥവരും. ദുബൈയിൽ ഭാര്യയേയും മകളെയും കൊന്ന് മലയാളി സിനിമാ നിർമാതാവ് ജീവനൊടുക്കിയിട്ട് അധികകാലമൊന്നുമായിട്ടില്ല. മാസങ്ങൾക്ക് മുമ്പാണ് കടക്കെണിയിൽ കുടുങ്ങിയ ഗോവൻ യുവാവ് ഷാർജയിൽ തൂങ്ങിമരിച്ചത്.

കരക്കുകയറാനാകാത്തവിധം കടക്കെണിയിലെ കുരുക്ക് മുറുകുന്നതോടെയാണ് മരണത്തിന്റെ വഴി പലരും തെരഞ്ഞെടുക്കുന്നത്. കേസായാൽ പിന്നാലെ യാത്രാനിരോധം വരും നാട്ടിൽ പോകാനാവില്ല. കേസ് കോടതിയിലെത്തും. കടമെടുത്ത തുകയുടെ വലുപ്പം അനുസരിച്ച് ക്രിമിനൽ കോടതി ഒരു മാസം മുതൽ മൂന്നുവർഷം വരെ തടവുശിക്ഷ വിധിക്കും. ഇങ്ങനെ ശിക്ഷ അനുഭവിച്ച, അനുഭവിച്ചുകൊണ്ടിരിക്കുന്ന മലയാളികൾ ഗൾഫ് രാജ്യങ്ങളിലുണ്ട്. പക്ഷേ, പലരുടെയും വിചാരം ഈ ശിക്ഷ അനുഭവിച്ചുകഴിഞ്ഞാൽ പൊല്ലാപ്പ് കഴിഞ്ഞെന്നാണ്. എന്നാൽ, ക്രിമിനൽ കേസ് മാത്രമേ തീരുന്നുള്ളൂവെന്നതാണ് സത്യം.

പണം തിരിച്ചുകിട്ടാൻ സിവിൽ കേസ് കൊടുക്കാൻ ബാങ്കിന് അവകാശമുണ്ട്. പക്ഷേ, അതിന് വക്കീലും ഫീസും കോടതിയിൽ തുക കെട്ടിവെക്കലുമൊക്കെ വേണ്ടിവരുന്നതിനാൽ മിക്ക ബാങ്കുകളും കടം തിരിച്ചുപിടിക്കൽ സ്ഥാപനങ്ങളെ (Debt collection) സമീപിക്കുകയാണ് പതിവ്. പ്രത്യേക ലൈസൻസോടെ പ്രവർത്തിക്കുന്നവരാണവർ. പണം തിരിച്ചുപിടിച്ചു നൽകിയാൽ ഒരു ഭാഗം ഇവർക്ക് കമ്മീഷനായി ബാങ്ക് നൽകും. മാനസികപീഡനം തന്നെയാണ് ഇവരുടെ തിരിച്ചുപിടിക്കൽ രീതി. ഈ സ്ഥാപനങ്ങളിൽനിന്ന് നിരന്തരം ഭീഷണിവിളി വരും. പിന്നെ കടക്കാരന്റെ വീട്ടിലും ജോലി ചെയ്യുന്ന സ്ഥാപനത്തിലും വിളിയെത്തും. അതോടെ ജോലി നഷ്ടപ്പെടുന്ന സാഹചര്യമുണ്ടാകും. തൽക്കാലം കുറച്ചു പണമടച്ചാലും പിറ്റേന്ന് മുതൽ ബാക്കി തുകക്ക് സമ്മർദ്ദം ചെലുത്തിക്കൊണ്ടിരിക്കും.

വലിയ തുകയാണ് തിരിച്ചുകിട്ടാനുള്ളതെങ്കിൽ ബാങ്കുകൾ സിവിൽ കേസ് ഫയൽ ചെയ്യും. ഇതിലും യാത്രാനിരോധം വരാം.

ഇനി ആരെങ്കിലും വായ്പയെടുത്ത് നാട്ടിലേക്ക് മുങ്ങിയാൽ ബാങ്കുകൾ അവിടത്തെ കടം തിരിച്ചുപിടിക്കൽ സ്ഥാപനങ്ങളെ സമീപിക്കും. ഇന്ത്യയിൽ മിക്ക സംസ്ഥാനങ്ങളിലും ഇങ്ങനെയുള്ള തിരിച്ചുപിടിക്കൽ സ്ഥാപനങ്ങളുണ്ട്. വക്കീലുമാരും വിരമിച്ച പോലീസ് ഉദ്യോഗസ്ഥരുമൊക്കെയാണ് ഇതിലുണ്ടാവുക. ആവശ്യമെങ്കിൽ ഗുണ്ടകളുടെ സഹായവും ഇവർ തേടും. പിന്നെ ഇവരുടെ ഭീഷണിയാണ്. വീട്ടിൽ വിളിച്ച് സ്ത്രീകളെ ഭയപ്പെടുത്തുക, നാട്ടുകാരുടെ മുന്നിലിട്ട് അപമാനിക്കുക തുടങ്ങിയവയാണ് സാധാരണ രീതി.

വില്ലനായി ക്രെഡിറ്റ് കാർഡ്

ക്രെഡിറ്റ് കാർഡ് ആധുനിക പണവിനിമയരംഗത്ത് വിപ്ലവകരമായ മാറ്റം വരുത്തിയ ഒന്നാണെങ്കിലും ഗൾഫിൽ മിക്ക പ്രവാസികളുടെയും ജീവിതത്തിലെ പ്രധാന വില്ലനാണ് ഈ പ്ലാസ്റ്റിക് കാർഡ്. ബിസിനസ് നഗരമായ ദുബൈയിൽ ക്രെഡിറ്റ് കാർഡ് വിൽക്കാൻ 30ലേറെ ബാങ്കുകൾ കൊടിയ മത്സരത്തിലാണ്. ക്രെഡിറ്റ് കാർഡ് ഇല്ലാത്തയാളാണ് നിങ്ങളെങ്കിൽ ഫോണിലും നേരിട്ടും ബിസിനസ് എക്സിക്യൂട്ടീവുകൾ വിടാതെ പിന്തുടർന്നുകൊണ്ടിരിക്കും.

കൈയിൽ കാശില്ലെങ്കിലും വിമാനടിക്കറ്റുമുതൽ സിനിമാ ടിക്കറ്റ് വരെ ക്രെഡിറ്റ് കാർഡ് ഉപയോഗിച്ച് വാങ്ങാനാകും. ബില്ലുകളടക്കാം. അതുകൊണ്ട്തന്നെ ഇടത്തരം വരുമാനക്കാരുടെ പ്രധാന മിത്രമാണ് ക്രെഡിറ്റ് കാർഡ്. ഒന്നിലേറെ ക്രെഡിറ്റ് കാർഡുകൾ ഇല്ലാത്ത മലയാളികൾ ഈ വിഭാഗത്തിൽ ചുരുക്കമായിരിക്കും. പ്രത്യേകിച്ച് ബിസിനസുകാർ. ഒരു വീട്ടമ്മ പറഞ്ഞതാണ് സത്യം: “ക്രെഡിറ്റ് കാർഡ് കൈയിൽ വരുന്നതോടെ ചെലവ് വർദ്ധിച്ചുകൊണ്ടേയിരിക്കും. എന്നാലോ വരവ് പഴയതുതന്നെ.”

ബുദ്ധിപൂർവ്വം ഉപയോഗിച്ചാൽ ക്രെഡിറ്റ് കാർഡുകൾ ഉപകാരപ്രദമാണ്. കൃത്യമായി തിരിച്ചടച്ചാൽ പലിശയൊന്നുമില്ലാതെ ഇടപാട് നടത്താനാകുമെന്ന് മാത്രമല്ല കാർഡ് ഉപയോഗം പ്രോത്സാഹിപ്പിക്കാനായി ബാങ്കുകളും ക്രെഡിറ്റ് കാർഡ് കമ്പനികളും നൽകുന്ന ഓഫറുകളും ഡിസ്കൗണ്ടുകളും നേടുകയും ചെയ്യാം. എന്നാൽ, അഭ്യസ്തവിദ്യരായവർക്കുപോലും ക്രെഡിറ്റ് കാർഡ് എങ്ങനെ ഉപയോഗിക്കണമെന്ന് അറിയില്ല എന്നതാണ് സത്യം.

ബാങ്കുകൾ ലാഭമുണ്ടാക്കാനായി ഇറക്കുന്ന പല ഉൽപന്നങ്ങളിൽ

ഒന്നാണ് ക്രെഡിറ്റ് കാർഡ്. പക്ഷേ, ബാക്കിയെല്ലാ വായ്പകൾക്കും വാർഷിക പലിശനിരക്കാണെങ്കിൽ ക്രെഡിറ്റ് കാർഡിന് മാസനിരക്കാണ്. ചുരുങ്ങിയത് മാസം മൂന്നു ശതമാനം. അതായത്, വർഷം 36 ശതമാനം. ചിലപ്പോൾ 40 ശതമാനം വരെ. അതുകൊണ്ടുതന്നെ ക്രെഡിറ്റ് കാർഡ് ഉപയോഗം പ്രോത്സാഹിപ്പിക്കാൻ ബാങ്കുകളും, വിസ, മാസ്റ്റർകാർഡ് പോലുള്ള ക്രെഡിറ്റ് കാർഡ് കമ്പനികളും എല്ലാ അടവും പയറ്റുന്നു. വിവിധ സാമ്പത്തിക നിലയിലുള്ളവർക്കായി പ്രീമിയം, പ്ലാറ്റിനം, ഗോൾഡ് എന്നെല്ലാം പറഞ്ഞ് പലതരം കാർഡുകളുണ്ട്.

ക്രെഡിറ്റ് കാർഡ് ഉപയോഗിച്ചതിന് നിങ്ങൾ കൃത്യമായി തിരിച്ചടച്ച് പലിശയിൽനിന്ന് രക്ഷപ്പെട്ടാലും ബാങ്കിന് ലാഭമുണ്ട്. കാർഡിലൂടെ പണമടവ് ലഭിച്ച വ്യാപാരിയിൽനിന്ന് ബാങ്കിന് കമ്മീഷൻ ലഭിക്കും. തിരിച്ചടവ് തെറ്റിയാലോ പിന്നെ ബാങ്കിന് കൊയ്ത്തുകാലമാണ്.

പലിശ കുതിക്കുന്നത് റോക്കറ്റിനേക്കാൾ വേഗത്തിലാണ്. ഇത് എങ്ങനെയാണ് സംഭവിക്കുന്നതെന്ന് എല്ലാ നിബന്ധനകളിലും ഒപ്പിട്ട് നൽകി ഉപയോഗിക്കുന്നവർക്കുവരെ അറിയില്ല. ഒരു ബാങ്ക് ഉദ്യോഗസ്ഥൻ തന്നെ ഇങ്ങനെ ക്രെഡിറ്റ് കാർഡെടുത്ത് കുരുങ്ങിയ സംഭവം ദുബൈയിലുണ്ട്. പിന്നെ സാധാരണക്കാരന്റെ കാര്യം പറയണോ!

ഏറെ സങ്കീർണ്ണമാണ് ക്രെഡിറ്റ് കാർഡിലെ പലിശകൂട്ടൽ. ഉദാഹര

ണത്തിന് എല്ലാ അഞ്ചാം തീയതിയുമാണ് നിങ്ങളുടെ ക്രെഡിറ്റ് കാർഡ് സ്റ്റേറ്റ്മെന്റ് ബാങ്ക് അയക്കുന്നതെന്ന് കരുതുക. കഴിഞ്ഞ 30 ദിവസം നിങ്ങളുടെ കാർഡ് ഉപയോഗവും അതിന് തിരിച്ചടക്കാനുള്ള തുകയുമാണ് ഇതിലുണ്ടാവുക. ഇത് പലിശയൊന്നുമില്ലാതെ അടക്കാൻ 15 ദിവസം വരെ 'ഗ്രേസ്' കാലയളവും അനുവദിക്കും.

ഈ സമയം കഴിഞ്ഞാൽ ഉടനെ ലേറ്റ് ഫീസ് വീഴും. 50 മുതൽ 100 ദിർഹം വരെയാണ് യു.എ.ഇയിലെ ലേറ്റ് ഫീസ്. 10 ദിർഹമാണ് ബാക്കിയുള്ളതെങ്കിലും ഒരു ദിവസം തെറ്റിയാൽ ഈ തുക നൽകണം.

പിന്നെ ഇതുംകൂടി കൂട്ടിയുള്ള തുകക്കാണ് പലിശ നൽകേണ്ടത്. ബിൽമാസത്തിന്റെ ആദ്യം മുതൽക്കാണ് പലിശ കൂട്ടുക. ആഗസ്ത് അഞ്ചിന് കിട്ടിയ ബില്ലിലെ തുക അടച്ചില്ലെങ്കിൽ ജൂലൈ അഞ്ചുമുതൽ പലിശ കൂട്ടും.

1000 ദിർഹം തിരിച്ചടക്കുന്നതിലാണ് വീഴ്ച വരുത്തിയതെങ്കിൽ അവസാനദിവസം കഴിഞ്ഞാൽ 100 ദിർഹം ലേറ്റ് ഫീസായും അതിന്റെ മൂന്നു ശതമാനം പലിശയും കൂട്ടി 1133 ദിർഹമാകും. അടുത്തമാസം ലേറ്റ് ഫീസും അതിനു മുകളിൽ പലിശയും വീണ്ടും. ചുരുക്കത്തിൽ ഒരു വർഷംകൊണ്ട് 3000 ദിർഹത്തോളം വരും.

ഇത് ഒരു കാർഡിന്റെ ഒരു വർഷത്തെ 1000 ദിർഹത്തിന്റെ മാത്രം കണക്ക്. എന്നാൽ ഒന്നിൽക്കൂടുതൽ കാർഡുകൾ വഴി പതിനായിരങ്ങൾ ഉപയോഗിച്ചുതീർത്തവർ ലക്ഷങ്ങളുടെ കടക്കെണിയിൽനിന്ന് എങ്ങനെയാണ് തലയൂരുക. ഒരു കാർഡിന്റെ കടംവീട്ടാൻ മറ്റൊരു കാർഡെടുക്കുന്നതാണ് പൊതുരീതി. ഇങ്ങനെ 14 കാർഡുകൾവരെ വാങ്ങി കടം തിരിച്ചടക്കാനാകാതെ ജയിലിൽ കഴിയുന്ന മലയാളികൾ യു.എ.ഇ.യിലുണ്ട്.

ഇനി കാർഡുപയോഗിച്ച് എ.ടി.എം. വഴി പണം പിൻവലിക്കുകയാണെങ്കിൽ ഉടനെ ചുരുങ്ങിയത് മൂന്നുശതമാനം പലിശ ഈടാക്കും. പിന്നെ തിരിച്ചടവ് മുടങ്ങിയാൽ നേരത്തെ പറഞ്ഞ ലേറ്റ്ഫീസും പലിശകളുമെല്ലാം കൂടും. വാർഷിക ഫീസ്, പരിധി ലംഘിച്ചാലുള്ള ഫീസ് തുടങ്ങിയ നിരക്കുകൾ വേറെയുമുണ്ട്.

പശുചത്തിട്ടും മോരിന്റെ പുളി പോയില്ല എന്നു പറഞ്ഞപോലെയാണ് ക്രെഡിറ്റ് കാർഡിന്റെ അവസ്ഥ. എടുത്തതെല്ലാം തിരിച്ചടച്ചാലും ബാക്കി വരുന്ന ചെറിയൊരു തുക പലിശ കുമിഞ്ഞ് ഭീമമായ തുകയായി ശ്വാസം മുട്ടിക്കും. ഗൾഫ് മേഖലയിലെതന്നെ വലിയ സൂപ്പർമാർക്കറ്റിന്റെ ജനറൽ മാനേജർക്കുണ്ടായ അനുഭവം കേൾക്കുക.

സൗദിയിലേക്ക് സ്ഥലം മാറ്റപ്പെട്ടപ്പോൾ ഇദ്ദേഹം യു.എ.ഇ.യിലെ

അക്കൗണ്ടും എല്ലാം റദ്ദാക്കിയാണ് പോയത്. അഞ്ചു വർഷം കഴിഞ്ഞ് മറ്റൊരാവശ്യത്തിന് യു.എ.ഇ.യിൽ എത്തിയപ്പോൾ വിമാനത്താവളത്തിൽ പിടിക്കപ്പെട്ടു. കാരണം, ക്രെഡിറ്റ് കാർഡ് തന്നെ. പോകുമ്പോൾ അക്കൗണ്ട് ക്ലോസ് ചെയ്തു. വിസ റദ്ദാക്കി, ക്രെഡിറ്റ് കാർഡിലെ പണം മുഴുവൻ തിരിച്ചടച്ചു.

പക്ഷേ, കാർഡ് കാൻസൽ ചെയ്തിരുന്നില്ല. കാർഡുപയോഗിച്ച് എല്ലാ ഇടപാടുകളും അപ്പപ്പോൾതന്നെ കമ്പ്യൂട്ടറിൽ വരണമെന്നില്ലെന്നായിരുന്നു ബാങ്കിന്റെ മറുപടി. അങ്ങനെ സെറ്റിൽ ചെയ്യാതെ പോയ ചെറിയ ഒരു തുക അഞ്ചുവർഷം കവിഞ്ഞപ്പോഴേക്കും കാൽലക്ഷം ദിർഹമായിരുന്നു.

അതോടെ ബാങ്ക് ഇദ്ദേഹം ഒപ്പിട്ടുനൽകിയ ചെക് ഹാജരാക്കി ക്രിമിനൽ കേസാക്കുകയായിരുന്നു.

കടക്കെണിയിലേക്കൊരു സൗജന്യ പാസ്

വിവേചനബുദ്ധി പ്രയോഗിക്കാതെ ഉപയോഗിക്കുന്നവർക്ക് ക്രെഡിറ്റ് കാർഡ് കടക്കെണിയിലേക്കുള്ള സൗജന്യപാസാണെന്ന് ദുബൈയിലെ അഡ്വ. ബക്കർ പറയുന്നു. ക്രെഡിറ്റ് കാർഡ് സംബന്ധിച്ച് ശ്രദ്ധിക്കേണ്ട ചില കാര്യങ്ങൾ അദ്ദേഹം മുന്നോട്ടുവെക്കുന്നു.

1. ക്രെഡിറ്റ് കാർഡ് എടുക്കുംമുമ്പ് തനിക്ക് അതിന്റെ ആവശ്യമുണ്ടോയെന്ന് ആലോചിക്കുക. പണം തിരിച്ചടക്കാൻ സാധിക്കുന്നവർ മാത്രമേ ക്രെഡിറ്റ് കാർഡ് എടുക്കാവൂ.
2. ഒന്നിൽക്കൂടുതൽ കാർഡുകൾ ഒരിക്കലും എടുക്കരുത്.
3. ക്രെഡിറ്റ് കാർഡ് എടുക്കുമ്പോൾ തനിക്ക് അക്കൗണ്ടുള്ള ബാങ്കിൽനിന്നുതന്നെ എടുക്കുക. ബാങ്കിന് നിർദ്ദേശം നൽകിയാൽ അക്കൗണ്ടിൽനിന്ന് സമയാസമയം തിരിച്ചടവ് നടക്കും.
4. കാർഡ് എടുക്കുമ്പോൾ മാസ അടവ് എത്രയാണെന്ന് പറയണം. അതിൽ മിനിമം പേമെന്റ് ഓപ്ഷൻ എടുക്കാതിരിക്കുക. ഈ പണം പിടിച്ചശേഷം ബാക്കി തുകക്ക് പലിശവരും.
5. ബ്ലാങ്ക് ചെക്ക് നൽകരുത്. തുകയെഴുതിയ സെക്യൂരിറ്റി ചെക്കാണ് സാധാരണ ബാങ്ക് ആവശ്യപ്പെടുക.
6. തീയതി വെക്കാതെ സെക്യൂരിറ്റി ചെക്ക് കൊടുക്കേണ്ടിവരികയാണെങ്കിൽ അതിന്റെ ഫോട്ടോകോപ്പിയെടുത്ത് പ്രസ്തുത ചെക്ക് സെക്യൂരിറ്റിയായി നൽകിയതാണെന്ന് തെളിയിക്കുന്നതിന് ധനകാര്യസ്ഥാപനത്തിന്റെ ഒപ്പും സീലും വാങ്ങി സൂക്ഷിക്കുക. ക്രിമിനൽ കേസിൽ നിന്നൊഴിവാകാൻ ഇത് സഹായിക്കും.

7. രേഖകൾ പൂരിപ്പിച്ചുനൽകുമ്പോൾ എല്ലാ കോളവും പൂരിപ്പിച്ചതായി ഉറപ്പുവരുത്തുക.

8. പൂർണ്ണമായി വായിച്ചു മനസ്സിലാക്കാതെ ഒരു രേഖയും ഒപ്പിട്ടുനൽകരുത്.

9. അടവ് മുടങ്ങി കേസാവുകയും തുക തീർക്കുകയും ചെയ്താൽ കടം അടച്ചുതീർത്തു എന്നും ഇനി ഒരു ബാധ്യതയുമില്ലെന്നും തെളിയിക്കുന്ന ക്ലിയറൻസ് സർട്ടിഫിക്കറ്റ് ബാങ്കിൽനിന്ന് വാങ്ങി സൂക്ഷിക്കുക.

വര: വി.ആർ. രാഗേഷ്

www.ingramcontent.com/pod-product-compliance
Lightning Source LLC
LaVergne TN
LVHW090331051026
849518LV00005B/1937